माफिया क्वीन्स ऑफ मुंबई

कहाण्या अंडरवर्ल्डमधील स्त्रियांच्या!

लेखक
एस. हुसेन झैदी
आणि
जेन बोर्जस

अनुवाद
उल्का राऊत

मेहता पब्लिशिंग हाऊस

MAFIA QUEENS OF MUMBAI by S. HUSSAIN ZAIDI AND JANE BORGES

Copyright © S. Hussain Zaidi, Jane Borges 2011

First Published in English language in India by Westland Ltd, 2011
First Published in Marathi Language by Mehta Publishing House, Pune 2014
Translated into Marathi Language by Ulka Raut

माफिया क्वीन्स ऑफ मुंबई / अनुवादित व्यक्तिचरित्रे
अनुवाद : उल्का राऊत, ९०२, उत्तुंग टॉवर, डी.एल. वैद्य रोड, शिवाजी पार्क, दादर, मुंबई - ४११०२८.
✆ ०२२-२४३१८८१८

मराठी अनुवादाचे व प्रकाशनाचे हक्क मेहता पब्लिशिंग हाऊस, पुणे.

प्रकाशक : सुनील अनिल मेहता, मेहता पब्लिशिंग हाऊस, १९४१, सदाशिव पेठ, माडीवाले कॉलनी, पुणे - ३०.
✆ ०२०-२४४७६९२४
Email : info@mehtapublishinghouse.com
Website : www.mehtapublishinghouse.com

मुखपृष्ठ : फाल्गुन ग्राफिक्स

प्रकाशनकाल : फेब्रुवारी, २०१४ / फेब्रुवारी, २०१५ / सप्टेंबर, २०१७ / पुनर्मुद्रण : सप्टेंबर, २०१८

P Book ISBN 9788184985399
E Book ISBN 9788184986747
E Books available on : play.google.com/store/books
www.amazon.in

आमचं जीवन प्रकाशमय करणाऱ्या
आमच्या मातापित्यांना –
खातून आणि अशफाक हुसेन
सँड्रा आणि जॉनी बोर्जस

प्रस्तावना

अध्यात्मापेक्षा अपराध, गुन्हे अधिक थरारक आणि नाजूक गुलाबाच्या फुलांपेक्षा धडाडणाऱ्या बंदुका जास्त प्रभावी वाटतात. आणि म्हणूनच – संत महंतांपेक्षा गुन्हेगारांचं जीवन जास्त रोमांचकारी आणि चटकदार असतं – असं निदान माझं तरी मत आहे.

आपल्याकडे क्राइम रिपोर्टिंग फक्त वृत्तपत्रांपुरतंच मर्यादित असतं आणि लोकांना फारच चटकन अशा बातम्यांचा विसरही पडतो. त्यामुळेच गुन्हे आणि गुन्हेगारीविषयक पुस्तक ही गोष्ट फारच दुर्मीळ आहे.

चित्रपट निर्माता असल्याने मी अशा चित्तथरारक क्राइम स्टोऱ्यांच्या शोधातच असतो. स्वप्ननगरी बॉम्बेचा – आताची मुंबई – गुन्हेगारी इतिहास फारच रोमांचकारी आहे; पण त्याविषयीची तपशीलवार माहिती उपलब्ध नसल्याने माझी निराशा व्हायची. 'ब्लॅक फ्रायडे' हा चित्रपट पाहिल्यानंतर मात्र मला आशेचा किरण दिसला. माझा प्रिय मित्र आणि उत्कृष्ट दिग्दर्शक अनुराग कश्यपचा हा चित्रपट, एस. हुसेन झैदींच्या याच नावाच्या पुस्तकावर आधारित आहे. १९९३ सालच्या मुंबईमधील महाभयंकर बॉम्बस्फोटांमागची कारणं आणि त्यांचे दूरगामी परिणाम ह्यांचं अत्यंत अभ्यासपूर्ण वर्णन ह्या पुस्तकामध्ये आढळतं.

त्यानंतर हुसेनचं नाव माझ्या चांगलंच लक्षात राहिलं. त्याच्या क्राइम स्टोऱ्या मी मोठ्या उत्सुकतेने वाचायला लागलो. अर्थात त्यासाठी त्यांनी नोकरी बदलली की, मला माझं वर्तमानपत्रही बदलावं लागे; ही गोष्ट अलाहिदा.

अखेर माझ्या 'कमीने' ह्या चित्रपटासाठी माहिती गोळा करत असताना त्यांची-माझी भेट झाली. 'मादक पदार्थांचा व्यापार' ह्या मुंबईतल्या माफिया जगताच्या अविभाज्य घटकाची माहिती मिळवण्यासाठी त्यांनी मला अतिशय मोलाची मदत केली. संबंधित लोक आणि जागांशी त्यांच्यामुळेच माझी ओळख झाली. 'भविष्यात आपल्या पुस्तकावर आधारित चित्रपट करायचा विचार असल्यास त्यावर पहिला हक्क माझाच राहील', असं आश्वासनही मी त्यांच्याकडून घेतलं.

ह्या गोष्टीला दोन वर्षं झाली असतील. एके दिवशी अचानक मला त्यांचा फोन आला. आत्ता तुमच्या हाती असलेल्या 'माफिया क्वीन्स ऑफ मुंबई'ची प्रस्तावना मी लिहावी हे सांगण्यासाठी हा फोन होता. या पुस्तकामधील विलक्षण कथा ह्यापूर्वी कोणीही ऐकल्या नसतील, याची मला खात्री आहे.

मला स्वत:ला कोणत्याही कथेतील हिरोपेक्षा, हिरॉइन अधिक चित्तवेधक वाटतात. मॅक्बेथ किंवा किंग डंकनपेक्षा लेडी मॅक्बेथची व्यक्तिरेखा कितीतरी पटीने जास्त गुंतागुंतीची आणि खिळवून टाकणारी वाटते. मॅडम बोवारी, ॲना कॅरेनिना, फूलनदेवी, इंदिरा गांधी आणि सोनिया गांधी ह्यांच्यामध्ये काहीतरी वेगळे, विलक्षण गुण आहेत असं मला वाटतं.

अपेक्षेप्रमाणे हे पुस्तक वाचणं हा एक आनंददायी अनुभव ठरला, किंबहुना हा एक थरारक प्रवास आहे, असं म्हणणं जास्त सयुक्तिक ठरेल. वाचताना हसवणारं, दु:खदायक, तर कधी धक्कादायक; पण कधीही कंटाळा येऊ न देणारं, अत्यंत नाट्यमय पुस्तक आहे हे. करीमलाला, हाजी मस्तान आणि 'आपला' दाऊद इब्राहिम यांसारख्या खतरनाक डॉनना आपल्या बोटाच्या इशाऱ्यांवर लीलया नाचवणारी महाधूर्त जेनाबाई दारूवाली... वेश्या व्यवसाय करणाऱ्या दुर्दैवी बायकांना समाजात इज्जत आणि महत्त्व मिळावं म्हणून झगडणारी कामाठीपुऱ्याची राणी गंगूबाई घरवाली... प्रत्यक्ष दाऊद इब्राहिमने ठार मारलेल्या आपल्या पतीच्या मृत्यूचा बदला घेण्यासाठी, केविलवाणी धडपड करणारी एक जिद्दी पत्नी... अशा अनेक 'हिरॉइन' पुस्तकाच्या पानांतून साकार होताना दिसतात.

अतिशय चित्रमय भाषाशैलीमुळे पुस्तक वाचत असताना आपण चित्रपट पाहतो आहोत, असं वाटत राहतं. पटकथेप्रमाणे कथानकाची रचना केल्याने वाचक भूतकाळातून वर्तमान आणि पुन्हा भूतकाळात सहजपणे फिरत राहतो. प्रत्येक कहाणी एक से बढकर एक असल्याने चित्रपटासाठी कोणती निवडावी, हे ठरवणं अतिशय कठीण आहे.

सुंदर, मुत्सद्दी, दयावंत अशा ह्या रणरागिणींच्या विलक्षण जगामध्ये तुमचं स्वागत आहे. 'अंडरवर्ल्ड ही केवळ पुरुषांची मक्तेदारी असून निडर, बेदरकार, क्रूर पुरुषांचीच तिथे सत्ता चालते', हा समज ह्या तथाकथित नाजूक, कोमल मनाच्या स्त्रियांनी मोडीत काढला.

'मुंबईची राणी कोण?' ह्या प्रश्नाचं उत्तर तुम्हाला पुढील पानांमध्ये सापडेल.

विशाल भारद्वाज

दोन शब्द

'माफिया क्वीन्स ऑफ मुंबई' हा मला पडलेल्या एका प्रदीर्घ – १५ वर्षं – स्वप्नाचा आविष्कार आहे. ९० सालच्या अखेरपर्यंत मी क्राइम रिपोर्टिंग करत असे. त्यासंदर्भात अनेक गुन्हेगार स्त्रियांबद्दलही ऐकायला मिळायचं. त्यांचे किस्से ऐकून मी अक्षरश: थरारून जायचो. त्यांच्याविषयी अतिशय कुतूहल वाटायचं. पुरुष गुन्हेगारांपेक्षा त्या अधिक धाडसी, कमालीच्या कारस्थानी असतात आणि काम तडीस नेण्यासाठी त्या दयामाया न दाखवता कोणत्याही थराला जाऊ शकतात, हे माझ्या लक्षात आलं.

लल्लन भाभीच्या कहाणीने माझ्या मनावर खोल ठसा उमटवला. पेट्रोलची भेसळ करणाऱ्या भाई लोकांच्या गर्दीत ती एकमेव भाभी होती. पावसाळ्यातील एका संध्याकाळी तिला पोलिसांनी अटक केली. शिवडी येथील पोलीस स्टेशनमध्ये तिची रवानगी झाली. नियमाप्रमाणे तिला एक फोन करायची परवानगी देण्यात आली. सर्वसाधारणत: असा फोन नातलगांना किंवा जामीन मिळवण्यासाठी वकिलाला केला जातो.

या पठ्ठीने पोलीस स्टेशनमधूनच, पोलिसांच्या नाकावर टिच्चून आपल्या घरीच फोन लावला. धाकट्या भावाला तिने फोनवरून सूचना दिली, 'आज रात्री मी घरी येणार नाही. स्वयंपाकघरातलं सामान हलवायचं बघ.'

नंतर ही गोष्ट मला सांगणाऱ्या पोलिसाच्या म्हणण्यानुसार, 'हे संभाषण ऐकून चौकीतले सारे पोलीस चांगलेच बुचकळ्यात पडले. नुकतीच अटक झालेली ही बाई मुलं, नवरा किंवा स्वत:च्या सुटकेची चिंता न करता स्वयंपाकघराचा विचार का करत्येय?'

अर्थात तिला काही विचारण्यात अर्थ नव्हताच. ती पोलिसांना सर्वकाही प्रामाणिकपणे सांगेल, हे अर्थातच शक्य नव्हतं. स्त्री असल्याने पोलिसी खाक्या दाखवून तिला बोलतं करणं, हेही शक्य नव्हतं. शेवटी पोलिसांनी घरी जाऊन तिच्या भावालाच बोलतं केलं. त्याने सर्व धडाधडा सांगून टाकलं, 'स्वयंपाकघरातलं

सामान हलव, म्हणजे भेसळयुक्त पेट्रोलचा तिथे लपवलेला साठा त्वरित दुसरीकडे नेण्याची व्यवस्था कर.'

या एका उदाहरणाने लल्लनभाभीने आपली धमक दाखवून दिली. 'आपण कायद्याला भीक घालत नाही, अटक झाली तरी लवकरच सुटका होऊन आपले धंदे पूर्ववत चालू करणार' हेच तिच्या एकूण आविर्भावातून दिसून आलं. कैदेत असताना आर्थिक नुकसान होऊ नये एवढीच माफक इच्छा असल्याने, तिने 'तो' फोन केला होता.

ही गोष्ट ऐकताक्षणी माझ्यामधील पत्रकार आणि लेखक जागा झाला. एका स्त्रीचं धाडस, मुत्सद्दीपणा पाहून मी कमालीचा चक्रावून गेलो. त्यानंतरच मी स्त्री-गुन्हेगारांविषयीचे तपशील गोळा करायला सुरुवात केली. पुढे-मागे पुस्तक लिहिलंच तर उपयोग होईल हा हेतू त्यामागे होता.

गेली अनेक वर्षं मी विविध गुन्हेगारांविषयी लिहीत आलोय. स्त्री आणि पुरुष गुन्हेगारांची तुलना करता गुन्हेगार स्त्रियांचं जीवन अधिक खडतर आणि धोकादायक असतं, असा निष्कर्ष मी काढलाय. एखाद्या जेनाबाई दारुवालीपेक्षा दाऊद इब्राहिम असणं जास्त सोपं आहे. छोटा राजन आणि छोटा शकीलसारखे अनेक गँगस्टर आढळतील; पण प्रत्यक्ष दाऊदला आव्हान देण्याचं धारिष्ट्य दाखवणारी सपना दीदी एखादीच! त्याची भयंकर शिक्षाही तिला मिळाली. अत्यंत निर्घृणपणे तिची हत्या झाली. तब्बल २२ वेळा तिला भोसकण्यात आलं होतं. त्यापैकी चार वार तिच्या गुप्तांगावर केले होते. 'माफियाशी पंगा घेणं महाग पडेल' अशी बाकीच्या स्त्रियांना धोक्याची सूचना होती ती.

गुन्हेगार स्त्रियांच्या अत्यंत गुंतागुंतीच्या मानसिकतेला समजून घेण्याचा प्रयत्न मी या पुस्तकामधून केला आहे. त्यांचं उदात्तीकरण करण्याचा उद्देश अजिबात नाही. केवळ माफियामुळेच गुन्हेगारी जगात त्यांनी प्रवेश केला असंही नाही. त्यांच्या जीवनाने असं धोक्याचं वळण घेतलं, त्यामागे अनेक गुंतागुंतीची कारणं आहेत. गरिबी हे एक महत्त्वाचं कारण होतं. कधी केवळ नाइलाजाने, आयुष्यात अन्य कोणताही पर्याय नसल्यानेच, अनेक स्त्रियांनी हा मार्ग स्वीकारला ह्यात शंका नाही. गुन्हेगार स्त्रियांना अवास्तव महत्त्व द्यायचा माझा हेतू नाही. प्रचलित सामाजिक नीतिमूल्यांच्या सीमा तोडण्याचं अफाट धैर्य त्यांच्यामध्ये होतं, या कारणामुळेच मला त्या चित्तवेधक वाटतात.

गुन्हेगारी विश्वामधील १३ असामान्य आणि शक्तिशाली स्त्रियांच्या जीवनकहाण्या शब्दबद्ध करणं हे मोठं जिकिरीचं आणि अतिशय आव्हानात्मक काम होतं. त्यामागील एक महत्त्वाचं कारण म्हणजे त्यांच्याविषयी फारसं काही लिहिलंच गेलं नव्हतं. बेकायदा दारूचा धंदा करणारी जेनाबाई दारूवाली, कुंटणखान्याची मॅडम

गंगूबाई काठियावाडी अशा स्त्रियांविषयी माहिती मिळवणं त्यामुळेच फार कठीण गेलं.

पत्रकारितेचा पहिला नियम म्हणजे पत्रकारांनी तटस्थ राहून, कोणतंही मत न बनवता अहवाल द्यावा. प्रश्न विचारावेत; पण बाजू घेऊ नये. हा नियम आम्ही कसोशीने पाळला आहे. मतप्रदर्शन टाळून फक्त वस्तुस्थिती समोर ठेवली आहे. न्यायालयीन कागदपत्रं, पोलिसांच्या नोंदी, विश्वासार्ह पत्रकार आणि महत्त्वाच्या वृत्तपत्रांमधून प्रसिद्ध झालेले वृत्तान्त, अशा विश्वसनीय सूत्रांच्या माहितीवर आमचं पुस्तक आधारलेलं आहे.

ह्या माध्यमांकडून न मिळू शकलेल्या माहितीसाठी आम्ही कथा नायिकांचे नातलग, शेजारी-पाजारी, निवृत्त पोलीस अधिकारी, मुरलेले अनुभवी पत्रकार आणि साक्षीदार अशा लोकांच्या मुलाखती घेतल्या. एखादा मुद्दा वादग्रस्त वा संशयास्पद वाटला, तर त्याबाबत दोन वेगवेगळ्या लोकांकडून खात्री करून घेतली. परस्परविरोधी तपशील आढळले, तर त्यांचा समावेश न करण्याची खबरदारी आम्ही घेतली आहे.

या पुस्तकाद्वारे मुंबईच्या राण्यांचं वास्तववादी आणि अचूक चित्रण करायचा आम्ही प्रयत्न केला आहे. पुस्तकामध्ये कपोलकल्पित काहीही नाही. कथेमध्ये नाट्यमयता आणि जिवंतपणा आणण्यासाठी काही जागी आम्ही वाङ्मयीन स्वातंत्र्य घेतलं आहे, पण तेदेखील अत्यावश्यक असेल तेव्हाच. कथेमधील सत्यता त्यामुळे जराही कमी होणार नाही, या गोष्टीची खबरदारी सातत्याने घेतली आहे.

❖

अनुक्रमणिका

१. डोंगरीमधली महाधूर्त बाई / १

२. कामाठीपुऱ्याची सम्राज्ञी / ४५

३. एका सुंदरीचा सूडप्रवास! / ६७

४. मादक पदार्थांच्या साम्राज्याची महाराणी / ११५

५. गँगस्टरची प्रिया / १३५

६. हिंदू डॉन्सच्या सहधर्मचारिणी / १६१

७. गँगस्टर्सची प्रेमपात्रं / १८३

८. मोहक मदनिकांचं मायाजाल / १९३

१

डोंगरीमधली महाधूर्त बाई

कब्रस्तानात

मरीन लाइन्सजवळच्या क्वीन्स नेकलेसवरच्या अजस्त्र टेट्रा-पॉडवर अरेबियन समुद्राच्या काळ्या-करड्या लाटा वेगाने आदळत आहेत. अनेक दिवस पाठशिवणीचा खेळ खेळल्यानंतर पाऊस पडायला लागलाय, त्यामुळे वातावरण आल्हाददायक झालंय.

अलीकडेपर्यंत, म्हणजे ८०च्या मध्यापर्यंतची गोष्ट. चर्नी रोडवरून मरीन लाइन्सकडे निघालेल्या पश्चिम रेल्वेच्या लोकलमधून उसळता समुद्र सहज दिसत असे. 'मरीन लाइन्स' हे नाव ब्रिटिश लोकांनी दिलंय. १९व्या शतकात ब्रिटिशांनी रेल्वेलाइनचं जाळं विणून मुंबई नगरी अनेक स्टेशनांशी जोडली होती. मरीन लाइन्स नावाचं मूळ ह्या गोष्टीमध्ये आहे. 'मरीन बटॅलियन लाइन्स'वरून मरीन लाइन्स हे नाव पडलं. पुढे ह्या जागी एअरफोर्स रहिवासी क्वार्टर्स आल्या. आजही मेट्रो ॲडलॅबच्या दक्षिणेकडे ह्या क्वार्टर्स बघायला मिळतात. प्रसिद्ध मरीन ड्राइव्ह प्रॉमिनाड आणि समुद्र ह्यांमधून फक्त एक रस्ता जातो – व्ही. ठाकरसी मार्ग.

स्टेशनला लागूनच बडा कब्रस्तान आहे. जीवन हे क्षणभंगूर आहे, ह्याची आठवण करून देणारं हे कब्रस्तान सुमारे साडेसात एकर जागेत पसरलं आहे. दीडशे वर्षं जुनी ही दफनभूमी स्टेशनच्या एवढी जवळ आहे की, स्टेशनच्या उत्तरेकडे असलेल्या ओव्हर-ब्रिजजवळ पोहोचण्यासाठी प्रवासी तिथूनच जाणं पसंत करतात.

मी बडा कब्रस्तानजवळ पोहोचलो, तेव्हा थडग्यांवर पाऊस कोसळत होता. त्यामुळे वातावरण अधिकच उदासवाणं वाटत होतं. कब्रस्तानमध्ये येण्याचं कारणही वेगळं होतं. हाजी मस्तानविषयी जाणून घेण्यासाठी मी इथे आलो होतो. आज त्याची बरसी आहे – मृत्युदिन. मुंबईचा अतिशय कुख्यात सुवर्णतस्कर – डॉन हाजी मस्तानच्या तिन्ही मुली दर वर्षी फुलं आणि गुलाबपाकळ्या वाहून त्याला श्रद्धांजली देण्यासाठी येतात, अशी माहिती मिळाल्याने मी कब्रस्तानात आलो आहे.

मुंबईमध्ये ही गोष्ट नवीन नाही. श्रीमंत लोकांच्या प्रियजनांना श्रद्धांजली वाहण्याच्या वेगवेगळ्या तऱ्हा दिसून येतात. दाऊद इब्राहिमच्या पोलीस कॉन्स्टेबल पित्याविषयी एक गोष्ट सांगितली जाते. इब्राहिम कासकरचं निधन झालं तेव्हा दाऊदने ट्रक भरभरून गुलाबपाकळ्यांचा वर्षाव पित्याच्या कबरीवरती केला होता. असं म्हणतात की, पुढचे तीन दिवस संपूर्ण कब्रस्तानामध्ये गुलाबपुष्पांचा सुगंध दरवळत होता.

पाण्याची डबकी चुकवायचा निष्फळ प्रयत्न करीत मी चालत होतो. नीटनेटक्या कबरींच्या रांगेच्या बाजूने पुढे गेल्यानंतर हाजी मस्तानच्या अंतिम विश्रांतीची जागा सहज सापडली. कबरीवरील दगडावर उर्दू आणि इंग्रजीमध्ये नाव लिहिलेलं होतं. ताज्या गुलाब पाकळ्यांचा सडा सभोवती पडला होता. पण ऐकलं होतं त्याप्रमाणे फुलांचे डोंगर दिसले नाहीत. तुरळक लोक कबरीजवळ जमून कुराणाचं पठण करीत होते. हीच डॉनची कबर आहे, ह्याची खात्री करून घेतलेली बरी असा विचार करून मी धीर एकटवला आणि एकाला विचारलं, ''क्या यह हाजी मस्तान की कबर है?''

काहींनी माझ्याकडे नापसंतीचा कटाक्ष टाकला; पण एकाने होकारार्थी मान हलवली. मस्तानच्या कबरीजवळचा साधासुधा, चपटासा नामफलक पाहून मी काहीसा विचारात पडलो. त्याच्या मुलींनी आजूबाजूच्या अनेक भव्य दगडी फलकांप्रमाणे का निवडला नाही हा, प्रश्न माझ्या मनात चमकला. 'मस्तानसारख्या डॉनची काय ही अवस्था' असा विचार करतच मी कब्रस्तानात निरुद्देश फिरायला लागलो.

बडा कब्रस्तानात मी प्रथमच आलो होतो. मुंबईचे अनेक कुख्यात गँगस्टर इथेच अखेरची विश्रांती घेत आहेत, असं मला समजलं होतं – करीम लाला, इब्राहिम दादा, रहीम खान, दाऊद इब्राहिमचा भाऊ साबीर कासकर इत्यादी. हाजी मस्तानच्या मुली कबरीवर फुलं आणि गुलाब पाकळ्यांचा वर्षाव करायला येतात ही तर अफवाच ठरली. त्यामुळे त्याची कहाणी अधुरीच राहणार असं दिसत होतं. आलोच आहे तर ह्या अन्य डॉनच्या कबरी बघाव्यात असं मी ठरवलं.

काहीशा भोळसटपणानेच मी विचारलं, ''क्या यहाँ अंडरवर्ल्डवालों के लिए अलग सेक्शन है?''

चुरगळलेला कुर्ता आणि गुडघ्यापर्यंत खोचलेली चौकडीची लुंगी घातलेला तो माणूस माझा प्रश्न ऐकून हसला. ''मियाँ, हे सर्व कब्रस्तानच अंडरवर्ल्ड आहे. इथे येणारा प्रत्येक जण अंडरवर्ल्डमध्ये जातो. अंडरवर्ल्डचे राजे आणि राण्या, सर्वच अखेरची विश्रांती घेण्यासाठी इथेच येतात...''

''अंडरवर्ल्डची राणी?'' मी आश्चर्याने विचारलं, ''अंडरवर्ल्ड डॉनची पत्नी म्हणायचंय का तुम्हाला?''

त्याने चहूबाजूला नजर फिरवली आणि माझ्याकडे नजर रोखून पाहिलं. मी त्याचा अर्थ ओळखून गुपचूप ५० रुपयांची नोट त्याच्या हातात सरकवली. त्यानेही

ती नोट चटकन कुर्त्याच्या खिशात लपवली.

"मस्तानची एक बहीण होती... काय बरं तिचं नाव... पूर्ण नाव आठवत नाही, पण काहीतरी गांधी असं असावं. आपले भूतपूर्व पंतप्रधान मोरारजी देसाईंना राखी बांधली होती तिने... महाराष्ट्राचे मुख्यमंत्री यशवंतराव चव्हाणसुद्धा तिला आदराने वागवायचे. ती मुंबईच्या अंडरवर्ल्डची राणी होती. तिच्यासारखी पुन्हा होणार नाही."

या म्हाताऱ्याचं डोकं फिरलंय की काय, अशी मला शंका आली. गेली १५ वर्षं मी क्राइम रिपोर्टर म्हणून काम करतोय. एवढ्या काळात मोठे राजकारणी आणि माफिया अशा दोघांबरोबर संबंध असणाऱ्या कोणाही स्त्रीविषयी काहीही ऐकिवात आलं नव्हतं. मस्तानची मानलेली बहीण, गांधी आडनाव, भारताच्या पंतप्रधानांना राखी बांधणारी, वजनदार मराठा मुख्यमंत्र्यांशी चांगला परिचय असलेली मुंबई अंडरवर्ल्डची राणी? सारंच विलक्षण.

डोकं फिरलेला असो अगर नसो, पण लुंगीवाला शकूर भाईच मला तिच्या कबरीजवळ घेऊन गेला. असंख्य कबरींमधून वाट काढत आम्ही कब्रस्तानच्या दुसऱ्या टोकाला पोहोचलो. एके ठिकाणी लहान मुलांना दफन करण्याची जागाही होती – 'तिफ्लन-ए-जन्नत' म्हणतात त्या जागेला.

बरीच मिनिटं चालल्यानंतर आम्ही कब्रस्तानच्या दक्षिणेकडील कोपऱ्यात पोहोचलो. तिथल्या L आकाराच्या कबरीकडे बोट दाखवून तो म्हणाला, "यही है उनकी कबर." कबरीची अवस्था अतिशय वाईट होती. नीट निगा राखलेली दिसत नव्हती. झाडंझुडपं वाढल्यामुळे कबर झाकली गेली होती.

कबरीवर नाव वगैरे काही लिहिलेलं दिसलं नाही. बाजूच्या दगडावर 'फॉर्म नं. २५४४, ओटा नं. ६०१' ही अक्षरं कोरलेली होती. बस इतकंच. मी शकूर भाईच्या हातामध्ये आणखी एक ५०ची नोट टेकवली आणि जायला सांगणार तोच तो बोलायला लागला.

"ती स्वातंत्र्यसैनिक होती. महात्मा गांधींबरोबर तिनेही इंग्रजांविरुद्ध लढा दिला होता."

हे ऐकून मी आ वासला. "काय सांगतोस?" मी अविश्वासाने विचारलं, "असं असेल, तर ती अंडरवर्ल्डची राणी कशी काय झाली?"

"कारण दाऊद इब्राहिम तिला आपली आई मानायचा. शिवाय पोलीस आणि माफिया, दोघंही तिची इज्जत करायचे. सर्व गँगवर तिचा वचक होता."

मी आणखी एक नोट त्याच्या हातात सरकवली आणि विचारलं, "कुठे राहायची ती? आणि मुंबईत कोणत्या भागामधून तिचं काम चालायचं?"

"डोंगरी."

पालेर्मो हा सिसिलियन माफियांचा बालेकिल्ला होता, तसाच मुंबई माफियांचा

डोंगरी हा बालेकिल्ला होता, निदान दाऊद इब्राहिमच्या काळात तरी होता. 'डोंगरी' हे नाव ऐकताच अचानक माझ्या डोक्यात प्रकाश पडला.

"अच्छा, म्हणजे ही जेनाबाईची कबर आहे तर?" मी उत्सुकतेने विचारलं.

म्हाताऱ्याने जोरजोरात मान डोलावली, "हा, हा, ही जेनाबाईचीच कबर आहे."

मी बुचकळ्यात पडलो. जेनाबाई बेकायदा दारूचा धंदा करायची, पोलिसांची खबरी होती, हे मी ऐकलं होतं. पण ह्या कबरी खोदणाऱ्या म्हाताऱ्याने जेनाबाईविषयी नवीनच माहिती दिली होती. माझी जिज्ञासा चाळवली होती. जेनाबाईची गोष्ट जाणून घ्यायलाच हवी.

'बैतुल सुरूर'मधील मसलत

त्या दोन मजली बंगल्याच्या नक्षीदार लोखंडी फाटकातून काळी मर्सिडिज वेगाने बाहेर पडली. १९८० साल. जून महिना. पावसाळ्याला नुकतीच सुरुवात झाली होती. आतादेखील पाऊस पडतच होता.

जात्या गाडीकडे पाहत तो एकटाच बंगल्याच्या बाल्कनीमध्ये उभा होता. चेहरा चिंताग्रस्त दिसत होता. ताण कमी करण्यासाठी त्याने सफेद कुर्त्याच्या खिशातून ५५५चं पाकीट काढून सिगारेट शिलगावली. सिगारेट ओढत तो व्हरांड्यामध्ये अस्वस्थपणे येरझाऱ्या घालू लागला. मुंबईतील अतिशय महागड्या भागातील – पेडर रोड येथील – त्याच्या बंगल्याचं नाव होतं 'बैतुल सुरूर'. अरेबिकमध्ये त्याचा अर्थ 'आनंद निवास'.

शेवटी तब्बल दोन तासांनी गाडी परतली. तोपर्यंत सात सिगारेटींची राख झाली होती. गाडी पाहून त्याने सुटकेचा मोठा नि:श्वास सोडला. ड्रायव्हरने उतरून मागचं दार उघडलं. आतमधून साधारण सत्तरीची एक स्त्री बाहेर पडली. पावसात भिजू नये म्हणून हातातील काळी छत्री उघडायची तिची धडपड चालली होती.

तिच्या स्वागतासाठी बंगल्याचं दार उघडंच ठेवलं होतं. जेनाबाई आत येतेय, हे पाहून हातातील आठवी सिगारेट रक्षापात्रात विझवून तो घाईघाईने खाली गेला.

काही तासांपूर्वी त्याने फोन करून रात्रीच्या भोजनासाठी तिला आमंत्रण दिलं होतं. त्याच्या स्वरातील निकड जाणवून तिने आमंत्रणाचा तत्काळ स्वीकार केला. डोंगरी भागातील एका जुन्या इमारतीत लहानशा खोलीत ती राहायची. तिथून तिला आणण्यासाठीच मर्सिडिज गेली होती. ती गाडीत बसली तेव्हा ड्रायव्हरने प्रेमाने तिला अदबशीर सलाम केला. जुन्या, पडक्या इमारतींच्या वस्तीतून गाडी आलिशान पेडर रोडकडे निघाली. पाऊस कोसळत असला, तरी डोंगरीमधील नित्याचे व्यवहार व्यवस्थित सुरू होते. निळे-काळे प्लॅस्टिकचे पडदे लावून छोटी दुकानं, ठेलेवाल्यांचा धंदा चालू होता.

डोंगरीसारख्या सामान्य वस्तीमध्ये ती भपकेदार गाडी फारच उठून दिसत होती. गाडी कोणासाठी आली आहे, गाडीमधील व्यक्ती कुठे आणि कोणाच्या भेटीसाठी चालली आहे, ह्याची वस्तीवाल्यांना कल्पना होती. भेटीमागची कारणं मात्र बैतुल सुरूरच्या चार भिंतींबाहेर, अख्ख्या डोंगरीमध्ये आदरयुक्त दरारा असणाऱ्या त्या स्त्रीव्यतिरिक्त, अन्य कोणालाही माहीत नव्हती.

डोंगरीहून पेडर रोडवरच्या बंगल्यात पोहोचायला तासभर लागला असेल. बहुधा तेवढ्या विश्रांतीमुळे जेनाबाईला चांगलं ताजंतवानं वाटायला लागलं. पिवळट पांढुरक्या रंगामुळे बंगला उदासवाणा वाटत होता. खिडक्यांना सफेद रंगाच्या नक्षीदार जाळ्या, दगडी भिंती, लहानसं प्रवेशद्वार आणि कुंड्या असा अजिबात भपका नसलेला बंगला पाहून आत कोण राहतंय आणि त्याचा काय व्यवसाय आहे, ह्याचा पत्ता लागणं अशक्य होतं.

तिने आतमध्ये प्रवेश केला तेव्हा तो स्वागतासाठी समोरच उभा होता. भिजलेली छत्री बंद करून तिने दाराजवळच्या बाल्कनीमध्ये ठेवली.

"सलाम आपा." तो तिला 'आपा' म्हणायचा; म्हणजे मोठी बहीण.

"सलाम."

तिला आतमध्ये, प्रशस्त दिवाणखान्यात घेऊन जाताना तो म्हणाला, "आपा, बोलावल्यावर लगेच आल्याबद्दल आभार."

उत्तरादाखल तिने एक लांबरुंद हास्य फेकलं. त्याच्या स्वरातील चिंता तिला जाणवली. सोफ्यावर आरामात बसून तिने पुढ्यातल्या टेबलावर पाय ठेवले. पिण्यासाठी पाणी मागताच क्षणार्धातच एका नोकराने पाण्याचा ग्लास समोर आणून ठेवला. तो आत गेल्यावर तिने विचारलं, "भाई, काय झालं? तू फार काळजीत दिसतो आहेस."

त्याने बोलायला सुरुवात केली, पण 'आपा' एवढंच म्हणून तो बराच वेळ गप्पच राहिला. "मी फार मोठ्या संकटात सापडलोय. आणि कधीही समस्या उभी राहिली की, मला फक्त तुझीच आठवण येते." मौन सोडून तो म्हणाला.

त्याचे हे शब्द ऐकून जेनाबाई काहीशी अस्वस्थ झाली. मस्तान हैदर मिर्जा. मुंबईमध्ये अत्यंत खतरनाक म्हणून प्रसिद्ध. आत्यंतिक गरिबीत जन्मलेला मस्तान आज समाजात धनाढ्य आणि बलाढ्य व्यक्ती बनला होता. त्याच्या विलक्षण जीवनकहाणीने अनेक चित्रपटांना खाद्य पुरवलं होतं. अशा मस्तानवर आपला एवढा जबरदस्त प्रभाव आहे, हे पाहून जेनाबाई गोंधळात पडली.

आख्यायिकेनुसार मस्तान मूळचा चेन्नईचा. १९३४मध्ये तो पित्याबरोबर मुंबईत आला. सुरुवातीला सायकल दुरुस्तीची कामं करायचा. १९४४पासून त्याने मुंबई गोदीत कुलीचं काम करायला सुरुवात केली. एडन, दुबई आणि हाँगकाँगकडून

येणाऱ्या जहाजांतील मोठमोठे पेटारे आणि बोजे उतरवायचं काम करता-करता त्याने सोनं, चांदीच्या विटा आणि विद्युत उपकरणांची तस्करी करायला सुरुवात केली. त्या धंद्यात लाखोंची कमाई केली. करीम लाला, वरदाराजन मुदलियार ह्यांच्यासारख्या खतरनाक डॉनबरोबर मस्तानचंही नाव घेतलं जाऊ लागलं. कैक वर्षं अवैध कृत्यं करून मिळवलेल्या अमाप संपत्तीमधूनच त्याचा बंगला उभा राहिला होता. त्याची आलिशान मर्सिडिज आणि समाजातील दबदबादेखील त्याचाच परिणाम होता.

'अशा' मस्तानच्या समस्या सोडवण्यासाठी, त्याला सल्ला आणि मार्गदर्शन करण्यासाठी जेनाबाईला पाचारण करण्यात आलं होतं... तो आपल्याला 'आपा' म्हणतो, मोठी बहीण असं अदबीने संबोधतो, ह्याचा जेनाबाईला अभिमान वाटला.

कारस्थानी कारकिर्दीची सुरुवात

१९२० साली एका मुस्लीम मेमन हलाई कुटुंबामध्ये झैनाब उर्फ जेनाबाईचा जन्म झाला. ती सहा भावंडांपैकी एक. व्हिक्टोरिया गाडी चालवून तिचा पिता संसाराचा गाडा हाकायचा. मुंबईत महंमद अली रोडवरच्या डोंगरी येथील चाळीत एका खोलीत सारे राहायचे.

डोंगरी, काळबादेवीच्या कापड बाजाराजवळ होतं. पूर्वीचं मुंबई बेट मलबार टेकडीपासून डोंगरी टेकडीपर्यंत पसरलं होतं. मुंबई सात बेटांमध्ये विभागली होती – कुलाबा, म्हातारीचं बेट, माहिम, परळ, वरळी आणि माझगांव. १७०० सालच्या मध्यात ही वेगवेगळी बेटं एकत्र करण्याची योजना आखण्यात येऊन, डोंगरी टेकडी सपाट करण्यात आली. क्रॉफर्ड मार्केटच्या उत्तरेकडील आणि कामाठीपुऱ्याच्या दक्षिणेकडील विभाग जोडल्यानंतर तो भाग 'डोंगरी' ह्या नावाने ओळखला जाऊ लागला.

जुन्या, मोडक्या चाळींची दाटीवाटी असलेली डोंगरी आता जे.जे. फ्लायओव्हर खालून पुढे पसरली आहे. इथली वस्ती प्रामुख्याने मुस्लीम लोकांची आहे.

सकाळपासूनच डोंगरीचे फुटपाथ असंख्य विक्रीच्या वस्तूंनी ओसंडून वाहायला लागतात. इस्लाम धर्माची शिकवण देणाऱ्या टेपपासून अत्तरं, मेंदी, चिकन कुर्ते, मोजड्या अशा विविध वस्तूंची विक्री इथे होत. बाजारात अनेक इराणी, अफगाणी हॉटेलं, बेकऱ्या आणि मिठाईची दुकानंही होती. मावा केक, गरमागरम जिलब्या, खीर आणि गुलाबजाम यांबरोबरच दुपारनंतर, संध्याकाळी चवदार गरम कबाब, बिर्याणी, मटण यांचे चटकदार वास दरवळायला सुरुवात होई.

उर्दूमध्ये लिहिलेल्या पाट्या, मशिदीबाहेर नमाज पढणाऱ्यांच्या रांगा आणि भाजीपाला खरेदी करणाऱ्या बुरखाधारी स्त्रिया पाहून, परक्या व्यक्तीला डोंगरी दुसऱ्या कुठल्यातरी देशाचा भाग आहे, असंच वाटलं असतं. १९९०च्या मध्यापर्यंत डोंगरी टोळीयुद्धं, जातीय दंगली आणि कत्तली ह्यांसाठी कुप्रसिद्ध होतं. १९२०-

३०मध्ये मात्र डोंगरी स्वातंत्र्य चळवळीचं एक प्रमुख केंद्र होतं.

जातिधर्माची बंधनं आडवी न येता सर्वधर्मीय स्त्री-पुरुष स्वातंत्र्यलढ्यासाठी रस्त्यावर उतरत असत. जेनाबाईदेखील त्यांच्यामध्ये असायची. गांधीजी आणि स्वातंत्र्य चळवळीची ती खंदी समर्थक होती. स्वत:च्या पुराणमतवादी मुस्लीम पार्श्वभूमीला महत्त्व न देता ती स्वातंत्र्यलढ्यामध्ये हिरिरीने भाग घेई. ती शाळेत जात नसे, त्यामुळे जवळजवळ संपूर्ण दिवस रस्त्यावर घोषणा देत हिंडणं तिला जमायचं.

चौदा वर्षांची असताना जेनाबाईचा निकाह मोहमद शाह दरवेशबरोबर झाला. डोंगरीतल्याच चुनावाला बिल्डिंगमध्ये ती राहायला गेली. दरवेशचा छोटासा लाकडाचा धंदा होता. तिला दरवेशपासून पाच मुलं झाली – खदिजा, इक्बाल, सलीम, कमाल आणि शम्मी. विवाहानंतरही स्वातंत्र्य चळवळीत भाग घेणं तिने थांबवलं नव्हतं. ब्रिटिशांच्या 'फोडा आणि राज्य करा' या धोरणामुळे अनेकदा हिंदू-मुस्लीम दंगली होत. त्या वेळी जेनाबाई हिंदूंना संरक्षण द्यायची. त्यासाठी तिने वारंवार नवऱ्याचा मारही खाल्ला होता.

१९४७मध्ये भारताची फाळणी झाली. ब्रिटिशांनी भारताचा नकाशा बदलला. येथील असंख्य हिंदू आणि मुस्लिमांनी तुकडे केलेल्या देशांमध्ये धर्मानुसार स्थलांतर केलं. दरवेशनेही पाकिस्तानला जायचं ठरवलं, पण लहानपणापासून स्वातंत्र्यासाठी झगडलेल्या जेनाबाईने मुंबई सोडायला ठाम नकार दिला. दरवेशनेही आपला हट्ट सोडला नाही. जेनाबाई आणि पाच मुलांना सोडून तो एकटाच पाकिस्तानला निघून गेला.

एकट्या पडलेल्या जेनाबाईला काय करावं, हे समजेनासं झालं. त्याचवेळी मुंबईमध्ये धान्य, डाळींची चणचण भासू लागली. फाळणीनंतर भारतातील बऱ्याच शेतजमिनी पाकिस्तानमध्ये गेल्या होत्या. परिणामत: हळूहळू गहू, तांदूळ, डाळींचा पुरवठा कमी होऊन मध्यमवर्गाला त्याचा फटका बसला. त्या काळी मुंबईत रेशनवर धान्य मिळायचं, तेसुद्धा फारच मर्यादित प्रमाणात. साहजिकच ते पुरत नसे. मुस्लीम समाजात पुलाव, बिर्याणी असे भाताचे प्रकार रोजच्या जेवणात हटकून असायचेच. अन्नधान्य, डाळी, गहू अपुरे पडू लागल्याने बहुसंख्य लोक नाइलाजाने काळ्या बाजारातून धान्य खरेदी करू लागले.

त्याकाळी, म्हणजे १९४०च्या सुमारास मस्जिद बंदरामधील दाणाबाजार हे धान्याचं प्रमुख घाऊक विक्री केंद्र डोंगरीनजीकच होतं. आपल्या परिवाराचा उदरनिर्वाह करण्यासाठी जेनाबाईने झटपट पैसा कमावण्याचा मार्ग पत्करला. घाऊक धान्यविक्रेते आणि काळ्या बाजारात चढ्या भावाने धान्य विकणारे दुकानदार, ह्यांच्यामधील दलाल म्हणून ती काम करू लागली. दाणाबाजारातून घाऊक प्रमाणात डाळी,

कडधान्यं, साखर आणि बासमती तांदूळ विकत घेऊन, ते ती दुकानदारांना विकायची. त्या बदल्यात दलाली म्हणून तिला नफ्यामधील काही हिस्सा मिळत असे. तिच्या चाळीत राहणाऱ्या लोकांनाही ती धान्य विकायची. परवान्याशिवाय धान्य साठवणं आणि त्याची विक्री करणं हा शिक्षापात्र गुन्हा होता. चुनावाला चाळीतील जेनाबाईच्या खोलीवर पोलिसांनी अनेक वेळा छापा टाकला, परंतु तिच्यावर गुन्हा दाखल करण्याइतपत पुरावा त्यांना कधीही मिळाला नाही.

मेमन असल्याने ती अस्खलित गुजराथी बोलायची. बहुसंख्य धान्य व्यापारी आणि दुकानदार गुजराती असल्याने, त्यांच्याशी व्यवहार करणं तिला सुलभ जाई. हे सर्व व्यापारी तिला 'जेनाबेन' म्हणून संबोधत असत. तांदूळ खरेदी-विक्रीचा व्यवहार करत असल्यामुळे पुढे ती 'चावलवाली' ह्या नावाने ओळखली जाऊ लागली. डोंगरी आणि दाणाबाजारचे रहिवासी तिला 'जेनाबाई चावलवाली' असं म्हणू लागले.

भोजन राजनीती

विचारात व्यग्र असलेला मस्तान बराच वेळ काही बोलला नाही. जेनाबाईनेही त्याला छेडलं नाही. आतापर्यंत दोन कप आल्याचा चहा पिऊन झाला होता. तिसरा चहा बशीत ओतून त्याचे घुटके घेत ती शांतपणे मस्तानच्या बोलण्याची वाट पाहत होती.

अचानक तो तणावग्रस्त मुद्रेने म्हणाला, "आपा, मला तुझी मदत हवीय. ही गोष्ट माझ्यासाठी अतिशय महत्त्वाची आहे."

काचेच्या टेबलावरचे पाय खाली घेऊन जेनाबाई उठून उभी राहिली. "भाई, काय झालंय? मी केव्हापासून वाट बघतेय तू काही सांगशील म्हणून..." उंच टाचांचे सोनेरी सँडल पायात घालताना ती म्हणाली.

"जेवतानाच सांगतो सर्वकाही. तेव्हाच बोलू." तो म्हणाला.

तिचा सफेद रंगाचा चिकनचा कुर्ता थोडासा चुरगळला होता. मेंदीने रंगवलेल्या लाल-नारिंगी केसांवरली ओढणीही थोडी सरकली होती. कुर्ता आणि ओढणी ठीक-ठाक करून ती जेवणासाठी आत निघाली. हातामध्ये खूप साऱ्या सोन्याच्या बांगड्या, कानामध्ये चमकणारी हिऱ्याची कर्णभूषणं घातलेली जेनाबाई एकदम रुबाबदार दिसत होती.

जेवणाच्या टेबलावर खाद्यपदार्थांची – मटण, कुर्मा, पुलाव, कबाब, मुर्ग मसल्लम यांची – रेलचेल होती. मस्तान आणि जेनाबाई समोरासमोर स्थानापन्न झाले. नोकराने प्रथम जेनाबाईला सर्व पदार्थ वाढले. तिने 'पुरे' म्हणून मान डोलावल्यानंतर तो पुलाव वाढण्यासाठी मस्तानकडे गेला, पण त्याने 'आत्ता नको' म्हणून नोकराला थांबवलं.

"तू जेवणार नाहीस?" जेनाबाईने विचारलं.

"आता मी फक्त सिगारेट ओढणार आहे," तो उत्तरला.

जेनाबाईने जेवायला सुरुवात केली. मस्तानही बोलायला लागला. थबकत,

अतिशय विचारपूर्वक वाक्यं जुळवत त्याने आपलं मन मोकळं करायला सुरुवात केली.

"आपा, माझे सर्व बेकायदेशीर धंदे मला बंद करायचे आहेत."

"का?" जेनाबाईने आश्चर्याने विचारलं.

"गेली काही वर्षं मी एकतर जेलमध्ये किंवा कोर्टाच्या असंख्य वाऱ्या करण्यात घालवली आहेत. नारायण भाईंनी (जनता दलाचे अध्यक्ष जयप्रकाश नारायण) माझ्या सुटकेसाठी प्रयत्न केले, पण तत्पूर्वी 'बेकायदेशीर धंदे ह्यापुढे करणार नाही,' असं वचन त्यांनी माझ्याकडून घेतलं. अन्य व्यवसाय करण्यासाठी प्रयत्न करतोय, पण यश येत नाही." मस्तान म्हणाला.

जेनाबाई शांतपणे त्याचं बोलणं ऐकत होती.

गेली सात-आठ वर्षं मस्तानला फारच त्रासाची गेली होती. १९७४मध्ये 'अंतर्गत सुरक्षा कायदा' (MISA)च्या अंतर्गत मस्तानला अटक होऊन तीन महिन्यांसाठी तुरुंगात टाकण्यात आलं. त्यातून बाहेर आला तोच 'कॉन्झर्व्हेशन ऑफ फॉरिन एक्स्चेंज अँड प्रिव्हेन्शन स्मगलिंग ॲक्ट' खाली सरकारने त्याला पुन्हा अटक केली. १९७७च्या आणीबाणीच्या काळात करीम लालासारख्या अन्य गुन्हेगारांबरोबर त्यालाही 'मिसा'खाली तुरुंगात टाकण्यात आलं. वास्तविकत: जेनाबाईलादेखील 'मिसा' लावण्यात आला होता; परंतु आरोप सिद्ध न झाल्यामुळे तिला सोडण्यात आलं.

'मिसा' हा वादग्रस्त कायदा भारतीय संसदेने १९७१ साली अमलात आणला होता. त्या वेळी पंतप्रधानपदी असलेल्या इंदिरा गांधींनी कोणाही व्यक्तीला प्रतिबंधक उपाय म्हणून अनिश्चित काळापर्यंत तुरुंगात डांबणं; विनावॉरंट मालमत्तेची झडती आणि ती जप्त करण्याचे अधिकार मिळावेत, म्हणून मिसाचा कायदा आणला. राम जेठमलानींसारखे नावाजलेले वकील खटला लढवायला असूनही मस्तान आणीबाणीच्या संपूर्ण काळामध्ये तुरुंगामध्ये खितपत पडला होता.

मुंबईमध्ये एक मोठा तस्कर म्हणून असलेला आपला दबदबा फारच कमी झालाय, ह्याची जाणीव मस्तानला झाली. सतत कोर्टकचेरीची झेंगटं मागे लागल्याने त्याच्यावर बरंच कर्जही झालं होतं.

आणीबाणी संपली आणि १९७९मध्ये जनता पक्ष सत्तेवर आला. पंतप्रधान मोरारजी देसाईंनी आपल्यावर दयाबुद्धी दाखवावी, ह्यासाठी मस्तानने जयप्रकाश नारायण ह्यांना साकडं घातलं. 'ह्यापुढे काळे धंदे करणार नाही' असं लेखी प्रतिज्ञापत्र सरकारपुढे सादर करून, मस्तानने शपथ घेतली. विनंती मान्य करून मस्तानची सुटका करण्यात आली.

"मी कर्जामध्ये गळ्यापर्यंत बुडलोय, आपा... कर्जं फेडायची आहेत. घरदेखील

गहाण टाकलंय. चित्रपट किंवा स्थावर मालमत्ता ह्या दोनच धंद्यांमध्ये पैसे गुंतवणं शक्य दिसतंय. अन्य काही मार्ग दिसत नाही,'' मस्तान म्हणाला.

''चित्रपटांमध्ये पैसे गुंतवणं फारच जोखीमदायक आहे,'' जेनाबाई म्हणाली. कैक वर्षांपूर्वी झालेली मस्तानची प्रथम भेट तिला आठवत होती. मुंबईच्या तमिळ डॉनने – वरदाराजन मुदलियारने तिची मस्तानशी ओळख करून दिली होती. त्या वेळचा जिगरबाज, रुबाबदार मस्तान तिच्या डोळ्यांसमोर उभा होता...

'चावलवाली' ते 'दारूवाली'

'**दा**रूबंदी' हा महात्मा गांधी, तसंच काँग्रेसच्या प्रचाराचा महत्त्वाचा मुद्दा होता. साहजिकच १ ऑगस्ट १९३९ रोजी बॉम्बे प्रांतामध्ये काँग्रेसचं मंत्रिमंडळ स्थापन झाल्यानंतर दोन वर्षांनी, बॉम्बेमध्ये दारूबंदी लागू करण्यात आली. तथापि त्यानंतर लगेचच दारूबंदी समर्थक आणि विरोधक ह्यांच्यामध्ये चकमकी सुरू झाल्या.

त्या वेळचे गृहमंत्री बॅरिस्टर के.एम. मुन्शी ह्यांनी, दारूबंदी कायद्याची अंमलबजावणी प्रभावीपणे व्हावी म्हणून मोठ्या प्रमाणात पोलीस-भरती केली. 'एक्स डिव्हिजन' नावाचा विशेष पोलीस विभाग निर्माण करण्यात आला, आणि त्याच्या प्रमुखपदी 'डेप्युटी कमिशनर ऑफ पोलीस, प्रोहिबिशन'ची नियुक्ती झाली. नवीन पोलीस अधिकाऱ्यांना दारूबंदी कायद्याच्या अंमलबजावणीसाठी खास प्रशिक्षण देण्यात आलं. जकात विभागातील अधिकाऱ्यांना पोलीस विभागात आणण्यात आलं.

तथापि १९३९ सालीच दुसरं महायुद्ध सुरू झालं आणि दारूबंदीसाठी निर्माण केलेलं प्रचंड पोलीस दल गोदीच्या सुरक्षेसाठी तैनात करण्यात आलं. साहजिकच दारूबंदीच्या अंमलबजावणीवर त्याचा विपरीत परिणाम झाला.

१९४६मध्ये नाझींचा पराभव झाला. काँग्रेस सरकार पुन्हा सत्तेवर आलं आणि मुंबईत पुन्हा एकदा दारूबंदी लागू करण्यात आली. मुरब्बी राजकारणी आणि त्या वेळच्या बॉम्बे प्रांताचे मुख्यमंत्री मोरारजी देसाई हे दारूविक्री आणि दारूपान ह्यांचे कट्टर विरोधक होते. 'बॉम्बे प्रोहिबिशन ॲक्ट ऑफ १९४९' पास करून त्यांनी ६ एप्रिल १९५०पासून मुंबईमध्ये संपूर्ण दारूबंदी जारी केली. हा कायदा अमलात येण्यापूर्वी ख्रिश्चन आणि कोळी समाज स्वतःसाठी दारू गाळत असत. जांभूळ, जिरा, मोह अशा प्रकारची दारू ते तयार करायचे. बाकीची दारू पाश्चिमात्य देशांकडून – विशेषतः इंग्लंडमधून – येत असे.

दुर्दैवाने दारूबंदीमुळे मुंबईतील गुन्हेगारीमध्ये वाढच झाली. तस्कर आणि

दारूचा बेकायदा धंदा करणाऱ्यांचा मार्ग खुला झाला. शिवाय दारूविना घसा सुकणाऱ्यांच्या सोयीसाठी आंटींचे गुत्ते जागोजागी सुरू झाले, ते वेगळंच! गरीब गोवन ख्रिश्चन स्त्रिया स्वयंपाकघरात, मागच्या अंगणात दारू गाळायच्या. अशी घरगुती दारू चोरून विकून त्यांना चांगली कमाई व्हायची. ह्या ख्रिश्चन आंट्यांची नावं उच्चारणं गिऱ्हाइकांना कठीण जाई, त्यामुळे त्यांच्या देहवैशिष्ट्यांवर बेतलेली टोपणनावं त्यांना मिळाली होती. उदाहरणार्थ, गोरी आंटी, चिकनी आंटी, बैदेवाली आंटी इत्यादी... बेकायदा दारू गाळण्याचा धंदा फारच जोरात चालू लागला. त्यामधून हजारो रुपयांचा नफा मिळू लागला. आंटींचे गुत्ते हा मुंबईचा अविभाज्य भाग बनून गेला.

ह्याच सुमारास जेनाबाई चावलवालीने इक्बाल गांधीबरोबर पुनर्विवाह केला. त्याचंही पूर्वी लग्न झालेलं होतं. जेनाबाई अजूनही धान्याचा काळाबाजार करत होतीच; पण त्यामध्ये फारच मामुली नफा होत होता. तुटपुंज्या कमाईवर जगायचा तिला अतिशय वीट आला होता. अशा वेळी तिची तमिळ डॉन – वरदाराजन मुनीस्वामी मुदलियारबरोबर भेट झाली.

छत्रपती शिवाजी टर्मिनसवर बिस्मिला शाहबाबांचा २६० वर्षांचा पुरातन दर्गा आहे. अन्य असंख्य श्रद्धाळू भक्तांप्रमाणे जेनाबाईसुद्धा तिथे जात असे. एके दिवशी संध्याकाळी दर्ग्यातून निघताना एक हट्टाकट्टा, रंगाने काळा, साधारण पस्तिशीचा माणूस भक्तांना नियाझ वाटत असताना तिच्या दृष्टीस पडला. डोंगरीमधील शेजाऱ्यापाजाऱ्यांकडून त्याच्या दयाळूपणाचे, दानशूरतेचे बरेच किस्से तिने ऐकले होते. हिंदू असूनही दर्ग्यामध्ये तो खूप दानधर्म करत असतो, हेही लोकांना माहीत होतं. नियाझ घ्यायच्या निमित्ताने ती त्याची भेट घेण्यासाठी थांबली.

प्रार्थना संपवून तो थोडा वेळ नेहमीच्या परिचित लोकांशी बोलत बाहेर बसला असताना जेनाबाई त्याच्याजवळ गेली. तिने आपल्या बिकट परिस्थितीचं रडगाणं सुरू केलं, ''भाई, मला तुमच्या मदतीची अतिशय गरज आहे. नवरा काही कमवत नाही. घरदार चालवणं, मुलांना खायला घालणं ह्या साऱ्या जबाबदाऱ्या माझ्या एकटीच्या डोक्यावर आहेत... काही वर्षं धान्याचा व्यवसाय केला; पण त्यामध्ये फारशी कमाई होत नाही. काय करावं समजेनासं झालंय. आपण खूप मोठे आहात. सर्व जण तुमचा आदर करतात... तुम्ही मला एखादं लहानसं काम दिलंत, तर उपकार होतील. देव तुमचं भलं करील...''

त्या माणसाने – लोक त्याला प्रेमाने 'वरदा' म्हणत – तिचं म्हणणं शांतपणे ऐकून घेतलं. तिच्या स्वरातील, बोलण्यातील हुशारी ओळखून आपल्या दारूच्या बेकायदा धंद्यामध्ये तिचा चांगला उपयोग होईल, हे त्याला जाणवलं. अन्य अनेक लोकांप्रमाणे वरदाराजननेही दारूचा धंदा सुरू करायचं ठरवलं होतं. मध्य मुंबईमधील

दलदलीच्या भागात त्याच्या माणसांनी दारू गाळण्याचा उद्योग सुरूही केला होता.

बराच वेळ विचार करून वरदाने दीर्घ श्वास घेऊन प्रश्न केला, "तू दारूचा धंदा करशील का?"

जेनाबाईला धक्का बसला. "भाई, काय बोलताय तुम्ही? माझ्या धर्माच्या विरुद्ध आहे ते. मला नाही जमणार." ती म्हणाली.

"मी तुला दारू प्यायला सांगत नाही. कितीतरी मुस्लीम लोक ह्या धंद्यात आहेत. दारू पिणं निषिद्ध असेल, पण हा धंदा करू नये, असं तर तुझा धर्म सांगत नाही ना?" त्याने विचारलं. "दारूच्या धंद्यात खूप पैसा मिळतो. गृहिणींपासून मोठ्या व्यावसायिकांपर्यंत सारेच ह्या धंद्यात उतरलेत. सरकारच्या मूर्खपणाच्या धोरणाचा फायदा घेऊन प्रत्येक जण पैसा कमावून घ्यायला बघतो आहे."

तरीही जेनाबाई गप्पच होती. वरदा पुढे म्हणाला, "माझ्यावर विश्वास ठेव. सुरुवातीला मलादेखील तुझ्याप्रमाणेच हा धंदा करू नये असं वाटायचं; पण आज बघ, करोडो कमावतो आहे. देवाने माझ्यावर कृपा केली. कृतज्ञता व्यक्त करण्यासाठीच मी दर आठवड्याला इथे येत असतो. दारूचा धंदा करूनदेखील तू एक सच्ची मुसलमान राहशील ह्याची खात्री बाळग."

"मी नेमकं काय करायचं?" तिने विचारलं.

"अँटॉप हिलवर माझी जमीन आहे. तिथे माझी माणसं दारू गाळतात. ती विकणं हे तुझं काम. नफा आपण दोघांमध्ये अर्धा-अर्धा वाटून घेऊ."

तरीही जेनाबाईचं मन तयार होत नव्हतं. तिने शंकित होऊन पुढे विचारलं, "समजा मी हे काम केलं... साधारण किती पैसे मिळतील?"

"तू किती विक्री करतेस त्यावर ते अवलंबून असेल. हजारो... कधी लाखो रुपयेसुद्धा मिळवू शकशील."

जेनाबाई विचारात पडली. "आणि ह्या धंद्यामध्ये धोका किती आहे?"

वरदा छद्मी हसून म्हणाला, "तू त्याची काळजी करू नकोस! पोलिसांना कसं पटवायचं तेवढं तू बघ."

सरतेशेवटी जेनाबाईचा निर्णय झाला. तिचाही चेहरा कावेबाज हास्याने उजळून निघाला.

१९६०च्या सुरुवातीला, वरदाच्या मदतीने जेनाबाईचा दारूचा धंदा सुरू झाला. विकी भाई – तिचा महाराष्ट्रीय शेजारी – तिचा मदतनीस आणि आर्थिक व्यवहार सांभाळणारा चिटणीस अशा दोन्ही भूमिका निभावू लागला. जेनाबाईचं वय, अनुभव आणि सर्वांत महत्त्वाची गोष्ट पोलिसांना हाताळण्याची तिची हुशारी ह्यामुळे तिचा धंदा चांगलाच भरभराटीस आला. लवकरच जेनाबाई वरदाच्या जवळच्या वर्तुळात गणली जाऊ लागली. लोक तिला 'जेनाबाई दारूवाली' म्हणून ओळखू लागले.

वरदाचा दबदबा वाढत होता. वृत्तपत्रातील बातमीनुसार त्याच्या बेकायदा दारूच्या धंद्याची वार्षिक उलाढाल १२ करोडपर्यंत पोहोचली. वरदा तेवढ्यावर खूश नव्हता. त्याला आपल्या साम्राज्याचा विस्तार करायचा होता. सोन्याच्या तस्करीमध्ये भरपूर पैसा मिळे; पण मुस्लीम डॉन्सची त्यावर मक्तेदारी होती. गल्फमध्ये योग्य व्यक्तींशी लागेबांधे असल्याने चोरट्या सोन्याचा व्यापार करणं या मुस्लीम डॉन्सना शक्य होत असे. या धंद्यात शिरकाव करायचा तर त्यांच्याशी दोस्ती केली पाहिजे, हे समजून वरदाने मस्तान आणि करीम लाला यांबरोबर जवळीक वाढवली. वरदा, करीम लाला आणि मस्तान हे तीन डॉन एकत्र आल्याने त्यांचा प्रभाव कमालीचा वाढला. वरदानेच जेनाबाई दारूवालीची मस्तानशी ओळख करून दिली.

गंभीर समस्या

रात्रीचे दहा वाजले होते. पावसाचा जोर चांगलाच वाढला होता. काळ्या ढगांनी भरलेलं आकाश उदासवाणं वाटत होतं.

जेनाबाई चमचमीत मेजवानीचा आस्वाद घेऊन सोफ्यावर आरामात बसली होती. मस्तान हॉलमध्ये येरझाऱ्या घालत होता.

''इथे बस,'' असं म्हणून जेनाबाईने सोफ्यावर त्याच्यासाठी जागा केली. ''नेमकी काय समस्या आहे, ते सांग बरं.''

''गेल्या कित्येक दिवसांपासून रिअल इस्टेट व्यवसाय चालू करावा, असा विचार माझ्या मनात घोळतोय. मुंबई सेंट्रलमध्ये बेलासिस रोडवर एक फार मोठी जागा आहे. तिच्यावर माझा डोळा आहे.'' मस्तान म्हणाला. एकीकडे कुर्त्याच्या खिशामध्ये हात घालून तो लायटर काढत होता.

''मग?''

''ती जागा चिलियांच्या मालकीची आहे आणि ती सोडायला ते अजिबात तयार नाहीत. आपा, ती जागा म्हणजे सोन्याची खाण आहे. मला मिळाली तर माझी सर्व कर्जं सहज फेडता येतील. इतकंच नव्हे, तर संपूर्ण आयुष्याची ददात मिटेल.''

ही समस्या सोडवण्यास आपण असमर्थ ठरलो, हे मान्य करताना मस्तानला किती मानसिक त्रास झाला असेल, ह्याची जेनाबाईला कल्पना होती. समाजातील आपल्या प्रतिमेला तो नेहमीच जपत असे – कदाचित स्वत:च्या अशिक्षितपणाचा गंड असल्यामुळे – एखादी गोष्ट आपल्याला समजत नाही वा जमत नाही, हे कबूल करणं त्याला अजिबात आवडत नसे.

''करीम लालाचं ह्याबद्दल काय म्हणणं आहे?'' तिने विचारलं.

''त्याच्याशी मी ह्याविषयी बोललो; पण आपण काही मदत करू शकणार नाही, असं त्याचं म्हणणं पडलं. इथे आपली डाळ शिजणार नाही असं त्याला वाटतंय.''

''का?'' जेनाबाईने विचारलं.

''माझ्या सांगण्यावरून करीमभाईने त्याच्या माणसांना प्रकरण निकालात काढण्यासाठी तिथे पाठवलं होतं, पण साऱ्यांचे हात-पाय तोडून त्यांना पळवून लावण्यात आलं. आपा, हे चिलिया फारच ताकदवान लोक आहेत. त्यांच्यापुढे आपण क:पदार्थ आहोत.'' मस्तान म्हणाला.

चिलिया बनासकाठा जिल्ह्यातील गुजराती मुस्लीम जमात. अतिशय प्रबल आणि प्रभावी. मुख्यत: हॉटेल, रिअल इस्टेट व्यवसाय करत असत. आपल्या जमातीचं आणि आपल्या मालकीच्या सर्व गोष्टींचं अतिशय कडवेपणाने रक्षण करण्याबद्दल ते प्रसिद्ध होते.

हे ऐकून जेनाबाई हसली. हॉलमध्ये नजर फिरवून ती सोफ्यावरून उठली आणि बाजूच्या टेबलवरचं लाल बॉलपेन आणि एक कागद उचलून पुन्हा सोफ्यावर त्याच्या शेजारी बसली. ''एक कोडं सोडवायला मदत करशील का?'' हा तिचा प्रश्न ऐकून मस्तान काहीसा चिडलाच. ती आपली चेष्टा करतेय, असं त्याला वाटलं. तो काहीच बोलत नाही, हे पाहूनही जेनाबाईने शांतपणे पेन उचललं.

अशिक्षित असल्याने जेनाबाईने फारच क्वचित पेन वापरलं होतं. कागद टेबलावर ठेवून, पेन घट्ट पकडून तिने काहीसं कचरतच एक लांब रेषा काढली. नंतर मान उचलून मस्तानकडे पाहून तिने प्रश्न केला, ''स्पर्श न करता ही रेषा लहान करता येईल?''

आता मात्र मस्तान पुरता गोंधळून गेला. राग अनावर होऊन त्याने सोफ्यावरच्या कुशनवर थाड्दिशी एक ठोसा मारला. ''आपा, गेले कित्येक आठवडे माझं मन गोंधळून गेलंय. काय करावं सुचत नाही आणि मला मदत करायचं सोडून, तू हे भलतंच काय चालवलं आहेस? मला फालतू कोडी काय घालत बसलीस?'' मस्तान चिडून म्हणाला.

जेनाबाईने एक अर्थपूर्ण हास्य त्याच्याकडे फेकलं. सोन्याच्या अंगठ्या घातलेला हात उचलून स्वत:च्या डोक्याकडे निर्देश करून ती म्हणाली, ''मस्तानभाई, नीट विचार करा. तुमच्या प्रश्नाची सारी उत्तरं ह्या कोड्यामध्ये दडलेली आहेत.''

मस्तानचा राग हळूहळू कमी झाला. त्याने टेबलावरच्या कागदाकडे नजर टाकली. रेषेकडे निरखून पाहूनही त्याच्या डोक्यात प्रकाश पडेना. गोंधळलेल्या स्वरात त्याने विचारलं, ''म्हणजे काय?''

जेनाबाईला हसू फुटलं. पेन उचलून तिने त्या रेषेच्या बाजूला तिच्याहूनही मोठी रेघ मारली आणि त्याच्याकडे पाहून म्हणाली, ''बघ, किती सोप्पं आहे. ही रेषा तू खोडून टाकू शकत नाहीस, मग तिच्या बाजूला एक मोठी रेषा काढ म्हणजे ती आपोआप लहान होईल.''

अजूनही जेनाबाईला काय म्हणायचंय, हे मस्तानला नीटसं समजलं नव्हतं; पण तिच्यावरचा विश्वास चुकीचा ठरणार नाही, हे त्याला चांगलं माहीत होतं. त्याच्या समस्येवर नेमकं उत्तर न देण्याइतकी ती हुशार होतीच, पण तिने मार्ग दाखवला होता. आता त्यावरून चालायचं हे त्याचं काम होतं...

जेनाबाई दारूवालीची 'खबरेगिरी'

दारूबंदीच्या काळात जेनाबाईची फारच भरभराट झाली. चोरटी दारू विकून तिने अमाप पैसा कमावला. वरदाराजन, मस्तान आणि करीम लालाच्या तालमीत ती लवकरच चांगली तयार झाली.

मुंबईमधील जान्यामान्या तस्करांशी जवळीक असल्याने जेनाबाईचं महत्त्व शतपटीने वाढत गेलं. आपापसातले वादविवाद मिटवण्यासाठी, मार्गदर्शनासाठी लोक तिच्याकडे येत असत. तिच्या हातात भरपूर पैसा खेळायला लागला, तसंच लोकांमध्ये प्रतिष्ठाही मिळाली. त्यामुळे जेनाबाईमधील आत्मविश्वास चांगलाच वाढला. त्याबरोबरच ती मग्रूर आणि फटकळही झाली. वागण्या-बोलण्यात घमेंडखोरपणा वाढला.

ह्याच काळात जेनाबाईची पोलिसांशी जवळीक वाढली. पोलीस कॉन्स्टेबल इब्राहिम कासकर आणि त्याची पत्नी आमिना ही दोघं तिच्या परिवाराचा हिस्सा झाली होती. त्यांची मुलं तिला आई मानायची. दाऊद इब्राहिम हा त्यांचाच मुलगा.

मुंबईमध्ये दारूबंदी प्रभावीपणे अमलात आणण्यासाठी पुन्हा एकदा सरकार आणि पोलीस जोमाने प्रयत्न करीत होते. भूतपूर्व गृहमंत्री बॅरिस्टर के.एम. मुन्शींनी १९३९मध्ये 'एक्स विभाग' निर्माण केला होता. त्याशिवाय एक विशेष प्रोहिबिशन इंटेलिजन्स सेक्शनदेखील अस्तित्वात आला. त्याचं मुख्य कार्यालय पाल्टन रोड येथे होतं. (आज त्या जागी 'हज हाउस' उभं आहे.) दारूबंदी परिणामकारकरीत्या राबवणं हे ह्या विशेष पथकाचं काम होतं.

पोलिसांना जेनाबाईच्या चोरट्या दारूच्या धंद्याची खबर होती. त्यांनी अनेक वेळा तिच्या घरावर धाड घातली; पण एकदाही त्यांच्या हाती काही लागलं नव्हतं. ह्याचं साधं कारण म्हणजे लोकांना कसं हाताळायचं हे तिला बरोबर माहिती होतं. खोलीच्या एका कोपऱ्यात देवदेवतांच्या तसबिरी लावलेल्या असायच्या. त्यांच्यामागे पेटीमध्ये दारूचा साठा बेमालूमपणे लपवलेला असायचा. छापा टाकणारे पोलीस

त्या 'पवित्र' कोपऱ्याला हात लावत नसत. साहजिकच दर वेळी ते हात हलवत परत जात.

तथापि, जेनाबाईच्या बेकायदा धंद्याबाबत पोलीस फारच बोटचेपेपणाची भूमिका घेताहेत, अशी कडक टीका होऊ लागल्याने विशेष प्रोहिबिशन इंटेलिजन्स विभागाने अखेर जेनाबाईला अटक करून तुरुंगात टाकलं. काही आठवडे तिने गजाआड काढले.

१९६२ साली एक्स विभागातील दोन सब-इन्स्पेक्टर कुवरशा दिनशा भेसाडिया आणि रमाकांत टेमकर ह्यांना पक्की खबर मिळाली. ह्या दोघांनीही जेनाबाईला रंगेहाथ पकडायचा विडाच उचलला होता. खबरीनुसार त्यांनी जेनाबाईच्या घरावर धाड टाकली. ती राहायची त्या इमारतींमधील सर्व खोल्यांची झडती घेतल्यानंतर जेनाबाईचा उजवा हात – विकीच्या खोलीमधील पाण्याच्या टाकीमध्ये लपवलेला दारूचा साठा पोलिसांना सापडला. अथक प्रयत्नांनी दारूच्या धंद्यातील मोठ्या दादा लोकांना पकडण्यात पोलीस यशस्वी झाले.

१९६४मध्ये सब-इन्स्पेक्टर सी.डी. भेसाडियांना उत्तम कामगिरीबद्दल मुंबई पोलीस कमिशनर एस. मजिदुल्लांच्या हस्ते सन्मानित करण्यात आलं. प्रगती करत अँटी करप्शन ब्यूरोमधील अत्यंत हुशार आणि कुशल अधिकारी म्हणून त्यांनी मान्यता मिळवली. क्राइम ब्रँचचे असिस्टंट कमिशनर ऑफ पोलीस ह्या उच्चपदी पोहोचून ते सेवानिवृत्त झाले. गमतीची गोष्ट म्हणजे जेनाबाईच पुढे भेसाडियांची महत्त्वाची 'खबरी' म्हणून काम करायला लागली.

खरं-खोटं माहीत नाही, पण असं ऐकिवात आहे की, अटक झाल्यानंतर जेनाबाई त्यावेळचे मुख्यमंत्री यशवंतराव चव्हाणांना भेटली होती. पायधुनी आणि व्ही.पी. रोड पोलीस ठाण्यातील पोलीस आपल्याला त्रास देतात, असं गाऱ्हाणं तर घातलंच; पण तिने आपली गरिबी, मुलांचं पालनपोषण आणि घर चालवणं ह्यांमुळे आपली होणारी फरपट ह्या गोष्टीही रंगवून सांगितल्या. दोघांच्या भेटीमध्ये नेमकं काय घडलं हे माहीत नसलं, तरी त्यानंतर डोंगरीची सर्वांत बेडर स्त्री, पोलिसांची खबरी म्हणून काम करू लागली, हे मात्र खरं.

जेलमधून जेनाबाई सुटली. एव्हाना ती समजून चुकली होती की, धंद्यामध्ये यशस्वीपणे टिकून राहायचं असेल, तर कायद्याचं संरक्षण आणि दादालोक या दोघांनाही खूश ठेवायला हवं. तस्करीविषयी सखोल माहिती असल्याने खबरी म्हणून तिचं महत्त्व वादातीत होतं. छाप्यामध्ये पकडलेल्या मालाच्या किमतीतील १० टक्के भाग त्या वेळी खबऱ्यांना बक्षीस म्हणून मिळे. चांगले पैसे मिळत असूनही जेनाबाईने मोठ्या चतुराईने एकीकडे दारू आणि धान्याचा काळाबाजार करणं चालूच ठेवलं होतं.

खबऱ्याचं काम करणारी जेनाबाई पोलीस अधिकाऱ्यांच्या घरी मध्यरात्रीनंतर बिनधास्त जात असे. अशा वेळी बुरखा घालायची खबरदारी मात्र ती घ्यायची. ज्या पोलीस अधिकाऱ्यांसाठी ती काम करायची, त्यांच्या घरी तिला 'हिराबाई' म्हणून ओळखलं जायचं. ह्याचं कारण ती कायम नाकात हिऱ्याची चमकी, चमचमत्या हिऱ्यांचे कानातले घालत असे.

अन्य एका खबऱ्याने – हा अजूनही डोंगरीतच राहत असून स्वत:चं दुकान चालवतो – जेनाबाई पोलीस आणि दादालोक असं दोघांनाही बित्तंबातमी न लागू देता कशी काम करते, हे नीट विशद करून सांगितलं. 'समजा शहरामध्ये सात वेगवेगळ्या ठिकाणी चोरटा माल येणार असेल, तर जेनाबाई फक्त एक किंवा दोन नावंच पोलिसांना सांगत असे.' अर्थात तिला सर्व नावं माहीत असायची; पण ती मोठ्या चलाखीने बाकीची नावं लपवून ठेवायची. पोलीस छापे टाकून माल पकडायचे. तिला त्याबद्दल हिस्सा मिळायचा. खबर मिळाल्याने पोलीस खूश असत. एक-दोन ठिकाणचाच माल पकडला गेल्याने कोणालाही जेनाबाईचा संशय येत नसे. त्यामुळे मस्तान आणि लाला जेनाबाईशी स्नेहाने वागत.

जेनाबाईने खबरी बनून अमाप संपत्ती गोळा केली असली, तरी दैवदुर्विलासाने वेळीच खबर न मिळाल्याने तिचा अमूल्य ठेवा – सर्वांत धाकटा मुलगा कमाल दरवेश – याला मात्र ती वाचवू शकली नाही. त्याच्या खुनाचा बेत शिजतोय, हे वेळीच न समजल्यामुळे तिला लाडका लेक गमवावा लागला.

२४ वर्षांचा कमाल अतिशय आक्रमक स्वभावाचा होता. त्यात भर म्हणजे तो कमालीचा अहंमन्य, मगरूरही होता. आईप्रमाणेच तोदेखील काळे धंदे करायचा; पण त्याच्या विचित्र स्वभावानेच त्याचा घात केला. मुंबईच्या दादा लोकांचं त्याच्याविषयी वाईट मत होऊ लागलं. कमालचा अहंकार, मगरुरी फारच वाढत गेली. एके दिवशी सकाळी चार माणसांनी कमालची भोसकून हत्या केली. डोंगरीमध्येच मिनारा मस्जिदजवळ ही घटना घडली. जेनाबाईचं घर तिथून अवघ्या काही मीटर अंतरावर होतं. त्या वेळी जेनाबाई मुंबईमध्ये नव्हती. सगळ्यात धाकट्या मुलाच्या मृत्यूमुळे जेनाबाईला फार मोठा मानसिक धक्का बसला. ती संपूर्ण खचून गेली.

त्यानंतर ती बिछान्यात खिळली. रात्रंदिवस डोळे गाळत ती स्वत:लाच दोष द्यायची. रोज दफनभूमीत जायची. त्याच्या थडग्याजवळ बसून त्याच्या आत्म्याच्या शांतीसाठी प्रार्थना करायची. असे सहा महिने शोक करण्यात गेले. त्यानंतर मात्र तिच्यामध्ये सूडभावना जागृत झाली. मुलाचे चार मारेकरी शोधण्यासाठी तिने आकाशपाताळ एक केलं. मुलाच्या मृत्यूचं दु:ख आणि त्याच्या हत्येचा सूड ह्यापलीकडे तिला काही सुचेनासं झालं. तिची अवस्था पाहून मस्तान आणि लालादेखील चिंतेत पडले. शेवटी त्यांनी तिच्या मुलाचे मारेकरी म्हणून चार

माणसांना तिच्यापुढे उभं केलं. त्या चौघांविरुद्ध काहीही कारवाई करू नये, तसंच पोलिसांकडे जाऊ नये, म्हणून लाला आणि मस्तानने जेनाबाईची मनधरणी केली. अथक प्रयत्नांती, बरीच समजूत काढल्यानंतर, धर्माचा वास्ता दिल्यानंतर जेनाबाईचं मन पालटलं. मुलाच्या तथाकथित मारेकऱ्यांना तिने माफ केलं.

कमालीचा सोपा तोडगा

मस्तानने हॉलच्या खिडक्या मुद्दामच उघड्या ठेवल्या होत्या. थंडगार, ओलसर वाऱ्याच्या झुळका आत येत होत्या. सिगारेटचे झुरके घेत तो जेनाबाईने कागदावर काढलेल्या दोन रेषांकडे नजर टाकत होता. एव्हाना जेनाबाईने चक्क खाली, जमिनीवर बैठक मारली होती.

मोठ्या रेषेकडे बोट दाखवून जेनाबाई म्हणाली, "ही मोठी रेष म्हणजे अधिक मोठी शक्ती, आणि ही शक्ती तू निर्माण करायची आहेस."

"अधिक मोठी शक्ती? म्हणजे काय?" मस्तानने विचारलं.

"म्हणजे तू चिलियांपेक्षा जास्त शक्तिशाली, ताकदवान व्हायचं." जेनाबाई स्वत:साठी पान बनवत म्हणाली.

"ते कसं? शक्तिशाली होण्यासाठी काय करू?" मस्तानला अजूनही काही समजत नव्हतं.

"अरे, इब्राहिम ब्रदर्स आणि पठाण गँग कशासाठी आहेत? त्यांना एकत्र आणायचं." जेनाबाई पान चघळत म्हणाली.

त्या वेळी पठाण – अमीरजादा, आलमजेब, शेहजादा आणि समद खान आणि अजूनही जम बसवू न शकलेले इब्राहिम – दाऊद आणि साबीर हे दोन भाऊ, ह्या दोन टोळ्यांमध्ये सतत टोळीयुद्धं चालू असायची. त्यामुळे होणारा फार मोठा रक्तपात पाहून मुंबईचे मोठे दादा मस्तान आणि त्याचा दोस्त करीम लाला ह्यांना चिंता वाटत असे.

आणि अशा कायम युद्ध पुकारलेल्या दोन टोळ्यांना एकत्र आणून चिलियांविरुद्ध उभं करायचं, असा अनाकलनीय सल्ला जेनाबाई देत होती.

"आपा, हा काय तोडगा झाला?" चकित झालेल्या मस्तानने विचारलं. इब्राहिम ब्रदर्स आणि पठाण एकत्र येण्यासाठी दोघांनीही प्रथम युद्धविराम करायला हवा आणि सद्य:परिस्थिती पाहता ती गोष्ट अशक्यप्राय दिसत होती. दोन्ही पक्षांना

एका खोलीत आणणं, हीच बाब मस्तानच्या दृष्टीने असंभवनीय होती!

"भाई, त्यांना एकत्र आणलंस तर तुझा फायदाच होईल. ग्रँट रोड आणि व्ही.पी. रोड भागांमध्ये पठाण टोळीचा दबदबा आहे. इब्राहिमच्या मुलाचा नागपाड्यावर वचक आहे. बेलासिस रोडवरच्या ज्या जमिनीवर तुझा डोळा आहे, ती बरोबर ग्रँट रोड, व्ही.पी. रोड आणि नागपाड्याच्या मध्यावर आहे, हे तुझ्या लक्षात आलं नाही का?" जेनाबाईने विचारलं.

जेनाबाईच्या अचूक निरीक्षणशक्तीचं मस्तानला आश्चर्य वाटलं.

"हे मात्र खरंय..." तो उत्तरला.

"कल्पना कर, तुम्ही सर्व जण एकत्र आलात, तर तुमची शक्ती अनेक पटीने वाढेल. सरकारदेखील तुमच्यापुढे हतबल होईल... ती जमीन तर आरामात मिळेलच; पण नंतरदेखील तिचं संरक्षण करणं सुलभ जाईल."

कायम एकमेकांसमोर युद्धाला ठाकलेल्या दोन टोळ्यांमध्ये शांतीतह घडवून आणणं मस्तानला अजूनही अशक्य वाटत असलं, तरी त्याच्या समस्येवर हेच एकमेव उत्तर आहे, हेदेखील त्याला पटलं.

पठाणांना समजावण्याची विनंती करीम भाईला करता येईल, पण इब्राहिम भाईच्या मुलांचं काय? समेट करायला ते कदापिही तयार होणार नाहीत. स्वत: इब्राहिम भाईंनीदेखील हात टेकलेत, कारण त्यांचंदेखील ही मुलं ऐकायला तयार नाहीत.

त्या वेळी दाऊद इब्राहिम विशीतला तरुण होता. काळे धंदे करून मोठा दादा व्हायचं त्याचं स्वप्न होतं. डोंगरी जंक्शनजवळ मुसाफिरखाना इथे राहणारा दाऊद, भाऊ साबीरच्या साथीने छोटे-मोठे खंडणी उकळण्याचे उद्योग करायचा. माफिया डॉनच्या नजरेत भरावं म्हणून त्याची प्रचंड धडपड चालायची. अनेकदा पोलिसांचा ससेमिरा चुकवण्यासाठी त्याला भूमिगत व्हायची वेळ येत असे.

"दाऊद आणि साबीर माझ्या मुलांसारखे आहेत. त्या दोघांना राजी करायची जबाबदारी माझी. मला ते नकार देणार नाहीत," जेनाबाई आत्मविश्वासाने म्हणाली.

"आपा, तू म्हणतेस तेवढी ही गोष्ट सोपी नाही. एकत्र काम करणं, ही गोष्ट त्यांना पटवणं फार कठीण दिसतंय," मस्तानला अजूनही शंका येत होती.

जेनाबाई हसली. सर्वांना एकत्र बांधून ठेवील अशी कोणती शक्ती आहे, हे तिला बरोबर माहीत होतं.

"भाई, जरा विचार कर. हे सारेच एकजात मूर्ख आहेत. कारणाशिवाय एकमेकांशी मारामाऱ्या, खूनबाजी चालू असते आणि ह्या गोष्टीचा बाकीचे बरोबर फायदा उठवतात. सर्वांचाच अहं मोठा असला तरी आपल्या सर्वांमध्ये एक समान धागा आहे. महत्त्वाकांक्षा, शक्तिप्रदर्शन, एकमेकांवर कुरघोडी ह्या गोष्टींमुळे शत्रुत्व

वाढत जातं हे जरी खरं असलं, तरी सरतेशेवटी सारे एक आहेत हे विसरू नकोस.''

हे तत्त्वज्ञान ऐकून मस्तानचा गोंधळ अधिकच वाढला. तो अस्वस्थपणे म्हणाला, ''आपा, मला समजेल अशा भाषेत सांगितलंस तर बरं होईल.''

''ठीक आहे... खरंतर सारं अगदी सोपं आहे. आपण सारे एका परमेश्वराला मानतो. एकाच प्रेषिताच्या तत्त्वांप्रमाणे चालतो हे तुला माहीत आहे ना?'' जेनाबाईने विचारलं.

''ह्या म्हणण्याला काहीही अर्थ नाही. त्यांच्यापैकी कोणीही इस्लामची तत्त्वं पाळत नाही,'' मस्तान म्हणाला.

''अगदी बरोबर. सारेच कमालीचे ढोंगी आहेत. एकीकडे इस्लामची तत्त्वं पाळायची नाहीत, धर्माने दाखवलेल्या मार्गावरून चालायचं नाही; पण धर्मरक्षण करण्यासाठी रक्तपात, खूनखराबा करायला मात्र ते कायम तयार असतात. अल्लाचं, इस्लामचं नाव घेतलंस, तर एकत्र यायला मुस्लीम मागे-पुढे पाहणार नाहीत.'' जेनाबाईने समजावून सांगितलं.

हे ऐकून आपण जेनाबाईपुढे किती खुजे आहोत, याची मस्तानला जाणीव झाली. तिने दाखवलेला तोडगा प्रत्यक्षात आणणं शक्य आहे, हे तर तिने दाखवून दिलंच; पण ही गोष्ट आपल्याला अजिबात सुचली नाही हे पाहून मस्तानला जेनाबाईचं महत्त्व पुन्हा एकदा पटलं. असं असूनही त्याच्या मनात काही शंका होत्याच. ''सर्वांना एकत्र, एका छताखाली कसं आणायचं समजत नाही...''

''तू त्याची चिंता करू नकोस. सर्वकाही ठीक होईल ह्याची मी खात्री देते.''

''खरंच असं करता येईल? तुझ्यावर विश्वास ठेवू?''

''भाई, तुला अजूनही शंका आहे?'' असं म्हणून जेनाबाईने मान हलवली. जमिनीवरची बैठक मोडून ती उठली. ''मला आता निघायला हवं. खूप उशीर झालाय.''

मस्तानने मर्सिडिझ दाराशी बोलावली. तो जेनाबाईला गाडीपर्यंत सोडायला गेला. बैतुल सुरूरमधून गाडी निघाली, तसा तो बंगल्यात परतला. हळूहळू आतले दिवे मंदावले आणि सर्वत्र काळोख झाला.

चतुर कारस्थानी जेनाबाई

चेह‍‍‍ऱ्यावर सूर्याची किरणं आल्याने जेनाबाईला जाग आली. तिने कूस बदलून झोपायचा प्रयत्न केला; पण एव्हाना चांगलंच उजाडलं असल्याने खोलीत भरपूर प्रकाश आला होता. शेवटी साडेनऊ वाजता ती उठलीच. घरात तिची मुलं, नातवंडं कोणीही नव्हतं. जेनाबाईने खोलीमधील मोठ्या चौकोनी खिडकीतून बाहेर डोकावून पाहिलं. अमाप पैसा कमावूनदेखील जेनाबाईने आपली छोटी खोली सोडली नव्हती, कारण त्या खोलीशी तिचं भावनिक नातं जुळलं होतं.

रस्त्यावर गाड्या, बस आणि स्कूटर-मोटारसायकलची रहदारी चालू झाली होती. छोटी-छोटी दुकानं उघडली होती. नेहमीप्रमाणे धंदा सुरू झाला होता. काल रात्रीच्या मुसळधार पावसाचा मागमूसही नव्हता. रस्ते कोरडे झाले होते. खालून कोणीतरी हाक मारली, ''जेनामासी सलाम!'' तिनेही सलाम केला आणि आत आली. आत्ता कोणाशीही बोलायची तिला इच्छा नव्हती. रात्रभर झोप लागली नव्हती. विचार करून डोकं गरगरायला लागलं होतं.

मस्तानला दिलेलं वचन निभावणं फार कठीण आहे, ह्याची जाणीव जेनाबाईला होतीच. जवळच्या माणसांना खोटी आश्वासनं द्यायची तिला सवय नव्हती. दाऊद आणि साबीर आपल्या शब्दाबाहेर जाणार नाहीत, असा हवाला तिने मस्तानला दिला खरा; पण त्या दोघांना पटवणं अतिशय अवघड आहे, हे जेनाबाईला चांगलं माहीत होतं.

गरमागरम चहा प्यावा म्हणजे बरं वाटेल, असा विचार करून जेनाबाईने एका छोट्या भांड्यात पाणी भरून ते स्टोव्हवर उकळायला ठेवलं.

स्वयंपाकघराच्या समोरच्या भिंतीवर कुराणामधील काही वचनं फ्रेम करून लावलेली होती. जेनाबाईने तिकडे पाहून क्षणभर डोळे मिटून अल्लाची प्रार्थना केली. शक्य ते सारे प्रयत्न ती करणार होतीच; पण शेवटी अल्लाच तिला मार्ग दाखवणार हेही तिला माहीत होतं.

पाण्याला उकळी आल्यावर तिने चहाची पत्ती आणि साखर टाकली. स्टोव्ह

बंद करून ती चहा गाळणार, तोच दारावर जोराची थाप पडली.

"मासी, दार उघड," बाहेरून आवाज आला.

आवाज ओळखून जेनाबाईने चहाचं भांडं खाली ठेवलं. दुपट्टा अंगावर घेऊन तिने हळूच दार उघडलं. घामाघूम झालेला दाऊद समोर उभा होता.

नेहमी येणं-जाणं असल्याप्रमाणे तो सराईतासारखा आत आला. सिंकजवळ जाऊन तोंड धुवायला लागला. जेनाबाई काय बोलावं, असा विचार करीत गप्पच राहिली. त्याचा काहीसा खिन्न चेहरा पाहून तिने विचारलं, "ओय छोकरा, आता काय झालं?"

"काही विचारू नकोस. नेहमीचीच मारामारी, पण त्या माणसाला बरंच लागलंय," दाऊद उत्तरला.

"कोणाला मारलंस?"

"मासी, अगं तो मनीष मार्केटमधला गुंडा हमीद चूहा... त्याचा त्रास फारच वाढत चाललाय. मार्केटमधल्या काही दुकानांवर कब्जा करण्यासाठी आमची रस्सीखेच चालली होती, हे तुला माहितीच आहे. आज प्रकरण मिटवून टाकायचं म्हणून त्याला भेटायला गेलो, तर तो अगदी हाताबाहेरच जायला लागला. मग काय करणार... चांगलं ठोकून काढलं त्याला."

"अस्सं... छान. शेवटी प्रकरण मिटवलंस तर," जेनाबाई म्हणाली.

"पण मासी, मी चांगलाच गोत्यात आलोय... चूहा हॉस्पिटलमध्ये आय.सी.यू.मध्ये पडलाय आणि ते वर्दीवाले (पोलीस) माझ्या मागावर आहेत. माझ्या अब्बांनादेखील ही गोष्ट समजलीय. तेदेखील मला माफ करणार नाहीत. मला त्यांचा मार खायचा नाही. मासी, प्लीज मला मदत कर. कसंही करून ह्यामधून वाचव." हे ऐकून जेनाबाईच्या डोक्यामध्ये विचारचक्र जोरात फिरू लागलं. हे प्रकरण कसं मिटवावं, ह्याचं उत्तर अचानक तिला सुचलं. ती त्याला म्हणाली, "माझ्यासमोर तुला हात लावायची कोणाचीही हिंमत होणार नाही; पण पोलीस आणि तुझे अब्बा, असं दोघांनाही समजावणं मला फारच कठीण जाईल, ह्याची तुला कल्पना आहे ना?"

"मला फक्त एकच गोष्ट माहिती आहे – कोणतीही गोष्ट कितीही कठीण असो, तू त्यातून मार्ग काढशीलच."

हे ऐकून जेनाबाई त्याच्याकडे पाहून थोडीशी हसली. "मला तुझ्याकडून एक काम करून हवंय. करशील?" तिने असं विचारताच जराही विलंब न करता दाऊदने होकार दिला. "मासी, तुझ्यासाठी मी प्राणसुद्धा द्यायला तयार आहे. तू मला आईसमान आहेस. तू सांगशील ते करीन."

"ठीक आहे तर... मी बघते काय करायचं ते... पण तू इथेच माझ्या घरी थांब."

"नको मासी, त्यामध्ये धोका आहे. मी तुला उद्या येऊन भेटतो. तोपर्यंत सारं सुरळीत करशील ना?''

"उद्या ये तर खरा... बघू या काय होतंय,'' असं म्हणून जेनाबाईने तोंड पुसण्यासाठी त्याला टॉवेल दिला.

त्याच संध्याकाळी जेनाबाई मुसाफिरखान्याला गेली. दाऊदचे अब्बा, इब्राहिम कासकर, खोलीमध्ये खाटेवर कपाळाला हात लावून बसले होते. चेहरा चिंताग्रस्त आणि रागीट दिसत होता. ते वयामुळे काहीसे थकलेले, अशक्त वाटत होते. खोलीतलं वातावरण गंभीर होतं.

"सलाम जेनाबाई, आत या, इकडं कसं काय येणं केलं?''

जेनाबाई छोट्याशा स्टूलवर बसून म्हणाली, "सलाम इब्राहिम भाई. मी दाऊदविषयी ऐकलं, म्हणून मुद्दाम भेटायला आले. घरी आलाय की नाही तो?''

इब्राहिमचा चेहरा लालेलाल झाला. "त्याची घरी यायची हिंमत होणार नाही,'' ते रागाने म्हणाले, "दाऊदने मला तोंड दाखवायला जागा ठेवली नाही. पोलीस दलामध्ये मला केवढी मोठी इज्जत होती, त्याने ती धुळीला मिळवली.''

त्याच्या मनातील सारा त्रागा, वैफल्य निघून जावं असा विचार करून जेनाबाई शांतपणे त्याचं बोलणं ऐकत होती. आमिना जेनाबाईसाठी चहा घेऊन आली. दोघींनी एकमेकींना जवळ घेतलं. जेनाबाईच्या मिठीत आमिनाला रडू फुटलं. "आमचे फार वाईट दिवस आलेत, आपा. दाऊदने पुन्हा गोंधळ घातलाय.'' ती स्फुंदत म्हणाली.

"रडू नकोस. तुझ्या मुलाचा काही दोष नाही. चांगला मुलगा आहे तो.'' जेनाबाईने तिची समजूत घातली.

"असं कसं बोलतेस? निदान त्याची बाजू तरी घेऊ नकोस.'' इब्राहिम चिडून म्हणाला, "तो हमीद चूहा आय.सी.यू.मध्ये जीवन-मरणाच्या सीमारेषेवर झुंजत पडलाय. पोलीस इथे दोन वेळा येऊन गेलेत. किती लाजिरवाणी गोष्ट... सगळीकडे हीच चर्चा चाललीय.''

"अहो इब्राहिम भाई, त्या हमीद चूहाचं काही सांगू नका. तो स्वत:च अतिशय वाईट माणूस आहे. मेला तर पीडा जाईल. असंख्य लोकांना छळलंय त्याने. आपला दाऊद त्याच्याशी कोणत्यातरी गोष्टीसंबंधी फक्त बोलायला गेला होता. मारहाणीला त्यानेच सुरुवात केली. दाऊदने केवळ स्वत:चा बचाव करण्याचा प्रयत्न केला.''

"जेनाबाई, तुला एवढी तपशीलवार माहिती कशी?'' इब्राहिमने संशयाने विचारलं.

"दाऊद मला मुलासारखा आहे. ह्या घटनेबद्दल ऐकल्यानंतर माझ्या मनात सर्वप्रथम तुमचा आणि आमिनाचाच विचार आला. मारामारी झाली तेव्हा त्या दुकानात हजर असलेल्या काही पोरांकडे मी चौकशी केली. त्यांनीच दाऊदचा

काडीमात्र दोष नाही, असं सांगितलं.''

हे ऐकून आमिनाच्या डोक्यावरचं मोठ्ठं ओझं उतरलं. ''माझा मुलगा निर्दोष आहे. अल्लाची कृपा.''

इब्राहिमला मात्र इतक्या सहजासहजी हे पटणार नव्हतं. तो म्हणाला, ''जेनाबाई, टाळी एका हाताने वाजत नाही. माझ्या नोकरीमध्ये अशा असंख्य मारामाऱ्या पाहिल्या आहेत. माझा मुलगा निर्दोष नाही हे मला माहिती आहे.''

''भाई, दाऊदला जबरदस्त मार लागला आहे. त्याने बचाव केला नसता, तर आज त्याची प्रेतयात्रा बघावी लागली असती. तुला दाऊदपेक्षा तो हमीद चूहा जास्त महत्त्वाचा वाटतो का?''

जेनाबाईच्या प्रश्नावर विचार करत इब्राहिम बराच वेळ गप्प राहिला. मग म्हणाला, ''खरोखरच असं घडलं असेल, तर मग मला दाऊदशी बोलावं लागेल. पुन्हा असं घडायला नकोय.''

''मी त्याचा शोध घ्यायचा प्रयत्न करीन; तुला भेटायलाही सांगेन, पण तू त्याच्याशी कठोरपणे वागायचं नाही. माझ्यावर विश्वास ठेव. तो खरोखरच चांगला मुलगा आहे. मला असा मुलगा असता, तर मी स्वत:ला अतिशय भाग्यवान समजले असते.'' एवढं बोलून जेनाबाई तिथून निघाली.

हाणामारी प्रकरणानंतर 'अब्बा काय करेल' म्हणून दाऊद कमालीचा घाबरला होता. जेनाबाईने इब्राहिमची समजूत काढून तो प्रश्न मिटवला होता. दुसरी भीती पोलिसांची होती. गुंडागर्दीमुळे दाऊद पोलिसांच्या काळ्या यादीत होता. त्याला पोलिसांच्या कचाट्यातून वाचवायचं असेल, तर मोठ्या पोलीस अधिकाऱ्याची मेहेरबानी हवी, हे जेनाबाईला चांगलं माहीत होतं.

दुसऱ्याच दिवशी जेनाबाई क्रॉफर्ड बाजारातील मुंबई पोलीस मुख्य कार्यालयात, क्राइम ब्रँचच्या एका नामांकित, कर्तबगार वरिष्ठ पोलीस अधिकाऱ्याला भेटायला गेली.

हा उंचापुरा, धिप्पाड अधिकारी कडक शिस्तीचा म्हणून प्रसिद्ध होता. क्राइम ब्रँचला अनेक वर्षं काम केल्यामुळे, यंत्रणेतील बारीकसारीक बारकावे त्याला उत्तम माहीत होते. त्याची खबरी म्हणून काम करणाऱ्या जेनाबाईचे त्याच्याबरोबर सलोख्याचे संबंध होते.

तो आपल्या ऑफिसमध्ये असताना हवालदाराने जेनाबाई भेटायला आल्याचं सांगितलं. काहीशा आश्चर्यानेच त्याने तिला आत पाठवायला सांगितलं.

''सलाम जेनाबाई. आत या. काय काम काढलं?'' त्याने जेनाबाईचं स्वागत केलं.

''बाजारात भाजीपाला घ्यायला आले होते. सहज भेटायला आले.''

''अरे वा, फारच छान. शेवटी भाज्यांच्या निमित्ताने इतक्या महिन्यांनंतर आपली भेट होतेय,'' अधिकारी हसत म्हणाले.

''असं काही नाही, साहेब. रोजच तुमची आठवण येते. तुमच्यासारखा कर्तृत्ववान, चांगला पोलीस अधिकारी फार क्वचित आढळतो, असं मी सर्वांना सांगत असते.''

थोडा वेळ असंच सटरफटर बोलून झाल्यावर जेनाबाईने मुद्द्याला हात घातला. ''साहेब, मला तुमची खरोखरच कीव येते. मुंबईमध्ये सतत चालणाऱ्या टोळीयुद्धांमुळे तुम्हा पोलिसांना जराही विश्रांती मिळत नाही, ह्याचंच वाईट वाटतं.''

''खरंय. ह्या गुंडांना काबूत ठेवणं फार कठीण काम आहे. कालच त्या दाऊदने आणि त्याच्या मित्रांनी मनीष मार्केटमध्ये कोणा दुकान मालकाला मरेस्तोवर मारलं. फार गंभीर परिस्थिती आहे त्याची. तो हरामखोर दाऊद फरार झालाय.''

''त्याच्या घरी पाह्यलं का? तिथेच लपला असणार तो.'' जेनाबाईने सहजपणाचा आव आणून विचारलं.

''उसको पागल कुत्तेने काटा है क्या? स्वत:च्या घरी लपायला त्याला काय वेड लागलंय का? आमचे पोलीस त्याच्या घरावर लक्ष ठेवून आहेत म्हणा; पण तो पोरटा फार हुशार आहे. तिथे तो नक्कीच जाणार नाही. त्याच्या बापाविषयी मला कधीकधी फार वाईट वाटतं. तो सज्जन माणूस आहे आणि त्याचा मुलगा बघा...''

जेनाबाई काहीच बोलली नाही. संभाषण कोणत्या दिशेने जाणार, ह्याची तिला कल्पना होती. आणि तसंच झालं.

''माझ्या माहितीप्रमाणे तू त्याच्या परिवाराला चांगलं ओळखतेस. खरं ना?'' त्या अधिकाऱ्याने विचारलं.

जेनाबाईनं हसू दाबलं. वाटलं होतं त्यापेक्षाही सारं सहजपणे घडत होतं.

''खरंय... आमचे जवळचे संबंध आहेत. दाऊदशीसुद्धा.''

''अच्छा... असं असेल, तर तू आम्हाला मदत करू शकशील.''

जेनाबाई ताडकन म्हणाली, ''साहेब, काय बोलताय हे? माझ्याकडून असं होणं शक्य नाही. बाकी कोणतीही माहिती द्यायला मी तयार आहे, पण दाऊदच्या परिवाराशी माझे घनिष्ट संबंध आहेत. तो कुठे आहे, हे मी कशी सांगू?''

हे ऐकून तो अधिकारी सतर्क झाला. ''ह्याचा अर्थ दाऊद कुठे आहे, हे तुला माहिती आहे?''

''छे, मला माहीत नाही.''

''पण तू तर आत्ताच म्हणालीस...''

''आत्ता, ह्या क्षणी तो कुठे आहे ह्याची कल्पना नाही. पण दाऊद मला आई मानतो. माझं ऐकतो. तो कुठं आहे हे मी शोधून काढू शकेन; पण त्याची किंमत तुम्हाला चुकवावी लागेल.''

हे ऐकून त्याला धक्काच बसला. क्राइम ब्रँचच्या वरिष्ठ अधिकाऱ्याला अटी

घालायची ह्या बाईची हिंमत पाहून तो क्षणभर अवाक झाला. मग सावरून त्याने विचारलं, "तू काय करणार ते तरी कळू दे."

"दाऊदला तुमचा खबऱ्या म्हणून काम करायला तयार केलं तर?"

"खबऱ्या?" त्याला अधिकच मोठा धक्का बसला.

"त्यामुळे तुमचा किती फायदा होईल त्याची कल्पना करा. टोळीचा दादा म्हणून त्याने कारकिर्दीला सुरुवात केली आहेच. गुन्हेगारीजगताविषयी त्याला अंतर्बाह्य माहिती आहे. तो अट्टल गुंड होणार, हे स्पष्टच दिसतंय. ह्या सर्व गोष्टींमुळे तो पोलिसांसाठी काम करेल अशी पुसटशी शंकाही कोणाला येणार नाही." एवढं बोलून आपला प्रस्ताव त्याच्या व्यवस्थित पचनी पडावा म्हणून जेनाबाई थोडा वेळ थांबली. मग नेटाने घोडं पुढे दामटून म्हणाली, "शिवाय खबऱ्या बनल्यानंतर त्याच्यावर बारीक नजर ठेवता येईल. तो फार डोईजड होण्यापूर्वीच पंख छाटता येतील."

काही वेळ तो अधिकारी विचारात गढला. नंतर त्याने विचारलं, "आणि ह्या बदल्यात आम्ही काय करायचं?"

"काही नाही... त्याच्यावरचे सर्व आरोप मागे घ्यायचे, बस्स." ती म्हणाली.

"जेनाबाई, तुला वेडबिड लागलंय की काय?" तो ओरडला. "मी तुला आदराने वागवतो, म्हणून माझ्या चांगुलपणाचा गैरफायदा घेऊ नकोस. त्याच्यावरचा एकही आरोप मागे घेणार नाही... शक्यच नाही." तो अधिकारी ठामपणे म्हणाला.

"साहेब, हा तुमचा पक्का निर्णय आहे?"

त्या अधिकाऱ्याने काही उत्तर न देता एका फायलीमध्ये डोकं खुपसलं. त्याचा हा आविर्भाव पाहून जेनाबाई निराश होऊन उठली. मनामध्ये थोडी आशा वाटत होती, पण थांबण्यात अर्थ नाही असं वाटून ती निघालीच. दार उघडलं तोच त्या अधिकाऱ्याने वर न बघता हळूच म्हटलं, "मला विचार करायला वेळ हवा."

"किती वेळ?" जेनाबाईने लगेच प्रश्न केला.

"ही साधी गोष्ट आहे का?... वेळ लागेल, किती ते माहीत नाही."

"तोपर्यंत तुम्ही त्याला हात लावणार नाही, असं समजू ना?" तिच्या ह्या प्रश्नावर त्याने काहीही प्रत्युत्तर दिलं नाही.

"दिलेला शब्द मी पाळीन, तसा तुम्हीही पाळाल अशी आशा करते," असं बोलून ती निघाली. भेट यशस्वी झाली हा आनंद मनात होताच.

कबूल केलं होतं, पण दाऊद त्या दिवशी तिच्या घरी फिरकलाच नाही. पोलीस आणि त्याचे अब्बा ह्यांच्याशी झालेल्या वाटाघाटींविषयी त्याला सांगण्यासाठी जेनाबाई उत्सुक होती. तिने मस्तानबरोबर काय ठरवलंय, हेही त्याच्या कानावर घालायला हवं होतं; पण बरीच वाट पाहूनही दाऊद उगवला नाहीच. शेवटी जेवून

ती झोपली.

भल्या पहाटे – तीन वाजून चाळीस मिनिटं झाली असताना दरवाजावर हलकी थाप पडली. आपल्याला भास झाला, असं समजून जेनाबाईने दुर्लक्ष केलं; पण लगेचच दुसरी थाप ऐकू आली. पाठोपाठ हळू आवाजात हाकही आली, ''जेनाबाई, मी दाऊद.''

खोलीत झोपलेल्या मुलाला ऐकू जाऊ नये, ह्याची काळजी घेत जेनाबाईने हळूच दार उघडलं.

''मासी, काम झालं का?'' दाऊदने उत्सुकतेने विचारलं.

''तुला काय वाटलं, मला जमणार नाही?'' जेनाबाई हसून म्हणाली, ''तुझ्या मावशीने सर्व ठीक केलं. तुला लपून बसायची गरज नाही. तुझ्या अब्बालाही समजावलंय; पण थोडे दिवस जपून राहा. नेहमीप्रमाणे वर्दीवाल्यांनी पूर्ण होकार दिलेला नाही.'' तिने बजावलं.

''त्याची काळजी नको. मी सगळं बरोबर करीन.''

घोर चिंता दूर झाल्याने दाऊदने सुटकेचा भलामोठा नि:श्वास टाकला.

जेनाबाईने दिलेलं पाणी पिऊन तो निघाला तोच तिने त्याला थांबवलं.

''तुला उपकाराची परतफेड करायला हवी,'' ती म्हणाली.

''अरे हो, अर्थात! मासी, काय करू सांग?''

''तुमच्या सततच्या मारामाऱ्यांमुळे मस्तानभाई वैतागले आहेत. डोंगरीमध्ये तुम्हा पोरांनी कमालीचा उच्छाद मांडलाय. स्वतःच्याच भावांशी वैर धरलंय, हे तुमच्या लक्षात येत नाही का? तुम्ही सारे एकमेकांचे भाऊ आहात, हे विसरलात का?''

दाऊद काही उत्तर देत नाही, हे पाहून जेनाबाई पुढे म्हणाली, ''पठाण आणि तुम्ही एकत्र येऊन काम करावं. त्यामुळे तुमची शक्ती शतपटीने वाढेल. तसंच कोणालाही तुम्हाला हात लावायची हिंमत होणार नाही, असं मस्तानला वाटतंय. आणि त्यासाठीच सर्वांची एक बैठक घ्यायची त्याची इच्छा आहे.''

''मासी, मी येणार नाही. मस्तान भाईच्या घरात खून पडावेत असं मला वाटत नाही.''

''मी असताना तसं काहीही होणार नाही ह्याची मी हमी देते. तू मला कबूल केलं होतंस. आता शब्द फिरवू नकोस. साबीर आणि तू तिथे यायलाच हवं. कधी ते मी नंतर कळवीन...''

दाऊद पेचामध्ये सापडला. मस्तानभाईच्या बैठकीला जायची त्याला मुळीच इच्छा नव्हती; पण त्याने जेनाबाईला शब्द दिला होता हेही खरंच...

अर्थात जेनाबाईच्या मनासारखं झालं!

मस्तानचं अमोघ अस्त्र

जुलै महिन्यामध्ये मस्तानच्या बंगल्यामध्ये ती ऐतिहासिक बैठक ठरली. सतत एकमेकांच्या उरावर बसणारे टोळीदादा अखेर एकमेकांना भेटायला तयार झाले.

तयारीसाठी जेनाबाई भल्या पहाटेच मस्तानच्या बंगल्यावर आली. मस्तान, नोकर आणि ती स्वत: ह्यांच्या व्यतिरिक्त बंगल्यावर दुसरं कोणीही हजर नव्हतं. बैठक रात्री होणार होती.

करीम लालाबरोबर गंभीर चर्चा करून बैठकीला कोणाला बोलवायचं, ह्याची अंतिम यादी बनवली होती.

अपघातानेसुद्धा रक्तपात घडू नये म्हणून कोणीही कोणत्याही प्रकारची शस्त्रं बाळगू नयेत, असं सर्वानुमते ठरवण्यात आलं.

पाहुणे येण्याची वेळ जवळ आली. मस्तानच्या चेहऱ्यावर प्रचंड चिंता स्पष्ट दिसून येत होती. 'सारं काही ठीक होईल' अशी ग्वाही जेनाबाई देत असली, तरी बैठकीमधून नेमकं काय निष्पन्न होणार ह्याविषयी मस्तानला शंका वाटत होती.

संध्याकाळ झाली तशी पाहुणे मंडळी येण्यास सुरुवात झाली. अन्य कोणाची नसली तरी जेनाबाईला दाऊद आणि साबीरची अतिशय चिंता वाटत होती. त्या जोडीचा उतावळा, तापट स्वभाव लक्षात घेऊन तिने मस्तानतर्फे तिचे स्नेही आणि त्यांचे अब्बा इब्राहिम कासकरला बैठकीचं निमंत्रण दिलं होतं. त्या दोघांवर इब्राहिमच वचक ठेवू शकेल, हे जेनाबाई जाणून होती. एकेक करता सर्व आमंत्रित जमा झाले – पठाण टोळीचा मुख्य करीम लाला आणि त्याची टोळी, दाऊद, साबीर आणि त्यांचे अब्बा, तसंच माजिद कालिया, हुसेन सोमजी, दिलीप अजीज आणि हनिफ. एवढे सर्व एकाच खोलीत असूनही कोणीही एकमेकांशी बोलत नसल्याने, आतमध्ये स्मशानशांतता पसरली होती.

जेनाबाई ही एकमेव स्त्री त्या खोलीत उपस्थित होती. सारेच गुन्हेगारी जगतातील

जाने-माने दादालोक; पण जेनाबाई कोणत्याही दडपणाविना, सहजगत्या त्यांच्याशी गप्पा मारत होती. गुन्हेगारी वर्तुळात तिला देण्यात येणारा मान आणि तिचा प्रभाव साऱ्यांच्याच वागण्या-बोलण्यात दिसून येत होता.

अखेर बैठकीला सुरुवात झाली. जेनाबाई दाऊद शेजारी जाऊन बसली. त्याची घट्ट वळलेली मूठ तिने आपल्या हातात घेतली. त्याने आपला राग काबूत ठेवावा, हेच जणू तिला सुचवायचं होतं...

मस्तानने डायनिंग टेबलावरच्या काचेच्या रक्षापात्रात हातातील सिगारेट विझवून टाकली आणि पाहुण्यांकडे वळला.

''माझे सर्व बंधू एका छताखाली एकत्र बसलेले पाहून मला अतिशय अभिमान वाटतो आहे. आपणा सर्वांमध्ये बरेच गैरसमज आणि वैरभावना निर्माण झाल्या आहेत. हे सर्व थांबवून आपण सर्वांनी एकत्र यावं, अशी माझी इच्छा आहे. हे एकीकरण माझ्या गरीबखान्यात व्हावं, या विनम्र हेतूने आपणा सर्वांना इथे बोलावलं आहे.'' मस्तानने स्वागताचं भाषण केलं. कोणीही अवाक्षर बोललं नाही. जेनाबाई मात्र सर्वांकडे पाहून स्मितहास्य करत होती.

मस्तानने सर्वांचे दगडी चेहरे पाहिले. कोणाचीही प्रतिक्रिया नाही हे पाहून, त्याने घोडं पुढे दामटलं. ''आपण सारे मुस्लीम आहोत. इस्लाम धर्माचं पालन करतो; पण आपणा सर्वांचा शत्रू कोण आहे हे जाणून न घेता, एकमेकांचे गळे घोटण्यात, खून-खराबा करण्यात आपली सारी शक्ती खर्च करतोय. आपल्या धर्माचा आपण सारेच अपमान करतोय आणि आपल्या वागण्यामुळे सर्वांपुढे मूर्ख ठरतोय. आपला मूर्खपणा पाहून सारेच आपल्याला हसत असणार. लोक, सरकार आणि पोलीसदेखील!''

''मस्तानभाई, अगदी बरोबर बोललात. आपल्या वागण्यामुळे आपण हास्यास्पद ठरलोय. एकमेकांना मारण्यात गर्क असल्याने बाकी कोणाला आपल्यापासून धोका नाही, असं सरकारलादेखील वाटतंय. या अल्ला... काय ही आपली परिस्थिती झालीय!'' जेनाबाईने आपल्यापरीने हातभार लावला.

''हा आरोप बिनबुडाचा आहे. मुस्लीम बांधवांची आम्ही नेहमीच काळजी घेतली आहे. इतकंच नव्हे; तर मारामाऱ्या, भांडणं आमच्या बाजूने कधीच सुरू होत नाहीत. बाकीचे स्वत:ला आमच्यापेक्षा जास्त ताकदवान मानतात, हा काही आमचा दोष नाही. कुरापती तेच काढतात. आम्ही काहीही केलं, तरी ह्यांची दादागिरी चालू होते.'' दाऊदने गाऱ्हाणं मांडलं.

हे ऐकून अर्थातच पठाण गप्प बसणार नव्हतेच. सारे ताडकन उठले. ''आम्ही स्वत:ला जास्त ताकदवान समजतो असं तू म्हणतोस? तुम्ही कालची पोरं आम्हाला शिकवणार? आम्ही कसं वागायचं ह्याचे धडे तुमच्याकडून घ्यायचे? आज, आत्ता

साऱ्याचाच सोक्षमोक्ष लावूनच टाकू. जास्त ताकदवान कोण आहे, ते दाखवतोच.''
एवढं बोलून रागाने बेभान झालेल्या एका पठाणाने पिस्तूल काढलं.

हे पाहून दाऊदचा भाऊ साबीर चवताळून उठला. त्या पठाणावर तो हल्ला
करणार तोच जेनाबाईही चिडून मध्ये पडली. ''कोणीही हत्यार आणायचं नाही असं
बजावून सांगितलं होतं, तरी पिस्तूल का आणलं? हे मस्तानभाईचं घर आहे,
युद्धभूमी नाही. तुम्हाला जे काही करायचं ते बाहेर, इथे नाही.'' तिने तडकावलं. मग
दाऊदकडे रोखून पाहिलं, तेव्हा तो भानावर आला. साबीरच्या वागण्याचे काय
परिणाम होतील, हे त्याला चांगलं माहीत होतं. त्याने साबीरला आवरलं आणि दोघं
खाली बसले.

जेनाबाईने परिस्थिती नियंत्रणाखाली आणली हे पाहून मस्तानचा जीव भांड्यात
पडला. ''अल्ला आणि इस्लामसाठी तरी आपण आपले मतभेद मिटवायलाच
हवेत. ह्यापुढे एकमेकांबरोबर वैरभावनेने वागणार नाही अशी आज शपथ घेऊ या.''
मस्तानने सर्वांच्या भावनेला हात घातला.

त्याचं बोलणं संपलं तोच जेनाबाई पटकन उठली. मस्तकावर आपला सफेद
दुपट्टा ओढून घेतला आणि आत गेली. सारे पाहुणे बुचकळ्यात पडले. आता काय
होणार, अशा चिंतेत ते असतानाच हिरव्या रंगाच्या कपड्यात गुंडाळलेलं पवित्र
कुराण घेऊन ती बाहेर आली. जेनाबाईने कुराण मोठ्या काळजीपूर्वक बाजूच्या
टेबलावर ठेवलं आणि पुन्हा स्थानापन्न झाली. पाहुण्यांपैकी एकाने आपल्या एका
पोऱ्याला कुराण मधल्या टेबलावर ठेवायला सांगितलं.

''पवित्र कुराणावर हात ठेवून आता आपण सारे शपथ घेऊ या,'' मस्तान
म्हणाला.

जेनाबाईने चुचकारल्यानंतर दाऊद आणि साबीरने सर्वप्रथम शपथ घेतली.
त्यानंतर हळूहळू सर्वांनीच पवित्र कुराणावर हात ठेवून प्रतिज्ञा केली. 'आपल्याच
बांधवांना मारणार नाही, शांततापूर्ण सहकार्याने राहू. बंधुभावाने आणि एकोप्याने वागू.'

ह्या अत्यंत महत्त्वपूर्ण बैठकीनंतर मस्तानने बेलासिस रोडवरच्या जमिनीविषयी
सांगितलं. तिचा कब्जा मिळवण्यात कोणत्या अडचणी येत आहेत ते कळल्यानंतर
पठाण आणि दाऊदच्या टोळीत काम करणारे तिथल्या भाडेकरूंना भेटले आणि त्वरित
जागा खाली करायचं फर्मान सोडलं. अर्थात चिलियांनी प्रखर विरोध केला. ते
प्राणपणाने लढले. परंतु दोन्ही टोळ्यांच्या एकत्रित शक्तीपुढे ते हतबल ठरले. ती
जागा त्यांच्या हातातून गेली. मस्तानने त्या जागी अनेकमजली टोलेजंग इमारत बांधली.

मुंबईच्या गुन्हेगारी जगताच्या इतिहासात दोन महाबलवान टोळ्यांमधील शांतितह
अतिशय महत्त्वपूर्ण ठरला. युद्धविरामाच्या वाटाघाटी मस्तानच्या घरी झाल्या हे खरं
असलं, तरी त्यामागील प्रमुख सूत्रधार जेनाबाईच होती, हे निर्विवाद.

पुन्हा शांतिमोर्चा!

१९९३ साल. जानेवारी महिना. अजूनही 'बॉम्बे'चं मुंबई झालं नव्हतं, तेव्हाची ही घटना.

स्वप्ननगरी मुंबई. विविध धर्मीय लोक, वेगवेगळ्या खाद्यपदार्थांनी भरलेलं ताट असावं, तसे इथे एकत्र, गुण्यागोविंदाने राहत होते आणि अचानक मुंबईमध्ये जातीय तणाव जाणवायला लागला. ६ डिसेंबर १९९२ला अयोध्येत बाबरी मशीद जमीनदोस्त करण्यात आली होती. त्याचे हिंसक पडसाद मुंबई नगरीमध्ये ऐकू आले. हिंदू आणि मुस्लीम लोकांमध्ये राजकीय हेतूने प्रेरित आणि नियोजित भयानक दंगली होऊ लागल्या.

दंगलींमध्ये दोन्ही धर्मियांची पद्धतशीरपणे कत्तल होऊ लागली. शेकडो लोक मारले गेले. सूडाने बेभान जमावाने जाळपोळ करून हजारोंना बेघर केलं. धार्मिक बेबनावामुळे मुंबई अक्षरश: पेटली.

बहुतांशी मुस्लीम वस्ती असलेली भेंडी बाजार, डोंगरी, नागपाडा, धारावी आणि मुंब्रा अशी ठिकाणं मुंबईमधील जाळपोळ, दंगली घडवून आणणारी प्रमुख केंद्रं बनली. पराकोटीचा रक्तपात आणि भीषण विध्वंस घडत असल्याने हे भाग 'अतिसंवेदनशील' म्हणून घोषित करण्यात आले होते.

सैन्यदलालाही दंगली आटोक्यात आणता आल्या नाहीत, त्यामुळे संचारबंदी लागू करण्यात आली.

एकीकडे हिंसाचाराचं थैमान चालू असताना एका कृश, ७२ वर्षांच्या वृद्धेने डोंगरीमध्ये शांतता प्रस्थापित करण्यासाठी पुढाकार घेतला. गुन्हेगारी जगतातील एके काळच्या बादशहांची साम्राज्यं अस्ताला गेली होती. करीम लाला आणि मस्तान वार्धक्याकडे झुकले होते, कायम आजारीही असायचे. १९८८पासून चेन्नईला राहणारा वरदाही काही काळापूर्वी मरण पावला होता. गुन्हेगारी जगताचा आजचा सम्राट दाऊद दुबईहून सारी सूत्रं हलवत होता. साहजिकच पूर्वीप्रमाणे शक्तिप्रदर्शनासाठी

तिला कोणाचीही मदत मिळणार नव्हती.

गेल्या काही दिवसांपासून घडणाऱ्या भयंकर प्रकारांमुळे तिला अतिशय दुःख होत होतं. अनेक लोकांनी तिच्याकडे मदतीची याचना केली होती. 'आमची घरंदारं, मालमत्ता जळून खाक झाली, मुलाबाळांना अत्यंत निर्घृणपणे मारलं,' अशा तऱ्हेच्या करुण कहाण्या त्यांच्याकडून ऐकायला मिळत होत्या. शक्य होती तेवढी मदत ती करत होतीच. पोलीस, गुन्हेगारी जगतातील दादा, राजकारणी अशा सर्वांनाच तिने साकडं घातलं; पण 'परिस्थिती आमच्या आटोक्याबाहेर गेली असून नियंत्रण करणं अशक्य झालंय,' असं म्हणून त्या सर्वांनीच असमर्थता व्यक्त केली.

दंगेधोपे गेल्या महिन्यापासून चालूच होते. कायदा आणि सुव्यवस्था राखणाऱ्या संस्था शहरांमध्ये शांतता प्रस्थापित करण्यास कमी पडताहेत, हे तिला स्पष्ट दिसत होतं. पीडित जिवांना 'सारं सुरळीत व्हावं यासाठी प्रार्थना करा,' असं सांगणं एवढंच तिच्या हाती होतं. तिच्या खोलीमधील एकुलती एक खिडकी आणि दार गेले कित्येक दिवस बंदच होतं. जाड पडद्यांमुळे बाहेर काय चाललंय, ह्याची कल्पना येत नव्हती.

जुन्या जमान्यात तिने एक आवाज काढला, तर सगळे चूप व्हायचे. दंगेखोर तिला घाबरून असत. आज चित्र पालटलं होतं. तिच्या शब्दाला किंमत नव्हती. बाबरी मशीद पाडल्यानंतर हजारोंचा जमाव एकत्र झाला होता. बघता-बघता हिंसाचार चालू झाला. पोलिसांची वाहनं जाळण्यात आली. तिच्या विनंतीला धूप न घालता दंगली चालूच राहिल्या.

हिंदू-मुस्लीम दंगलींच्या वेळी तिचा प्रभाव अजिबात उरला नाही हे सिद्ध झालं. तिने मध्यस्थी करायचा प्रयत्न करू नये, असंदेखील तिला सांगण्यात आलं; पण किती काळ गप्प बसायचं... अशा विचाराने ती अस्वस्थ झाली होती.

९ जानेवारी १९९३ रोजी सुलेमान उस्मान बेकरीमध्ये गोळीबार करण्यात आला. ही घटना तिच्या मनावरील ओझ्यावर पडलेली शेवटची काडी ठरली. सुलेमान उस्मान बेकरीच्या गच्चीवर आतंकवादी लपले आहेत असा संशय आल्याने, 'स्पेशल ऑपरेशन स्क्वाड'ने (SOS) बेकरीमध्ये गोळीबार केला. जॉइंट कमिशनर ऑफ पोलीस आर.डी. त्यागी ह्या मोहिमेचे सूत्रधार होते. बंदुकीचे आणि त्यानंतर बेकरीमध्ये अडकलेल्या असाहाय्य लोकांच्या करुण किंकाळ्यांचे आवाज तिच्यापर्यंत पोहोचत होते. पोलिसांकडून झालेल्या अत्यंत भीषण आणि अनावश्यक हत्याकांडाची ती एक अगतिक साक्षीदार होती.

त्या गोळीबारामध्ये ९ मुस्लीम लोकांचा मृत्यू झाला. एकही आतंकवादी वा कोणत्याही प्रकारची शस्त्रास्त्रं बेकरीमध्ये सापडली नाहीत. त्याचं साधं कारण म्हणजे तिथे त्या दोन्हीपैकी कोणीही नव्हतंच.

या भयानक घटनेनंतर मात्र तिला घराबाहेर पडण्यापासून कोणीही रोखू शकलं नाही. चिकनचा लांब, सफेद रंगाचा नाइट गाउन, करड्या झालेल्या केसांवरून शाल पांघरलेली, अंगावर भरपूर दागदागिने घातलेली अशी ती रस्त्यावर आली. एका हातात जपमाळ आणि दुसऱ्या हातात शांतीचा संदेश देणारा पांढरा झेंडा घेतलेल्या तिला पाहून क्षणार्धात आजूबाजूचे तरुणही तिच्या शांतिमोर्चामध्ये सामील झाले.

डोंगरीच्या गल्लीमधून पायधुनी नाक्यापर्यंत कोणत्याही प्रकारची भीती न बाळगता ती जात होती. नाक्यावर उजवीकडे हमिदिया मशीद, तर डाव्या बाजूला खत्री मशीद होती. डावीकडेच तीन जैन देरासरसुद्धा होते. भावना दुखावलेल्या दोन्ही जमातींमधील ह्या सीमारेषा होत्या. एकीकडे मशिदी; तर दुसऱ्या बाजूला जैन मंदिरं. ब्रिटिश काळापासून अस्तित्वात असलेली पायधुनी पोलीस चौकी ह्या दोन्ही धार्मिक स्थळांच्या समोरच होती. चौकात पोहोचल्यानंतर ती थांबली.

शेकडो तरुण लोकांच्यामध्ये ती उभी होती. सफेद झेंडा फडकवत ती शांतता आणि एकता प्रस्थापित व्हावी, म्हणून लोकांना आवाहन करत होती. सभोवती जखमी लोकांचा खच पडला होता. बेफाम झालेला जमाव दुकानांची उघडपणे लुटालूट करत होता. जाळपोळ चालूच होती.

निदर्शनं करणारा जमाव पाहून पोलीस लाठ्या आणि ढाली घेऊन पुढे सरकले. रागाने बेफाम झालेले लोक आणि लाठीमार करायला सज्ज झालेले पोलीस ह्यांना न घाबरता दमलेली, थकलेली वृद्ध जेनाबाई शांतपणे, निडर छातीने शांतीचा संदेश देण्यासाठी उभी होती. तिला साथ देणारे घोषणा देत होते. 'जेनाबाई जिंदाबाद! जेनाबाई जिंदाबाद! जेनाबाई जिंदाबाद!'

मुलीच्या शब्दांत – जेनाबाई

अनेक दिवस असंख्य लोकांना फोन केल्यानंतर आणि बऱ्याच अंतहीन शोधाशोधीनंतर अखेरीस जेनाबाईच्या थोरल्या मुलीचा – खातूमचा – फोन नंबर मिळाला. तिला खदिजा नावानेही ओळखलं जातं.

७४ वर्षांची खदिजा फोनवर अत्यंत सौजन्याने बोलत होती. तिच्या आईवर लेख लिहितोय, हे समजल्यावर तिला मनापासून आनंद झालेला दिसला. डोंगरीमधील चुनावाला बिल्डिंगमध्ये येण्याचं आमंत्रणही तिने लगेचच दिलं.

साधारण १४ वर्षांपूर्वी ह्याच घरी जेनाबाईने अखेरचा श्वास घेतला. खदिजा आता इथेच राहते. विवाहानंतर तिच्या नवऱ्याने दुसऱ्या बाईसाठी तिला सोडल्याने, ती माहेरी परतली होती.

तीन मजली चाळ आता फारच जुनी झाली आहे. अरुंद, उभ्या लाकडी जिन्याने आम्ही पहिल्या मजल्यावरच्या तिच्या खोलीत पोहोचलो. उजवीकडली दुसरी खोली. दाराला फिका पांढरा रंग दिलाय. लोखंडी जाळी लावली आहे. दोन वेळा दारावरची घंटी वाजवल्यानंतर एका उंच स्त्रीने दरवाजा उघडला. फिकट गुलाबी रंगाचा लांब सलवार-कमीज आणि डोक्यावर दुपट्टा अशा वेषात ती होती.

तिने आमचं हसून स्वागत केलं. लोखंडी जाळीचा दरवाजा बंद करून ती म्हणाली, ''सारख्या चोऱ्या होतात, म्हणून ही कटकट...'' 'मी खदिजा' अशी स्वत:ची ओळख करून देऊन तिने आम्हाला खोलीतल्या छोट्या सोफ्यावर बसवलं. मार्बलच्या फरशा लावलेली खोली फारशी मोठी नव्हती. जेमतेम १५० चौरस फुटांच्या खोलीचा वापर दिवाणखाना, झोपायची खोली, स्वयंपाकघर आणि बाल्कनी अशा विविध कारणांसाठी होतोय, हे दिसून येत होतं.

आम्ही बसलो त्या सोफ्यासमोर कॉट होती. तिच्यावरती मक्केमधील पवित्र काब्याचं मोठं कापडी चित्रं लावलेलं. खदिजा कॉटवर बसली.

खदिजा अंगापिंडाने रुंद आहे. सणसणीत उंची – ५ फूट ११ इंचांच्या वरच

असावी. आईसारखंच मोठं आणि लांब नाक.

तिने जेनाबाईविषयी अधिक माहिती पुरवली, "ताकदवान, निडर आणि आक्रमक – माझ्या आईचं यथार्थ वर्णन ह्या शब्दांमध्ये करता येईल. ती आदर्श 'गॉडमदर' होती. ह्या घरामध्ये हजारो कौटुंबिक कलह मिटवले असतील तिने. इतकंच नव्हे; तर माफिया दादांमधील भांडणंही तिने सोडवली आहेत.''

आपल्या आईला 'गॉडमदर' हे पद नेमकं कधी प्राप्त झालं, ह्याची खदिजाला नीटशी कल्पना नाही. पण ''ह्याच कॉटवर बसून तिने अनेकांच्या समस्या सोडवल्या'', हे तिला नक्की माहिती आहे. ''तिच्याकडे प्रश्न घेऊन येणाऱ्यांची घराबाहेर रांगच लागायची. कायम गर्दी असायची आमच्या ह्या खोलीमध्ये.'' खदिजा म्हणाली.

''मी खबरी म्हणून काम करावं ह्यासाठी आईने बरेच प्रयत्न केले.'' खदिजा पुढे म्हणाली, ''पण पोलिसांना नीट हाताळण्यासाठी जरुरी असलेलं आईचं कसब आणि हुशारी आपल्यामध्ये नव्हती,'' हे तिने मान्य केलं. ''एकदा ती स्वतःबरोबर मलाही पोलीस चौकीवर घेऊन गेली, पण त्या खाकी गणवेशधाऱ्यांची मला प्रचंड भीती वाटायची. पुन्हा कधीही मला तिथे नेऊ नकोस, असं मी तिला निक्षून सांगितलं.''

बोलता-बोलता अचानक काहीतरी आठवल्याने खदिजा उठली. कोपऱ्यामधील स्टीलचं कपाट उघडून तिने अतिशय काळजीपूर्वक आतून एक जपमाळ काढली. ''ही तिची तसबीह. सदैव तिच्याजवळ असे. कुठेही गेली तरी बरोबर असायचीच.'' तिचा मुलगा कमालच्या मृत्यूनंतर, तसंच तब्येतीच्या तक्रारी चालू झाल्यानंतर जेनाबाई काहीशी धार्मिक बनली. १९८० च्या सुमारास तिने 'ताबलिघ-इ-जमात' या मुस्लीम चळवळीला वाहून घेतलं.

तिचा मृत्यू काहीसा अनपेक्षित होता. ७४ वर्षांच्या आयुष्यात जेनाबाई कधीही फारशी आजारी पडली नव्हती. त्यामुळेच तिच्या आकस्मिक मृत्यूमुळे कुटुंबीयांना थोडा धक्का बसला. तिला डॉक्टर, औषधं, हॉस्पिटल ह्या गोष्टींचं वावडं असल्याने ती आजारी पडायची नाही हे नशीबच म्हणायचं!

एके दिवशी नमाज पढत असतानाच ती बेशुद्ध पडली. ''आम्ही तिला तत्काळ हॉस्पिटलमध्ये नेलं.'' खदिजा म्हणाली, ''डॉक्टरांनी मेंदूमध्ये रक्तस्राव झाल्याचं निदान केलं. अर्थातच तिची रवानगी अतिदक्षता विभागात झाली. नंतर ती शुद्धीवर आली. आपण हॉस्पिटलमध्ये आहोत हे समजल्यावर तिने किंचाळायला सुरुवात केली. तिथे आणल्याबद्दल आम्हालाही शिव्या मिळाल्या. 'लगेच घरी जायचं', असं फर्मान निघालं. आम्ही सारेच तिला घाबरून असायचो. त्यामुळे तिचा आग्रह मान्य करण्यात आला.''

घरी आल्यावर मात्र ती कोमातच गेली. घरीच वैद्यकीय मदत देण्यात आली;

पण एका आठवड्यानंतर ती निधन पावली.

अशा तऱ्हेने जैनाब दरवेश गांधी उर्फ जेनाबाई दारूवालीला अतिशय शांत आणि वेदनारहित मृत्यू आला. तिच्या कबरीवर लावलेल्या दगडावरील अक्षरं हीच केवळ तिची आठवण बाकी आहे – फॉर्म नंबर २५४४. ओटा नंबर ६०१. ∎

२

कामाठीपुऱ्याची सम्राज्ञी

एका वेश्येची कर्मकहाणी

नववधू घालतात तसा लाल रंगाचा वेष तिला जबरदस्तीने घालायला लावला होता. पलंगावर गुलाबाच्या भरपूर पाकळ्या विखरून टाकल्या होत्या. लालचुटुक रंगवलेले ओठ, नाकामध्ये भलीमोठी नथ अडकवलेली, त्यामुळे तिच्या भडक वेषभूषेमध्ये अधिकच भर पडली होती. खोलीमधल्या जुनाट ग्रामोफोनवर कोणतंसं जुनं गाणं वाजत होतं. एकूणच देखावा पाहून मधूला सुहाग रात आठवली. आपल्याला इथे नटून-थटून का बसवलंय, हे अजूनही तिला समजलं नव्हतं.

अचानक दरवाजा उघडला. आत आलेल्या जगनशेठला पाहून भीतीने आधीच अर्धमेली झालेली मधू कमालीची दचकली. पिऊन तर्र झालेल्या जगनशेठचे डोळे लाल झाले होते. पलंगावर बसलेल्या पोरसवदा तरुणीकडे त्याने निरखून पाहिलं. कल्पना केल्याप्रमाणेच ती दिसते आहे हे पाहून, तसंच 'तिला भोगणारा पहिला पुरुष मीच' हा विचार मनात येऊन तो फारच खूश झाला.

त्याची आरपार पोहोचणारी नजर पाहून अंगभर कपडे घालूनही आपण उघड्या-नागड्या आहोत, असं मधूला वाटायला लागलं. आज आपली 'नथ उतरणार' आहे, याची त्या १६ वर्षांच्या कोवळ्या पोरीला कल्पना नव्हती. 'कौमार्यभंग' ह्या शब्दाऐवजी 'नथ उतारना' हा काहीसा सौम्य वाक्प्रचार वापरला जातो. पारंपरिक सुहाग रात्री नवरामुलगा नववधूच्या नाकामधील सोन्याची नथ काढून ठेवतो, त्यावरून 'नथ उतारना' हा शब्दप्रयोग तयार झाला. तथापि, वेश्याव्यवसाय करणाऱ्यांमध्ये 'नथ उतारना' म्हणजे 'नवीन मुलीची धंद्याला सुरुवात.'

जगनशेठ स्वत:चे कपडे उतरवायला लागला, हे पाहून मधूच्या काळजाचं पाणी झालं. रडू आलं, पण तिने ते कसंबसं आवरलं. कारण रश्मी मॅडमने 'अजिबात रडायचं नाही किंवा कोणत्याही प्रकाराने विरोध करायचा नाही,' असं बजावून सांगितलं होतं. 'तू रडलीस, ओरडलीस, तर तो माणूस तुला मारूनच

टाकील. याद राख. तो सांगेल तसंच कर.' ती म्हणाली होती. लॉजमधून पळवून आणणाऱ्यांनीच तिला रश्मी मॅडमकडे आणलं होतं. तीन आठवड्यांपूर्वी ती आपल्या गावाहून पळून मुंबईला आली होती, श्रावण नावाच्या माणसाबरोबर. काही दिवस दोघंही एका लॉजमध्ये राहिले. तिथून काही लोकांनी तिचं अपहरण केलं होतं. प्रत्यक्षात श्रावणनेच १००० रुपये घेऊन तिला एका कुंटणखान्यात विकलं होतं. मधूला तेव्हा ही गोष्ट माहिती नव्हती.

काय चाललंय, हे कळायच्या आत जगनशेठ सगळे कपडे काढून पलंगावर तिच्या शेजारी येऊन बसला. पान, विडी आणि देशी दारू असा तिन्हीचा एकत्रित घाणेरडा दर्प तिच्या नाकात शिरला. त्या विचित्र वासाने तिला मळमळायला लागलं. श्वास घेता येईना. तिने तोंड बाजूला वळवलं. क्षणभर भयाण शांतता पसरली. मग शेठने तिचा हात पकडला आणि तिच्या कानात कुजबुजला, "माझ्याकडे बघ..."

मधूने काहीच प्रतिसाद दिला नाही, हे पाहून तो चिडला. तिची हनुवटी पकडून त्याने जबरदस्तीने तिचं तोंड आपल्याकडे वळवलं. नाइलाजाने तिला त्याचं उघडं शरीर पाहावं लागलं. गलेलठ्ठ देह, पुढे आलेली भलीमोठी ढेरी – त्याचं ध्यान पाहून मधूलाच लाज वाटली. तिने मान खाली घातली. त्याला स्वत:ची जराही लाज वाटत नाही, हे पाहून तिला आश्चर्य वाटलं.

जगनशेठने तिला मागे ढकलून आडवं केलं आणि तिच्या अंगावर चढला. घागरा वर करून तिच्या मांड्यांमध्ये बोटं सरकवून चाळवायला लागला. मधूला प्रचंड धक्का बसला. डोळे घट्ट मिटून ती देवाचा धावा करू लागली. जगनशेठ थांबेल, अशी तिला अंधूकशी आशा वाटत होती. ही तिच्या यातनांची सुरुवात आहे, हे तिला तेव्हा समजलं नाही. एव्हाना त्याने तिची घागरा-चोळी काढून टाकली होती. मधूने प्रतिकार केला, पण १६ वर्षांच्या पोरीचं त्या जाडजूड शेठपुढे काही चाललं नाही.

मधूच्या डोळ्यांतून आसवांची धार सुरू झाली होती. रडत-रडत ती त्याला ढकलायचा प्रयत्न करत होती, पण त्यामुळे तो अधिकच चेकाळून अक्षरश: जनावराप्रमाणे तिच्यावर तुटून पडला. तिच्यावर वारंवार पाशवी बलात्कार करूनच तो थांबला. तिने मांड्या गच्च दाबून धरल्यावर, बेभान झालेल्या जगनशेठने तिला मारझोड करून काबूत आणलं होतं. शेठचे अत्याचार अखेरीस थांबले, तेव्हा मधूची अवस्था अत्यंत दयनीय झाली होती. सर्व अंग वेदनांनी ठणकत होतं. मारल्यामुळे अंगभर वळ उठले होते. जगनशेठने केलेल्या राक्षसी अत्याचारांमुळे ती शरमून गेली होती. सारंच इतकं दु:खदायक होतं की, पळून आल्यानंतर आज प्रथमच जीव देऊन सारं संपवावं, असे विचार तिच्या मनात आले.

मधूने जगनशेठला साथ दिली नाही हे समजल्यावर, रश्मी आणि तिच्या

नवऱ्याने तिला चांगलंच बदडून काढलं. श्रावणनेच तिचा सौदा केला, हेही तिला सांगितलं. हे ऐकून दगड झालेल्या मधूच्या डोळ्यांत पाण्याचा टिपूसही आला नाही.

त्या घटनेनंतर तिने अन्न-पाणी सोडलं. बधीर मनाने ती सुन्नपणे बसून राहायची. अर्थात त्याच्याशी सोयरसुतक नसल्याने रश्मी मॅडमने तिच्याकडे गिऱ्हाईक पाठवलंच. प्रेतवत मधू काहीच प्रतिसाद देत नाही हे पाहून, तो रागारागाने बाहेर पडला. 'तुझ्या मुलींमध्ये काही दम नाही,' असं म्हणून पैसेही परत मागितले. असं होत राहिलं, तर आपली गिऱ्हाइकं कमी होतील, असा व्यावहारिक विचार करून मधू पूर्ववत होईपर्यंत तिच्याकडे गिऱ्हाइकं पाठवायची नाहीत, असं रश्मीने ठरवून टाकलं.

असा आठवडा गेल्यानंतर मात्र 'आता फार झालं' आणखी किती दिवस हिला फुकट पोसायचं, असं रश्मीला वाटायला लागलं. तिच्यापुढे दोन पर्याय होते. 'आलिया भोगासी' असं समजावून मधूला धंदा करायला तयार करायचं. ती कबूल झाली नाही, तर तिला सरळ हाकलून द्यायचं. दुसरा पर्याय चांगला असला, तरी त्यामुळे पोलिसांच्या लफड्यात अडकण्याची शक्यता होती. रश्मीला मार्ग दिसेना. अचानक तिला गंगूबाईची आठवण झाली. ह्या समस्येतून केवळ तीच आपल्याला बाहेर काढेल, असा तिला विश्वास वाटला.

गंगूबाई त्या भागातली प्रख्यात घरवाली होती – अनेक कुंटणखान्यांची मालकीण. तिथे धंदा करणाऱ्या बायकांवर तिची प्रचंड हुकूमत चालायची. मधूच्या हट्टीपणाविषयी ऐकल्यानंतर गंगूबाईने तिच्याशी बोलून तिचं मन वळवायचं ठरवलं. अर्थात नवीन मुलींना समजवायचं काम गंगूबाईला नेहमीच करावं लागे. त्यामुळेच मधूशी बोलण्यासाठी ती लगेच तयार झाली.

सफेद साडी नेसलेली गंगूबाई गाडीतून आली. जेमतेम पाच फूट उंच असली तरी तिचा दरारा होता. ती मधूच्या खोलीकडे जात असताना बाल्कनीत असलेल्या, तसंच रस्त्यावर गिऱ्हाइकं पटवण्यासाठी उभ्या असलेल्या वेश्यांनी मान लववून तिला नमस्कार केला.

गंगूबाईने मधूच्या खोलीत शिरून दार लावून घेतलं. 'मला एकटीलाच तिच्याशी बोलायचंय' असं गंगूबाईने आधीच सांगून ठेवलं होतं. लहानशा खोलीमध्ये खास तिला बसण्यासाठी खुर्ची ठेवली होती. कोपऱ्यामधल्या छोट्या कॉटवर मधू बसली होती. गंगूबाई तिच्याजवळ जाऊन बसली.

"नाव काय तुझं?" तिने विचारलं.

मधू दोन्ही हातांनी तोंड लपवून बसली होती. तिने काही उत्तर दिलं नाही. गंगूबाईने जबरदस्तीने तिचा चेहरा आपल्याकडे वळवला. सारखं रडून मधूचे डोळे सुजले होते. तिची अवस्था पाहून हिच्याशी अतिशय काळजीपूर्वक बोलायला हवं, हे गंगूबाईच्या लक्षात आलं. टेबलावरच्या जगमधल्या पाण्याने आपल्या पदराचं

टोक भिजवून गंगूबाईने मधूचा चेहरा हळुवारपणे पुसला. तिचा मायाळूपणा पाहून मधूचा बांध फुटला. रडत-रडत तिने गंगूबाईला घट्ट मिठी मारली.

''माझ्यावर दया करा... कृपा करून मला जाऊ द्या... मी पाया पडते तुमच्या... नाहीतर मरून जाईन मी...'' ती मोठमोठ्याने रडत म्हणाली.

''आधी रडणं बंद कर पाहू. ही काय हालत करून घेतली आहेस स्वत:ची... मी तुला मदत करायलाच आले आहे; पण न रडता बोल माझ्याशी.'' गंगूबाई म्हणाली.

हे ऐकून मधूने कसंबसं रडू आवरलं.

''आता नाव सांग बरं.''

''मधू...''

''मधू बेटी, अशी का वागते आहेस? किती दिवसांपासून जेवली नाहीस. उपाशी राहून मरायचंय तुला?'' गंगूबाईने प्रेमळपणे विचारलं.

''इथे राहण्यापेक्षा मेलेलं पत्करलं.'' मधू निश्चयी स्वरात म्हणाली.

''अगं मुली, एवढं असेल तर मुळात इथे आलीसच कशी?'' मधूला कुंटणखान्यात कोणी आणलं, ह्याची गंगूबाईला कल्पना देण्यात आली नव्हती. त्यामुळेच तिने हा प्रश्न विचारला.

''श्रा... श्रावणने.'' एवढं बोलते तोच मधूला पुन्हा रडू फुटलं. ज्याच्यावर एवढा भरवसा केला त्यानेच आपला घात केला, ह्या कल्पनेने तिला अतीव दु:ख झालं.

ती रडतच म्हणाली, ''मी त्याच्याबरोबर रत्नागिरीतल्या आमच्या गावातून पळून आले. माझं त्याच्यावर प्रेम होतं. त्याने मला लग्नाचं वचनही दिलं होतं. माझ्या घरून विरोध होता, म्हणून आम्ही इथे आलो. त्यानेच मला इथे विकलं... मला घरी जायचंय. मी हात जोडते. मला जाऊ द्या....''

गंगूबाई मूकपणे ऐकत होती. मधूची कहाणी ऐकून तिच्या जुन्या आठवणी जाग्या झाल्या. सोळा वर्षांची गंगा नजरेसमोर आली.

गुजरातमधील काठियावाड गावात गंगा हरजीवनदास काठियावाडीचा जन्म झाला होता. ख्यातनाम वकील, शिक्षणतज्ज्ञ असलेल्या उच्चशिक्षित खानदानात गंगा जन्मली होती. काठियावाडच्या राजघराण्याशी त्यांचे निकटचे संबंध होते. गंगाचे पिता आणि भाऊ अत्यंत शिस्तप्रिय होते. १९४० साली, तेही खेडेगावात जन्मली असूनही गंगाच्या शिक्षणाकडे त्यांनी विशेष लक्ष दिलं होतं. गंगाला मात्र शिक्षणाची विशेष आवड नव्हती. तिला चित्रपट, अभिनय अशा गोष्टींमध्ये कमालीचा रस होता. तिच्या शाळेतील काही मैत्रिणी मुंबईला जाऊन आलेल्या होत्या. त्यांच्या तोंडून तिथल्या आलिशान इमारती, गाड्या, रुबाबदार पुरुष आणि चित्रपट ह्यांविषयीची

वर्णनं ऐकून, गंगाला कधी एकदा मुंबईला जाते असं झालं होतं.

तिच्या बाबांनी २८ वर्षीय रमणिकलाल ह्या तरुणाला हिशेबनीस म्हणून कामाला ठेवल्यानंतर, गंगाचं मुंबईविषयी आकर्षण अधिकच वाढलं. त्याच्या प्रेमाने ती वेडीच झाली. तो काही वर्षं मायानगरी मुंबईत होता हे समजल्यावर, तो तिला फारच आवडायला लागला. त्याच्याशी बोलायला ती धडपडू लागली. बंगल्याच्या कोपऱ्यातील त्याच्या खोलीत जाण्यासाठी ती निमित्तं शोधायची. कधी चहा, तर कधी जेवण द्यायला ती त्याच्या खोलीत जायची. रमणिकचीदेखील तिच्याशी गप्पा मारायला ना नसे.

सुरुवातीला मुंबई, गंगाचं अभिनेत्री व्हायचं स्वप्नं अशा विषयांवर ते बोलायचे, पण लवकरच त्यांचे वार्तालाप प्रेमालापामध्ये बदलले. रमणिक तिला शाळेबाहेर, गावाबाहेर शेतांमध्ये भेटू लागला. 'मुंबईमध्ये माझ्या सिनेजगतामध्ये ओळखी आहेत. मी तुला सिनेमात कामं मिळवून देईन' अशी आमिषं त्यानं गंगाला दाखवली. 'माझ्याशी लग्न करशील का?' असं त्याने विचारताच, तिच्या आनंदाला पारावर उरला नाही. भविष्यात काय लिहिलंय हे माहिती नसलं, तरी त्याच्या प्रेमात आकंठ बुडल्यामुळे ती कोणताही धोका पत्करायला तयार होती. रमणिकशी लग्न करायला अथवा सिनेमात काम करायला घरून कदापिही परवानगी मिळणार नाही, ह्याची तिला जाणीव होती; पण ह्या दोन्ही गोष्टींचा तिला ध्यासच लागला होता. हे हेरून रमणिकने तिला 'आपल्याबरोबर मुंबईला चलतेस का?' असं विचारलं. गंगाही पटकन 'हो' म्हणाली, पण जुन्या संस्कारांमध्ये वाढल्यामुळे लग्नाशिवाय त्याच्याबरोबर जायला ती तयार होईना. त्यामुळे मुंबईला जायच्या आदल्या दिवशी गंगा आणि रमणिकने गावातल्या छोट्या मंदिरात जाऊन गांधर्व विवाह केला. त्यानंतर गंगाने थोडे कपडे, पैसे आणि रमणिकच्या सांगण्यावरून आईचे दागदागिने कापडी पिशवीमध्ये भरले आणि अहमदाबादहून मुंबईला जाणारी गाडी पकडून ते निघाले. तिने घरी काहीही चिठ्ठी-चपाटी लिहून ठेवली नाही. जिवलग मैत्रिणींनासुद्धा रमणिकबरोबरच्या प्रेमप्रकरणाचा सुगावा लागू दिला नव्हता. 'आता मागे वळून पाहणं नाही. घराण्याचं नाव खराब होऊ नये म्हणून काठियावाडला पुन्हा पायही ठेवता येणार नाही,' हे गंगाला माहीत होतं.

दोन दिवसांनी गंगा आणि रमणिक बॉम्बे सेंट्रलला उतरले. भव्य स्टेशन पाहून गंगा चकित झाली. मैत्रिणींकडून मुंबईची रसभरीत वर्णनं तिने ऐकली होती, पण आपल्याला मात्र तशी संधी मिळणार नाही, हे लक्षात येऊन ती खट्टू झाली. तिचा रडका चेहरा पाहून रमणिकने तिची समजूत काढली. "काळजी करू नकोस. इथे तुला नव्या मैत्रिणी मिळतील. मुंबईत मोठी नटी होऊन नाव कमावल्यावर तुझ्या काठियावाडी मैत्रिणी तुला भेटायला येतील की नाही बघ..."

दोघेही एका लॉजमध्ये राहायला लागले. दोघांनी तिथेच मधुचंद्र साजरा केला. पुढचे काही दिवस भटकण्यात गेले. ट्रॅम, लोकल गाडी, घोडागाडीत बसून दोघांनी अख्खी मुंबई पालथी घातली. गंगाने घराच्या तिजोरीवर डल्ला मारला होता. त्या पैशांवर दोघांनी जिवाची मुंबई केली. गंगाला सारं स्वप्नवत वाटत होतं. जादूई नगरी. घर सोडल्याचं तिला अजिबात दु:ख वाटत नव्हतं.

आठवडाभर मजा केल्यानंतर 'माझ्या मावशीकडे राहू या' असं रमणिक म्हणाला. "लॉजमध्ये महाग पडतंय... मी भाड्याची खोली शोधतो. तोपर्यंत तू माझ्या मावशीकडे राहा." त्याने समजावलं.

मुंबईमध्ये आपले कोणीही नातलग नाहीत, असं रमणिक म्हणायचा. त्यामुळेच 'अचानक ही मावशी कुठून आली' याचं गंगाला आश्चर्य वाटलं; पण जास्त खळखळ न करता ती तिकडे जायला तयार झाली. तिला घ्यायला स्वत: मावशी लॉजवर आली. तिचं नाव शीला. मावशीचा एकंदर अवतार पाहून गंगाचं तिच्याविषयी फारसं बरं मत झालं नाही. भडक कपडे घातलेली शीलामावशी सारखी पान चघळत होती. रमणिकने दोघींना टॅक्सीमध्ये बसवलं. 'मी एका दिवसात येतोच' असं म्हणून त्याने गंगाचा निरोप घेतला.

टॅक्सी मावशीचं घर असलेल्या गल्लीत शिरली. अंगप्रदर्शन करणारे कपडे घातलेल्या बायका गल्लीत हिंडत होत्या. काही वरच्या बाल्कनीतून डोकावत होत्या. हे दृश्य पाहून गंगाला धक्काच बसला. तिचा अस्वस्थ चेहरा पाहून शीलामावशी म्हणाली, "मुंबईमध्ये वेगवेगळ्या जागी राहणाऱ्या बायका वेगवेगळ्या तऱ्हेचे कपडे घालतात."

"ही कोणती जागा आहे?" गंगाने विचारलं.

"कामाठीपुरा. ऐकलं आहेस का ह्या जागेविषयी?"

"नाही."

"छान... मी इथेच राहते. तूही थोडे दिवस इथेच राहणार आहेस." शीलामावशी हसून म्हणाली.

थोडीशी बावरलेली गंगा हे ऐकून फटकन म्हणाली, "मुळीच नाही. मी इथे फक्त एक दिवस राहणार आहे..." गंगा स्वत:लाच पटवून देत असावी.

शीलामावशीने ह्यावर काही उत्तर दिलं नाही. मान वळवून ती बाहेर पाहू लागली.

टॅक्सी थांबली. गंगा बाहेर पडली तेव्हा साऱ्यांच्या नजरा तिच्यावर रोखल्या होत्या. रमणिकच्या मावशीला सारेच ओळखत होते असं दिसलं. एकूणच माहोल पाहून गंगा मनातून चांगलीच घाबरून गेली. रमणिकही बरोबर नाही, हा विचार कुरतडत होता.

शीलामावशीने गंगाला तिची छोटीशी खोली दाखवली. ''चल, कपडे वगैरे बदल. तुझं सामानही काढून ठेव.'' ती म्हणाली.

''पण मी उद्याच जाणार आहे. सामान लावायची काय गरज?'' गंगाला अजूनही काही समजलं नव्हतं.

शीलामावशीने तिच्याकडे पाहिलं. आता लपवण्यात अर्थ नाही, असा विचार करून ती म्हणाली, ''हे बघ, खरी गोष्ट अशी आहे की, मी रमणिकची मावशी वगैरे कोणी नाही. मी इथे कुंटणखाना चालवते.''

खोलीत क्षणभर स्मशानशांतता पसरली. रमणिक आपल्याशी खोटं बोलला, हे ऐकून गंगा अवाक झाली. पण अजूनही परिस्थितीचं गांभीर्य तिच्या लक्षात आलं नव्हतं. ''मला इथे का आणलंय?'' तिने विचारलं.

''रमणिकने ५०० रुपयांमध्ये तुझा सौदा केलाय. तो तुला घ्यायला येणार नाही. तो काठियावाडला परत गेलादेखील.''

ज्याच्यावर संपूर्ण भरवसा ठेवला, त्या आपल्या प्रियकराने आपला असा विश्वासघात केला, हे गंगाला खरंच वाटेना. ''तू खोटं बोलतेस,'' ती किंचाळली.

''गंगा, तुझ्याशी खोटं बोलून मला काय फायदा? तू चांगल्या घरातली आहेस, हे मला माहिती आहे. पण तुझ्या नवऱ्यानेच तुला विकलं आहे, ही गोष्ट खरी आहे.'' मावशी म्हणाली.

''रमणिक असं का करील?'' गंगाचा अजूनही विश्वास बसत नव्हता.

''ते मला माहीत नाही. पण तुला ह्यापुढे आम्ही सांगू तसंच वागायला हवं.''

''मुळीच नाही,'' असं म्हणून गंगा रागारागाने बाहेर जायला निघाली. शीलाने तिला सर्व शक्तिनिशी पकडून खोलीत ढकललं.

''गंगा, माझ्या चांगुलपणाचा फायदा घेऊ नकोस. तू आता रंडीखान्यात आहेस. माझ्या गिऱ्हाइकांना खूश करायचं. इथून पळायचा विचारही मनात आणू नकोस,'' असं बजावून शीलाने बाहेर पडून दरवाजाला कडी लावून टाकली. पुढचे कैक दिवस गंगाने रडण्यात घालवले. त्यापायी तिला मारझोड आणि उपासमारही सहन करावी लागली. ती मोठ्या आशेने अजूनही रमणिकची वाट पाहत होती; पण तो गायब झाला होता. काय करावं, हेच गंगाला समजेना. नशिबात आलंय त्याचा मुकाट्याने स्वीकार करावा की पळून घरी जावं? रमणिकबरोबर पळून आल्याने तिने आईवडिलांचं नाक कापलंच होतं. समाजात त्यांची चांगलीच छी-थू झाली असणार. त्या घराचे दरवाजे आपल्याला कायमचे बंद झाले, ह्याची गंगाला जाणीव झाली. बदनाम गंगामुळे तिच्या बहिणींच्या लग्नामध्येही अडचणी आल्या असत्या. इच्छा असती, तरीही त्यांनी तिचा स्वीकार करण्याचा धोका पत्करला नसता.

''तू मुंबईत कामाठीपुऱ्यात राहत होतीस, हे काठियावाडच्या लोकांना कळलं

तर ते तुझ्या घरादाराला वाळीत टाकतील,'' असंही शीला सतत तिच्या कानीकपाळी सांगत असायची. आपण परत घरी गेलो, तर त्याचे घातक परिणाम आपल्या आईवडील, बहीणभावांना सोसावे लागतील, ह्या विचाराने गंगा अतिशय घाबरून गेली. घरी परतायचा विचार तिने मनातून काढून टाकला.

आत्महत्या करण्याविना काही पर्याय नाही, असे निराश विचार गंगाच्या मनात येत होते; पण तिच्यावर २४ तास नजर ठेवली असल्याने, जीव देऊन साऱ्याच यातनांचा अंत करणंही शक्य नव्हतं. सुटकेचा एकही मार्ग दिसत नाही, हे कटू सत्य स्वीकारायला गंगाला दोन आठवडे लागले. अखेर तिने हार मानली. नाहीतरी तिचा घात करणाऱ्या रमणिकने मनाबरोबर तिच्या शरीराचाही चोळामोळा केलाच होता. ह्यापुढे हेच आपलं आयुष्य, असं ठरवून गंगाने शीलाला आपला निर्णय सांगितला. ''तू सांगशील ते करायला मी तयार आहे,'' गंगाचे हे बोल ऐकून शीलाने तिला आनंदाने मिठी मारली. ''माझ्या कुंटणखान्यात तुला कसलीही चिंता करावी लागणार नाही. मी तुझी सर्वतोपरी काळजी घेईन.'' शीलाने गंगाला आश्वासन दिलं.

त्याच रात्री गंगाचा 'नथ उतारना' समारंभ झाला. रमणिकने गंगालाच नव्हे, तर शीलालादेखील फसवलं होतं. 'गंगा अजूनही कुमारी, अस्पर्श आहे' असं सांगून त्याने शीलाकडून चांगली किंमत वसूल केली होती. 'नथ उतारना' म्हणजे नेमकं काय, हे त्या वेळी गंगाला माहीत नव्हतं. त्यामुळेच 'रमणिकने आपला उपभोग घेतला आहे. मी कुमारी नाही,' हे तिने शीलाला सांगितलं नाही.

गंगा निर्विकारपणे त्या प्रसंगाला सामोरी गेली. मनाने ती पूर्णत: खचली होती; पण ह्यापुढे 'हाच धंदा करून पोट भरायचं' ह्याची लख्ख जाणीव असल्याने, तिने शेठला पूर्ण सहकार्य दिलं. नशिबाने त्यानेही खूश होऊन तिला भरपूर पैसे दिले. सोन्याची अंगठीही दिली.

शेठ मोठ्या समाधानाने बाहेर पडला. जाता-जाता त्याने विचारलं, ''तुझं नाव काय?''

ती क्षणभर गोंधळली. मग म्हणाली, ''गंगू.'' मागील आयुष्यातील सर्वच गोष्टी विसरून जायच्या, असं तिने ठरवलं होतं. नवीन धंद्यात; नवीन नाव. ह्यापुढे गंगा नव्हे; तर गंगू हीच आपली ओळख.

विकृत पठाणाचा बंदोबस्त

लवकरच कामाठीपुऱ्यातील 'खूप मागणी असलेली आणि खूप पैसे मिळवणारी वेश्या' म्हणून गंगू नावारूपाला आली. काठियावाड, रमणिक, भूतकाळाशी संबंधित सर्वच गोष्टींना तिने आपल्या मनातून कायमचं हद्दपार केलं. तो कप्पा बंदच करून टाकला. हैद्राबाद, कलकत्ता आणि नवी दिल्ली अशा दूरदूरच्या ठिकाणांहून येणारे शेठ मुंबईला आल्यानंतर खास गंगूची मागणी करत. ह्या गोष्टींचं शीलाला आश्चर्य वाटत नसे, कारण गंगू अतिशय सुंदर नसली, तरी पुरुषाला अंथरुणात खूश करायच्या तिच्या कौशल्याची चर्चा सर्वत्र होती.

आपल्या गिऱ्हाइकांशी मानसिक गुंतवणूक न करता त्यांच्याकडून भरपूर पैसे कसे काढायचे, ही युक्तीही तिला माहीत होती. ह्या पैशांतून गंगू स्वतःसाठी सोन्याचे दागिने बनवून घ्यायची. दागिने आणि कधीकधी जवळच्या चित्रपटगृहात जाऊन सिनेमा बघणं, हे दोनच तिचे शौक होते. सिनेमात काम करायचं स्वप्न कधीच विरलं होतं, पण सिनेमाचं वेड मात्र कमी झालं नव्हतं. गंगूचे हे शौक शीलाला माहीत होते, पण ती तिकडे दुर्लक्ष करायची. सोन्याची अंडी देणारी कोंबडी तिला गमवायची नव्हती.

गंगू २८ वर्षांची असतानाचा हा प्रसंग. एक भला दांडगा पठाण शीलाच्या कोठ्यावर धडकला. तिथल्या 'काठियावाडी'विषयी इतर पुरुषांकडून बरंचकाही ऐकून असल्यामुळे त्याने गंगूची फर्माईश केली. सणसणीत सहा फूट उंची आणि तेवढीच रुंदी असलेला तो आडदांड पठाण पाहून, शीला त्याला गंगूकडे पाठवावं की नाही, अशा संभ्रमात होती; पण त्याचा एकूण आविर्भाव पाहता, त्याला विरोध करायची तिला हिंमत होईना. काहीशा नाखुशीनेच तिने त्याला गंगूच्या खोलीत पाठवलं. गंगू आपलं पुरुषांना रिझवण्याचं कौशल्य पणाला लावून ह्या रानटी गिऱ्हाइकाला व्यवस्थित हाताळेल, अशी तिला आशा वाटत होती. दुर्दैवाने तसं झालं नाही. पठाण गंगूबरोबर अत्यंत क्रौर्याने वागला. ह्यापूर्वी गंगूशी हिंस्रपणे कोणीही वागलं नव्हतं. तिचे हाल करून, एक पैसाही न देता तो निघून गेला.

ह्या घटनेमुळे कोठ्यावरील सर्वांनाच फार मोठा धक्का बसला; पण कोणीही – शीलानेदेखील – चकार शब्द काढला नाही. त्या भागात पठाणांची अतिखतरनाक टोळी होती. हा पठाण त्या टोळीशी संबंधित असावा, ह्या भीतीने सारेच घाबरून गप्प बसले. त्याने केलेल्या अनन्वित अत्याचारांमुळे गंगूची हालत अत्यंत वाईट झाली. चार दिवस ती विकलांगपणे पडून राहिली. तिची दयनीय अवस्था पाहून शीलालादेखील फार दु:ख झालं. गंगूची माफी मागून 'पुन्हा असा प्रकार कदापिही होऊ देणार नाही,' असा दिलासाही तिने दिला.

साधारण एक महिन्याने पठाण पुन्हा कोठ्यावर आला. आला तो दारू पिऊनच. त्याला पाहिल्याबरोबर शीलाने दोन माणसं बोलावली; पण त्या एकट्याने दोघांना चिलटासारखं उडवून लावलं. आपल्याला अडवण्याची हिंमत केली, म्हणून तो अधिकच भडकला. तसाच तुफानासारखा गंगूच्या खोलीत घुसला. गंगूबरोबर गिऱ्हाईक होतं. पठाणाने त्याला तसंच, कपड्यांविनाच बाहेर फेकलं आणि दाराला कडी घातली. शीला वेडीपिशी होऊन दरवाजा ठोठावत होती. पोलिसांना बोलावणं शक्य नाही, हे माहीत असल्याने ती अतिकष्टी झाली होती. ह्या वेळी गंगूची अवस्था पहिल्यापेक्षाही अनेक पटीने वाईट करूनच तो बाहेर पडला. गंगूच्या सर्वांगावर माराचे, चावल्याचे व्रण आणि जखमा झाल्या होत्या.

ह्या वेळच्या भयानक अत्याचारांनंतर गंगूला इस्पितळामध्ये दाखल करावं लागलं. कैक आठवडे गंगू गलितगात्र होऊन पडून होती. आपल्या लाचारीचा, अगतिकतेचा तिला अतिशय संताप आला होता. शीलाने पठाणाचा बंदोबस्त करण्यासाठी काहीच पावलं उचलली नाहीत, हे समजल्यावर ती अधिकच चिडली.

ह्या विषयावर तिचं शीलाशी चांगलंच वाजलं. शीलाने काही करण्यास असमर्थता दर्शवल्यानंतर, स्वत:च पठाणाचा सामना करायचा असं गंगूने ठरवलं. आता गप्प बसलो, तर त्याचा उपद्रव वाढतच जाईल ह्याची तिला जाणीव होती. गंगू त्याच्याविषयी चौकशी करत असताना सरतेशेवटी तिच्या एका गिऱ्हाइकाकडूनच त्याची माहिती समजली. त्याचं नाव शौकत खान असून, तो करीम लालाच्या टोळीत आहे. अब्दुल करीम खान उर्फ करीम लाला त्या वेळी छोटा-मोठा गँगस्टर होता. स्त्रियांना तो सन्मानपूर्वक वागवायचा. तेव्हा करीम लाला 'पख्तून जिरगाई हिंद' नावाच्या एका पठाण संघटनेचा अध्यक्ष होता. करीम लालाच आपल्याला मदत करू शकेल, असं गंगूला वाटत होतं. त्याच्या कारनाम्यांमुळे तो बदनाम झालेला होता. त्याच्या आक्रमक स्वभावामुळे कोठ्यातील अन्य मुली, इतकंच नव्हे; तर शीलानेदेखील तिला करीम लालाकडे जाण्यापासून परावृत्त करायचा प्रयत्न केला; पण गंगूचा निर्णय पक्का होता.

एका शुक्रवारी, दुपारच्या वेळी करीम लाला जुम्मा नमाज संपवून लॅमिंग्टन

रोडवरच्या घरी निघाला असताना गंगूने त्याला गाठलं. 'ताहिर मंजिल' हे त्याचं घर बैदा गल्लीमध्ये होतं. गल्लीच्या तोंडावरच ती त्याची वाट पाहत थांबली होती.

"करीमभाई, सलाम. मला तुमची मदत हवी आहे," ती म्हणाली. तिच्या स्वरूपावरून ती धंदेवाली आहे, हे त्या कट्टर पठाणाच्या लक्षात आलं. तिच्या धारिष्ट्यामुळे तो चमकलाच. शिवाय भर रस्त्यामध्ये एका धंदेवालीशी बोलणं त्याला अवघड वाटत होतं. "कसली मदत हवीय?" त्याने दरडावून विचारलं.

"तुमच्या टोळीतल्या एका माणसाविषयी बोलायचंय."

हे ऐकून करीम लालाला आश्चर्य वाटलं. "माझ्या घरी जाऊ या. तिथेच सविस्तर बोलू. असं रस्त्यात उभं राहून बोलणं बरं दिसत नाही." असं म्हणून तो ताडताड निघाला. गंगू त्याच्या मागोमाग चालू लागली.

एका धंदेवालीला आपल्या घरामध्ये प्रवेश द्यायची करीम लालाची तयारी नव्हती. त्यामुळे त्याने तिला घराच्या गच्चीवर थांबायला सांगितलं. तो बाहेरचे कपडे बदलण्यासाठी आतमध्ये गेला. तेवढ्या वेळात गंगूसाठी चहा-नाष्टा आला. दहा मिनिटांनी करीम लाला गच्चीवर आला. गंगूने चहा, नाष्ट्याला हातही लावला नव्हता, हे पाहून त्याने विचारलं, "तू काही खाल्लं का नाहीस?"

"माझ्यासारख्या बदनाम बाईला घरामध्ये घ्यायचीही तुमची इच्छा नाही. मग तुमची कपबशी उष्टी करायचाही मला अधिकार नाही."

तिचं उत्तर ऐकून करीम लाला थक्क झाला. अवाक् होऊन तो काही वेळ तिच्याकडे पाहत राहिला.

"तुझं नाव काय?" भानावर येऊन त्याने विचारलं.

"गंगू... मी कामाठीपुऱ्यात धंदा करते."

"माझ्याकडे काय काम आहे?"

"भाई, तुमच्या माणसांमधील दोष तुम्हाला कधी दिसतात की नाही, कोणास ठाऊक! माझ्यासारख्या बाईशी कोणी वाईट वागलं, तर तुम्ही त्या व्यक्तीला शिक्षा कराल का? तसं झालं, तर जन्मभर तुमची रखेल बनून, तुमची सेवा करायला मी तयार आहे." गंगू म्हणाली.

करीम लालाचा चेहरा लालेलाल झाला. आजतागायत कोणाचीही त्याच्याशी असं बोलायची हिंमत झाली नव्हती. रागावर काबू ठेवून तो म्हणाला, "माझी बायको-मुलं आहेत. ह्यानंतर कधीही अशी गोष्ट माझ्यासमोर करू नकोस. माझ्या माणसांपैकी कोणी तुझी आगळीक केली असेल, तर त्याला शिक्षा द्यायला मी तयार आहे. कोणी तुला त्रास दिलाय? त्याचं नाव सांग."

"शौकत खान. तो तुमच्याच टोळीत आहे, असं ऐकलंय."

"माझ्या टोळीत? मला तरी तसं वाटत नाही."

"पण मी माहिती काढलीय..."

"अच्छा... काय केलं त्याने?"

"त्याने दोन वेळा माझ्यावर बलात्कार केला. माझे पैसेही चुकते केले नाहीत. मी वेश्या असले म्हणून काय झालं? मनात येईल तेव्हा माझा वापर करायचा, हे बरोबर आहे का? तो माझ्याशी इतक्या क्रूरपणे वागला की, शेवटी मला इस्पितळात ठेवावं लागलं." असं म्हणून गंगूने आपल्या दंडावरचे, हातावरचे व्रण त्याला दाखवले.

ते भयंकर व्रण पाहून करीम लालाची मान शरमेने खाली गेली. तिच्यावर असे अमानुष अत्याचार – तेदेखील आपल्याच टोळीतील एका पठाणाने केले, हे पाहून त्याला फार मोठा धक्का बसला.

"गंगू, पुढच्या वेळी तो तुझ्याकडे आल्यानंतर मला निरोप पाठव. मी येईपर्यंत त्याला गुंतवून ठेव. मी स्वत: त्याच्याकडे बघतो. तू आता नीघ."

हे ऐकून गंगू आनंदाने हसली. आपल्या पर्समधून एक छोटासा धागा काढून ती म्हणाली, "करीमभाई, गेल्या कैक वर्षांपासून मी कोणालाही राखी बांधली नाही. इथे आल्यापासून कोणाही पुरुषापासून कधी सुरक्षित वाटलंच नाही. आज माझं रक्षण करायचं वचन देऊन तुम्ही भावाच्या नात्याची लाज राखलीत."

तिच्या धारिष्ट्याने तो पुन्हा एकदा थक्क झाला. थोड्याच वेळापूर्वी 'तुमची रखेल होऊन राहीन' अशी तयारी दाखवणाऱ्या गंगूने, क्षणार्धात त्याला भावाच्या पवित्र बंधनात अडकवलं होतं. हसून त्याने हात पुढे केला. ती राखी बांधत असताना तो म्हणाला, "मी तुला वचन देतो. आजपासून तू माझी बहीण. तुझं सदैव रक्षण करीन." समोरच्या प्लेटमधून मिठाईचा तुकडा तिच्या तोंडात सारून तो म्हणाला, "आता तुझी तक्रार नाही ना?"

त्यानंतर कामाठीपुऱ्यातील शीलाच्या कुंटणखान्याबाहेर करीम लालाने एक माणूस पहाऱ्याला ठेवला. गंगूकडे येणाऱ्या गिऱ्हाइकांकडे लक्ष ठेवणं, हे त्याचं काम होतं. असे बरेच दिवस गेले, पण शौकत खान फिरकलाच नाही. गंगूची निराशा झाली. कधी एकदा करीम लाला त्याला धडा शिकवेल, असं तिला झालं होतं. त्यामुळे ती उत्सुकतेने त्याची वाट पाहत होती.

तीन आठवड्यांनी गंगूची इच्छा पूर्ण झाली. शौकत खान कोठ्यावर आला. गंगूने दुसऱ्या एका वेश्येबरोबर लालाच्या माणसाला खबर दिली. तो तातडीने आपली सायकल दामटवीत करीम लालाकडे निघाला. खान मोठ्या क्रौर्याने, अधिकच आक्रमकपणे गंगूवर तुटून पडला. लाला येईपर्यंत त्याला साथ द्यायची असं गंगूने ठरवलं. दहा मिनिटांच्या आतच दरवाजावर थाप पडली. "दार उघड." कोणीतरी म्हणालं.

शौकत खानने आवाज ओळखला नाही, पण आवाजातली धमकी ओळखून तो भडकला. आपल्याला अडवायची कोणाला हिंमत झाली, असा विचार करत तो त्वेषाने

उठला. गंगूला एक थप्पड मारून त्याने दार उघडलं. प्रत्यक्ष करीम लालाचा सामना करावा लागेल, हे त्याच्या ध्यानीमनीही नव्हतं. गंगूने घाईघाईने चादर ओढून अंग झाकलं.

लाला आणि दोन पठाण हॉकी स्टिक घेऊन दाराबाहेर उभे होते. शौकतने आश्चर्याने आ वासला. कशीबशी पँट चढवून तो पळायला बघत होता; पण करीम लालाने त्याला पकडून खेचतच कोठ्याबाहेर नेलं. हॉकी स्टिकने करीम लालाने त्याला अत्यंत निष्ठुरपणे बेदम मारायला सुरुवात केली. शौकत खान त्याला अडवायला धडपडत होता. ते जमेना, तेव्हा जिवावर उदार होऊन पश्तूनी भाषेत बोलायला लागला. स्वत: एक पठाण असूनही एका वेश्येसाठी करीम लाला दुसऱ्या पठाणाशी वैर धरतोय, असा आरोप त्याने केला. हे ऐकून करीम लाला अधिकच खवळला. त्याने शौकत खानच्या पोटावर धाड्दिशी लाथ मारली. डोक्यावर जोराने हॉकी स्टिकचा फटका मारला. "स्वत:ला पठाण म्हणायची तुला हिंमत कशी होते?" तो गरजला.

खानाची पुरेशी हाडं मोडून, तो कैक आठवडे हूं की चूं करणार नाही, ह्याची खात्री पटल्यानंतरच लालाने हात चालवणं बंद केलं. "गंगू माझी राखी-बहीण आहे. माझ्या बहिणीला कोणी त्रास दिला असं समजलं, तर त्याला मी ठार मारीन." लालाने साऱ्या कामाठीपुऱ्याला ऐकू जाईल, अशा आवाजात ताकीद दिली.

त्या दिवसापासून गंगूचे दिवस पालटले. कामाठीपुऱ्यातील तिचा भाव वधारला. दक्षिण मुंबईतील खतरनाक गुंडाबरोबरचं तिचं नातं पाहून कोणीही – शीलादेखील – तिच्याशी वाईट वागण्याची हिंमत करेनासं झालं. गंगूसमोर एका नवीन जगाचे दरवाजे खुले झाले. राखी-बंधूच्या मार्गदर्शनाखाली नागपाडा पोलीस आणि गुन्हेगारी जगतातील दादांबरोबर गंगूने संबंध प्रस्थापित केले.

काही काळाने शीलाचं अचानक निधन झालं. तेव्हा स्थानिक लोकांनी गंगूला घरवालीच्या निवडणुकीसाठी उभं राहण्याचा आग्रह केला. कुंटणखाना चालवणाऱ्या बायकांना 'घरवाली' असं संबोधलं जातं. वेश्या वस्तीमध्येदेखील अधिकाराच्या श्रेणी ठरलेल्या असतात. 'घरवाली' होण्यासाठी निवडणूक लढवली जाते आणि ती जिंकणाऱ्या वेश्येला विशेष अधिकार मिळतात. घरवालीच्या अखत्यारीमध्ये ठरावीक 'पिंजरे' किंवा 'कॉटा' असतात. त्यामधील वेश्यांवर घरवालीची हुकूमत असते. निवडणूक लढवायला गंगू लगेच तयार झाली. त्यामुळे आपल्याला धंदा करावा लागणार नाही, अशी तिला आशा वाटत होती. गंगू निवडणूक जिंकली ह्याचं कोणालाच आश्चर्य वाटलं नाही. खूप तरुणवयात गंगू 'घरवाली' बनली.

गंगूला लोक 'गंगूबाई काठेवाली' ह्या नावाने ओळखू लागले. काठेवाली हे 'कोठेवाली' ह्या शब्दाचं विपर्यस्त रूप होतं. कोठेवाली म्हणजे धंदा करणारी वेश्या. गंगूला 'काठेवाली' हेच नाव पसंत होतं. तिच्या फार पूर्वीच्या परिवाराच्या 'काठियावाडी' ह्या नावाशी साधर्म्य असल्याने तिने 'काठेवाली' हे नाव धारण केलं.

रक्षणकर्ती

मधूच्या रडण्याच्या आवाजामुळे गंगूबाई काठेवाली आपल्या भूतकाळातून वर्तमानकाळात आली. ''रडणं बंद कर पाहू. लोकांना वाटेल मीच तुला रडवतेय,'' गंगूबाई फटकळपणे म्हणाली.

''मला इथून सोडवा,'' मधू हुंदके देत म्हणाली.

गंगूबाईने मधूच्या गालावरून हात फिरवला. तिला चुचकारत म्हणाली, ''बरं. तुला इथून सोडलं तर... तू काय करशील?''

''मी रत्नागिरीच्या माझ्या गावी परत जाईन.'' मधूने लगेच उत्तर दिलं.

''कोणाकडे?''

''कोणाकडे म्हणजे काय? अर्थातच माझ्या वडिलांकडे.'' मधू फट्दिशी म्हणाली.

''ए पोरी, उलटी उत्तरं देऊ नकोस,'' गंगूबाईने खडसावलं.

सोळा वर्षांची ती पोर घाबरली. तिने पटकन माफी मागितली. तिकडे दुर्लक्ष करून गंगूबाई पुढे म्हणाली, ''तू तुझ्या घराबाहेर पळून आलीस, त्यामुळे तुझ्या आईवडिलांची मान शरमेने खाली गेली असेल, हे तुला कळतंय ना? तू कामाठीपुऱ्यात होतीस हे गावकऱ्यांना समजलं, तर तुला ते वाळीत टाकतील, हे निश्चित.''

''मी इथे होते हे आईवडिलांना सांगितलं नाही, तर ते माझा स्वीकार करतील,'' मधू आत्मविश्वासाने म्हणाली.

''मग काय सांगशील?'' गंगूने आश्चर्याने विचारलं.

''ते मला माहीत नाही...''

थोडा वेळ कोणीच काही बोललं नाही. मग गंगूबाई म्हणाली, ''मीही तुझ्यासारखी घरातून पळून आले होते. माझ्या नवऱ्यानेच मला इथे विकलं. त्यानंतर मी कधीही परतून गावाला गेले नाही. मी कामाठीपुऱ्यात धंदा करते हे कळल्यानंतर, माझ्या कुटुंबीयांनी माझा जीवच घेतला असता. शेवटी हेच माझं घर, असं मानण्याविना दुसरा पर्यायच राहिला नाही. तुझा स्वीकार करतीलच, ह्याची खात्री आहे का तुला? विनीता नावाची

पोरगी परत गेली, तिचं काय झालं माहीत आहे? तिलाही आपला परिवार वेगळा आहे, आपला स्वीकार करेल, असा विश्वास होता.'' गंगूबाई बोलता-बोलता थबकली. थोडा वेळ शांत राहून ती पुढे म्हणाली, ''काही महिन्यांनी तिच्या गावच्या एका तरुणाकडून समजलं की, नावाला काळिमा फासला म्हणून तिची हत्या करण्यात आली.''

हे ऐकून मधूला रडू फुटलं. ''म्हणजे मी इथेच जन्मभर राहायचं?'' ती स्फुंदत म्हणाली.

''मी असं म्हणत नाही. तुझ्या घरच्यांना समजावणं खरोखरच शक्य आहे का, एवढंच मला जाणून घ्यायचंय.''

''निदान मी प्रयत्न तरी करीनच. माझं खूप चुकलं आणि त्याची शिक्षाही मी भोगली. त्यांची क्षमा मागायची फक्त एकच संधी मला हवी आहे. त्यांनी मला माफ केलं नाही, तर मी रत्नागिरीमध्येच छोटं-मोठं काम करून पोट भरेन; पण मला इथे राहायचं नाही.''

गंगूबाई मधूच्या चेहेऱ्याकडे निरखून बघत राहिली. तिच्या मनात डोकावून तिचे विचार जाणून घेतेय, असं वाटत होतं. काही मिनिटं शांततेत गेल्यानंतर गंगूबाईने उठून दार उघडलं. रश्मी मॅडमला हाक मारून बोलावून घेतलं.

''हिला जाऊ दे. ही इथे राहू शकेलसं वाटत नाही,'' गंगूबाईचे हे शब्द ऐकून रश्मीला धक्का बसला. ''असं कसं जाऊ द्यायचं? हजार रुपये मोजलेत तिच्यासाठी,'' ती म्हणाली.

''ते मला माहिती आहे. धंद्यामध्ये खोट आली असं समजून सोडून दे. ह्यापुढे कोणाही मुलीच्या इच्छेविरुद्ध धंदा करायची जबरदस्ती करायची नाही, समजलं? रत्नागिरीच्या बसमध्ये बसवून दे तिला. शक्य असेल, तर पप्पूला बरोबर पाठव. तो सोडून येईल.'' एवढं बोलून गंगूबाई तडक निघून गेली. तिचा निर्णय ऐकून आनंद झालेल्या मधूला तिचे आभार मानायची संधीदेखील मिळाली नाही.

गंगूबाईच्या निर्णयाची बातमी कामाठीपुऱ्यातील गल्ली-बोळांमधून वणव्यासारखी पसरली. 'धंदा आणि पैशांपेक्षा स्त्रियांना अधिक महत्त्व देणारी घरवाली' अशी तिची ख्याती पसरली. मधूच्या सुटकेमुळे अन्य मुलींनादेखील गंगूबाईपुढे आपली कैफियत मांडायचं धैर्य मिळालं. त्यांची फसवणूक झाल्याचं आढळून आलं, तर गंगूबाई त्यांना जायची मुभा द्यायची. तसं नसलं, तर मात्र त्या मुलींची सुटका होणं अशक्य असे. आपल्या अखत्यारीतील कुंटणखान्यावर तिचं जबर नियंत्रण होतं. तिची लोकप्रियता दिवसेंदिवस वाढतच गेली. शौकत खानसारख्या हिंसक पुरुषांपासून, तसंच लग्नाचं वचन देऊन फसवणाऱ्या किंवा पैसे बुडवणाऱ्या गिऱ्हाइकांपासून ती आपल्या मुलींचं रक्षण करीत असे. गंगूबाईचे पोलिसांबरोबर आणि गुन्हेगारी जगतातील दादांबरोबर लागेबांधे माहीत असल्यामुळे गिऱ्हाइकं तिला घाबरून असत. ह्याउलट,

धंदेवाल्या मुलींना ती आईसमान वाटत असे. त्या तिला 'गंगूमा' म्हणत.

'घरवाली' नंतर 'बडे घरवाली' पदासाठी निवडणुका होतात. घरवालीच्या अखत्यारीखाली संपूर्ण मजला असतो. एका मजल्यावर साधारण ४० किंवा जास्त 'पिंजरे' असतात. बडे घरवालीची हुकूमत संपूर्ण इमारतीवर चालते. म्हणजेच प्रत्येक मजल्यावरील घरवाली बडे घरवालीच्या अमलाखाली असते. गंगूबाई निवडणूक जिंकून 'बडे घरवाली' बनली आणि पुढे १६ वर्षं तिने हे पद भूषवलं.

प्रत्येक शहरामध्ये वेश्यावस्तीसाठी राखीव विभाग असावेत, असं गंगूबाईचं स्पष्ट मत होतं आणि ते ती जाहीरपणे सांगायची. आझाद मैदानात एका महिला परिषदेमध्ये गंगूबाईने भाषण केलं होतं, ते अजूनही लोकांच्या स्मरणात आहे. महिलांचे अधिकार आणि स्त्री-बालकांना पाठिंबा दर्शवण्यासाठी ही सभा बोलावण्यात आली होती. अनेक प्रमुख राजकीय पक्ष, सेवाभावी संस्था आणि अन्य संस्था ह्या परिषदेत सहभागी झाल्या होत्या. वेश्यांमध्ये साक्षरता-प्रसार करण्यासाठी एक प्रतिष्ठित घरवाली म्हणून गंगूबाईलाही आमंत्रित केलं होतं. कुंटणखान्यामध्ये वेश्या कोणत्या परिस्थितीत राहतात ह्यावर तिने बोलावं, अशी आयोजकांनी सूचना केली होती. व्यासपीठावर 'कामाठीपुऱ्याची अध्यक्षा' अशी तिची ओळख करून देताच अनेक संशयित नजरा तिच्याकडे रोखल्या गेल्या. साधी सफेद रंगाची साडी ल्यालेल्या गंगूबाईला त्या नजरांमधील द्वेष, शत्रुत्व जाणवलं. ह्यापूर्वी कधीही सार्वजनिक व्यासपीठावर बोलण्याचा प्रसंग गंगूबाईवर आला नव्हता, त्यामुळे ती बावरली होती. व्यासपीठाच्या पायऱ्या चढताना तिचं काळीज धडधडत होतं. तिने भाषण अनेक वेळा घोकून पाठ केलं होतं, तरीही समोरचा मोठा जनसमुदाय पाहून तिचे पाय लटपटले. त्यात भर म्हणजे द्वेषभरल्या नजरा आणि कुजबुजत्या स्वरांनी तिचं स्वागत झालं होतं. बहुधा त्यामुळेच एकाएकी तिच्यामध्ये बळ संचारलं असावं. ह्या लोकांच्या मनातील संशय, विखार काढून टाकायलाच हवा, आमची बाजू त्यांच्यापुढे मांडायला हवी, ह्या विचाराने तिच्या मनातील भीती पार पळाली.

तिच्या पहिल्याच वाक्याने प्रेक्षक आणि आयोजक खडबडून जागे झाले. ''मी एक घरवाली आहे, घर तोडण्याचं काम मी करत नाही. तुमच्यापैकी अनेकांना वेश्या म्हणजे स्त्रीजातीला कलंक आहे असं वाटतं, पण आम्हा वेश्यांमुळेच हजारो स्त्रियांचं पावित्र्य अबाधित राहतं, हे तुम्ही विसरता.'' गंगूबाईने सुरुवात केली.

तिचे हे शब्द ऐकून सारे स्तब्ध झाले. ''अन्य शहरांपेक्षा मुंबई हे अनेक पटीने सुरक्षित शहर आहे. इथल्या रस्त्यांवरून पोरीबाळी बिनधोक फिरू शकतात. अत्याचार, विनयभंगाच्या घटना इथे क्वचित घडतात. अर्थात इथल्या कायदा आणि सुव्यवस्था राखणाऱ्या यंत्रणेलाही त्याचं श्रेय जातं; पण कामाठीपुऱ्यातील बदनाम वेश्यांनाही थोडंफार श्रेय मिळायला हवं, असं माझं आग्रहाचं मत आहे.

"कायदेशीर लग्न झालेल्या स्त्रियांशी मी आमची तुलना करत नाही. त्यांच्यापुढे आमचं स्थान दुय्यम आहे, हे मान्य; परंतु पुरुषांच्या कामभावना शमवण्याचं काम करून आम्ही समाजातील सर्व स्त्रियांवर उपकार करतोय, हे लक्षात घ्या. पुरुषांना हवं तसं लैंगिक सुख देऊन रिझवण्यासाठी आम्ही वेश्या आहोत, म्हणूनच ह्या घरंदाज बायका-मुली सुरक्षित राहतात. अन्यथा त्यांना पुरुषांच्या लैंगिक आक्रमकपणाला, अत्याचारांना बळी पडावं लागलं असतं.

"आम्ही वेश्या व्यवसाय करतो, तो नाइलाजाने. राजीखुशीने, आनंदाने कोणीही ह्या धंद्यात येत नाही. बहुतेक सर्व जणींना आपली कुटुंबं पोसायची असतात. देहविक्रय करण्याव्यतिरिक्त अन्य कोणताही मार्ग नसल्यामुळेच बहुसंख्य बायका-मुली ह्या धंद्यात पडतात. समाजरक्षण करणाऱ्या आम्हा बायकांकडे लोक तुच्छतेने, तिटकाऱ्याने पाहतात, ह्या गोष्टीची मला लाज वाटते. तुम्हा सर्वांच्या रक्षणार्थ आपले जवान लढतात, त्यांचा तुम्ही उदो-उदो करता हे बरोबरच आहे; पण आम्ही वेश्यादेखील रोजच लढाईला सामोऱ्या जातो. समाजरक्षणाचं काम आमच्या परीने आम्ही वेश्यादेखील करतोच ना? मग आम्हाला अशी अपमानास्पद वागणूक का? आम्हाला कुत्र्यासारखं हडहड का केलं जातं? आमचं मोल लोक का मान्य करीत नाहीत? मला ह्याचं प्रामाणिक उत्तर हवंय." गंगूबाई मोठ्या तळमळीने बोलत होती.

सारे लोक अतिशय लक्षपूर्वक गंगूबाईचं भाषण ऐकत होते. गंगूबाई भावनावेगाने, भान हरपून पुढे म्हणाली, "उत्तर नाही ना? कसं असणार? ही समस्याही तुम्हीच निर्माण केली. समाजाची गरज म्हणून वेश्या आहेत; मग त्यांना सन्मानाने, माणुसकीने वागवणं हीदेखील समाजाचीच जबाबदारी आहे. समाजामध्ये वेश्यांना प्रतिष्ठेने, मानाने वागवलं जाईल, त्याचवेळी महिलांना त्यांचे अधिकार मिळाले, त्या सक्षम झाल्या, असं मी समजेन. हैद्राबादसारख्या पुराणमतवादी शहरामधील वेश्यावस्ती 'मेहबूब की मेहंदी' ह्या नावाने ओळखली जाते. 'मेहबूब की मेहंदी' म्हणजे प्रियकराची मेंदी. किती सुंदर अर्थ आहे ह्या नावाला. मग मुंबईसारख्या प्रगत, आधुनिक शहरामध्ये 'कामाठीपुरा' म्हटल्यावर तिरस्काराचे, हेटाळणीचे भाव का बघायला मिळतात? शेवटी एकच उदाहरण देऊन मी माझी कैफियत संपवते. प्रत्येकाच्या घरामध्ये संडास असतोच. बाकीचं घर स्वच्छ राहावं, हाच उद्देश त्यामागे आहे ना? शरीरातील घाण फक्त तिथेच टाकली जाते, अन्यथा सारं घरच घाण झालं असतं. नेमक्या ह्याच कारणासाठी प्रत्येक शहरामध्ये वेश्यावस्तीसाठी जागा राखून ठेवावी, अशी माझी सरकारला विनंती आहे. त्यामुळे बाकी सर्व समाज स्वच्छ राहील."

गंगूबाई बोलायची थांबली, तेव्हा साऱ्यांनी उभं राहून टाळ्यांच्या कडकडाटात तिचं कौतुक केलं. ह्यापूर्वी कोणीही इतक्या चांगल्या तऱ्हेने वेश्यांची बाजू मांडली नव्हती. हे काम गंगूबाईने करून दाखवलं.

यशस्वी लढा

गंगूबाईच्या घणाघाती भाषणाचा वृत्तान्त अनेक प्रादेशिक वर्तमानपत्रात छापून आला. गंगूबाई अचानक प्रसिद्धीच्या झोतात आली. वेश्यांचे हक्क, त्यांना समाजात मिळणारी अपमानास्पद वागणूक वगैरे प्रश्नांवर समाजाशी लढा देण्याचं धैर्य दाखवणाऱ्या गंगूबाईला अनेक मंत्री, पत्रकार भेटून गेले. गंगूबाईचं महत्त्व ह्यामुळे अनेक पटींनी वाढलं.

१९५०-६०च्या सुमारास कामाठीपुऱ्यामधील वेश्यावस्ती सुकलाजी स्ट्रीट, मानजी रावजी स्ट्रीट आणि ॲलेक्झांड्रा सिनेमा ते जयराज भाई लेन हा फोरास रोडचा भाग एवढ्या जागेमध्ये सीमित होती. हा भाग कामाठीपुऱ्याच्या पश्चिमेकडे होता. कामाठीपुऱ्याच्या पूर्व आणि मध्यभागी राहणाऱ्या लोकांच्या विरोधामुळे वेश्या मानजी रावजी स्ट्रीटच्या पलीकडे जात नसत; परंतु कामाठीपुऱ्याच्या सातव्या रस्त्याच्या चौकात एक महानगरपालिकेची शाळा होती. तिथे जाणाऱ्या मुलांना वेश्यावस्तीमधून जावं लागे. तिथेच अनेक मंदिरं होती. दर्शनाला येणाऱ्या भाविकांनादेखील तोच रस्ता होता. थोडं पुढे सेंट अँथनी गर्ल्स हायस्कूल होतं. १९२० साली बांधलेल्या ह्या शाळेचं प्रवेशद्वार बेलासिस रोडवर होतं. शाळेच्या इमारतीच्या वरच्या मजल्यावरून कामाठीपुऱ्याची १४वी गल्ली सहज दिसे. जवळजवळ २५० वेश्या तिथे राहत होत्या.

१९६०च्या आरंभी ह्या शाळेच्या अधिकाऱ्यांनी, तसंच स्थानिकांनी वेश्या वस्तीचा काही भाग खाली करावा अशी मागणी केली. शाळेतल्या मुलींच्या कोवळ्या मनांवर वेश्यांचा वाईट प्रभाव पडेल, शरीर विक्रयाचा धंदा शाळेपासून केवळ २०० यार्ड अंतरावर चालतो ही गोष्ट चुकीची आहे, असे मुद्दे उपस्थित करण्यात आले. बघता-बघता ह्या मागणीचा जोर वाढत गेला. सतत निदर्शनं होऊ लागली. प्रशासकीय अधिकाऱ्यांशी वाटाघाटी चालूच होत्या, पण दोन्ही बाजू माघार घ्यायला तयार होईनात. वेश्या आपली वस्ती सोडायला तयार नव्हत्या आणि

शाळाधिकारी आणि स्थानिक लोक त्यांना घालवायला प्रयत्नांची पराकाष्ठा करत होते.

वेश्यांविषयी विरोध फारच वाढला, तेव्हा त्यांनी मदतीसाठी गंगूबाईकडे धाव घेतली. कामाठीपुऱ्यातील त्या विशिष्ट भागातील वेश्यांना हुसकावून लावण्याच्या मोहिमेला गंगूबाईने यशस्वीपणे रोखून धरलं. त्यासाठी तिने आपले राजकीय लागेबांधे खर्ची घातले.

तिच्या राजकीय संबंधांमुळेच तिला तत्कालीन पंतप्रधान जवाहरलाल नेहरू ह्यांच्या भेटीची संधी मिळाली. भारताच्या पंतप्रधानांना भेटणारी ती एकमेव 'घरवाली' होती.

गंगूबाईच्या अखेरच्या काळासंबंधी फारशी माहिती मिळत नाही. सोनेरी काठांच्या सफेद साड्या, सोन्याची बटणं असलेले ब्लाउज घालणारी गंगूबाई सर्वांच्या आठवणीत आहे. दागिन्यांची शौकीन गंगूबाई नेहमी दागदागिन्यांनी मढलेली असे. चश्म्याची सोनेरी फ्रेम, इतकंच नव्हे; तर तिचा एक दातदेखील सोन्याचा होता! त्या काळात काळ्या रंगाच्या आलिशान बेन्टली गाडीत फिरणारी घरवाली होती ती. तिच्याकडे एवढी प्रचंड धनदौलत कशी गोळा झाली, हे मात्र कोडंच आहे.

गंगूबाईनं लग्न केलं नव्हतं, पण अनेक अनाथ मुलांना तिने आपल्या लहानशा घरात आसरा दिला होता. त्यांचं लालन-पालन ती मोठ्या आत्मीयतेने करायची. त्यांच्या शिक्षणाकडे तिचं विशेष लक्ष असायचं. तिच्या दत्तक मुलांपैकी फक्त एकच – बब्बी – कामाठीपुऱ्यात राहते आहे.

गंगूबाईने आसरा दिलेल्यांपैकी एक आज समाजकार्यकर्ती म्हणून काम करते आहे. तिने गंगूबाईला 'कामाठीपुऱ्याची सम्राज्ञी' असा किताब दिलाय. ''आजही गंगूबाईच्या तसबिरी आणि मूर्ती कामाठीपुऱ्यातील खोल्यांमध्ये मोठ्या आदराने विराजमान झालेल्या आढळून येतील. कामाठीपुऱ्यातील कोणाही बाईला विचारा, तिच्या खोलीत गंगूबाईची तसबीर असेलच. त्यांपैकी कित्येक जणींनी तिला पाहिलंही नसेल, पण तिच्याविषयी ऐकलं मात्र नक्कीच आहे.'' ती म्हणाली.

गंगूबाईचा चांगुलपणा ही तिच्या स्वभावाची एक बाजू झाली. कामाठीपुऱ्यात पूर्वी हॉटेल चालवणाऱ्या एकाने अतिशय चपखल शब्दांत म्हटल्याप्रमाणे, 'गंगूबाई सद्गुणांची पुतळी होती असं नव्हे, सरतेशेवटी ती कुंटणखाना चालवणारी घरवाली होती, हे विसरून चालणार नाही. हजारो बायकांना व्यवस्थित काबूत ठेवून धंदा करायचा, हे सोपं काम नाही. त्यासाठी प्रसंगी कठोर आणि निर्दयी बनावंच लागतं. गंगूबाईही तशी वागत असणार, पण तिची ती बाजू लोक विसरलेले दिसतात.'

बब्बी – तिच्या मानलेल्या मुलीच्या म्हणण्यानुसार – ''गंगूमाचा दिवस सकाळी सहा वाजता सुरू व्हायचा. चहाचे घुटके घेत गुजराथी वर्तमानपत्र 'जन्मभूमी'चं

वाचन व्हायचं. त्यानंतर सकाळचा नाष्टा करून ती शेजारी पत्ते खेळायला जायची. ती पट्टीची जुगारी होती. पत्त्यांचा जुगार रोजच खेळत असे. तिला बरीच व्यसनंही होती – विड्या ओढायची, राणीछाप प्यायची, पान खायची. अनेक पत्रकार आणि मंत्र्यांबरोबर तिची ऊठबस चालायची. गंगूबाई १९७५ ते १९७८च्या दरम्यान, नक्की कधी माहिती नाही, वार्धक्यामुळे मरण पावली. त्यानंतर लगेचच कामाठीपुऱ्यात ठिकठिकाणी तिच्या प्रतिमा झळकू लागल्या.''

एकेकाळी झगमगणारी कामाठीपुऱ्यातील १२वी गल्ली आज निस्तेज दिसते. पूर्वीचं सारं वैभव नाहीसं झालंय. ॲम्बेसेडर, मर्सिडिज, बेन्टलीसारख्या मोठ्या आलिशान गाड्यांची वर्दळ थांबलीय. सायकली, मोडक्या स्कूटर, हातगाड्या आणि भटकी कुत्री गल्लीमध्ये पाहायला मिळतात. जेमतेम एक-दोन कुंटणखाने चालू असल्याने इतर गल्ल्यांमधली गजबज इथे दिसत नाही. गंगूबाईच्या कडक शिस्तीमध्ये भरभराटीस आलेली १२वी गल्ली सगळा रुबाब गमावून बसलीय.

गंगूबाईच्या असामान्य जीवनातील अनेक प्रसंग दंतकथा बनल्या आहेत. त्यापैकी सर्वांत जास्त उल्लेखनीय किस्सा आजही मोठ्या अभिमानाने आणि छातीठोकपणे सांगणाऱ्या वेश्या कामाठीपुऱ्यात आढळतील. त्यामध्ये किती सत्य आहे, तसं खरोखरच घडलं का, ह्याविषयी कोणताही लिखित पुरावा नाही. तरीही गेल्या ४० वर्षांपासून हा किस्सा सांगितला जातोय. गंगूबाई पंडित नेहरूंना भेटायला गेली होती, त्या वेळी हा प्रसंग घडला. 'मुंबईमध्ये वेश्यावस्तीचं महत्त्व आणि वेश्यावस्तीला संरक्षण देणं किती आवश्यक आहे', हे गंगूबाई नेहरूंना स्पष्ट करून सांगत होती. तिची तल्लख विचारशक्ती आणि हुशारी पाहून पंडितजी चांगलेच प्रभावित झाले. बोलण्याच्या ओघात पंडितजींनी तिला प्रश्न केला, ''तुला चांगला नवरा किंवा नोकरी मिळाली असती. असं असतानाही तू ह्या व्यवसायात का राहिलीस?''

ह्यावर गंगूबाईने न घाबरता त्यांच्यापुढेच एक प्रस्ताव ठेवला. ''तुम्ही मला मिसेस नेहरू बनवायला तयार असाल, तर मी धंदा सोडून देईन.'' ती बेडरपणे म्हणाली. हे ऐकून नेहरू थक्क झाले. रागाने त्यांनी तिची कानउघडणीही केली. गंगूबाई हसून शांतपणे म्हणाली, ''प्रधानमंत्रीजी, रागावू नका. उपदेश करणं सोपं असतं; पण आचरणात आणणं तितकंच कठीण असतं, हेच मला दाखवून द्यायचं होतं.'' हे ऐकून नेहरू मूक झाले.

नेहरूंनी गंगूबाईची दुसरी मागणी अशी फेटाळून लावली असली, तरी भेटीच्या अखेरीस तिची पहिली मागणी मान्य केली. त्या प्रकरणी लक्ष घालायचं आश्वासन दिलं आणि ते पाळलंदेखील. वेश्यावस्ती कामाठीपुऱ्यातून हलवावी, ह्यासाठी सुरू असलेलं आंदोलन थंडावलं. '१०० वर्षांनंतर ही शाळा बांधली गेली. वेश्यावस्ती

बाजूलाच आहे, हे शाळाधिकाऱ्यांच्या लक्षात आलं नाही का? कामाठीपुरा आधीपासून अस्तित्वात होता. तरीही शाळा का बांधली?' गंगूबाईचा हा बिनतोड युक्तिवाद सरकारने मान्य केला.

गंगूबाईने दिलेल्या यशस्वी लढ्यामुळे हजारो वेश्या बेघर होण्यापासून, रोजगार गमावण्यापासून वाचल्या. गंगूबाईने जीवनामध्ये असे अनेक संघर्ष केले आणि त्यामध्ये ती जिंकलीदेखील...

∎

३

एका सुंदरीचा सूडप्रवास!

प्रस्तावना

सकाळपासूनच अशरफला विचित्र हुरहुर लागली होती. कसलंसं वाईट स्वप्न पडल्याने ती सकाळी नेहमीपेक्षा लवकरच जागी झाली होती. स्वप्न नेमकं काय होतं, हे नीटसं आठवत नसलं तरी ते वाईट होतं ही भावना मन कुरतडत होती.

सकाळचा चहाही तसाच पडून होता. ऑम्लेट आणि टोस्टदेखील थंड झाले होते. काही खावं-प्यावंसं वाटत नव्हतं. वर्तमानपत्र वाचायला घेतलं, पण अस्वस्थपणामुळे तिकडेही मन लागेना. शेवटी जुन्या मैत्रिणीला भेटायला जावं म्हणजे बरं वाटेल, असा विचार करून ती तयार व्हायला लागली. तेवढ्यात दरवाजावर जोरात थाप पडली.

ह्यापूर्वी पोलिसांपासून ते हत्यारं घेऊन आलेल्या गुंडांपर्यंत अनेक जण तिच्या दाराशी आले होते, तेदेखील वाईट बातमी घेऊनच. आज त्यापैकी कोणालाही भेटायची तिची इच्छा नव्हती.

पण घरात दुसरं कोणीही नसल्याने नाइलाजाने तिने दरवाजा उघडला. तिचा शेजारी धापा टाकत उभा होता. बहुधा तो धावत आला असणार.

"दुबईहून मेहमूदभाईचा फोन आलाय. लवकर चल. तो पुन्हा फोन करणार आहे," तो घाईघाईने म्हणाला.

मेहमूदचं नाव ऐकून तिच्या मनातली हुरहुर कुठल्याकुठे पळाली. पायात पटकन चपला चढवून ती शेजारी गेली. घर बंद करायचं भानही तिला राहिलं नव्हतं.

शेजारी पोहोचायला तिला एक मिनिटही लागलं नसेल. अधीरपणे ती त्याच्या फोनची वाट पाहत होती. शेवटी पाच मिनिटांनी फोन वाजला. घाईघाईने उचलून काही बोलतेय, तोच फोन बंद झाला. नाइलाजाने तिने फोन खाली ठेवला. दहा मिनिटं सोशिकपणे वाट पाहिल्यानंतर फोनची रिंग वाजली. ह्या वेळी मात्र तिला पलीकडच्या व्यक्तीचा आवाज स्पष्टपणे ऐकू आला. घोगरा, परदेशातून आल्याने

अधिकच मोठा वाटणारा आवाज, मेहमूदचा होता. दहा दिवसांपूर्वी त्याचा फोन आला होता. त्यानंतर आज त्याचा आवाज कानी पडला.

"जान, आज संध्याकाळी मी परत येतोय," तो म्हणाला. "एअरपोर्टला मला घ्यायला ये."

अशरफ आनंदाने फुलून गेली. 'दूर असला तरी त्याला माझी हुरहुर, त्याच्या विरहाने मी व्याकूळ झाले हे समजलं, म्हणूनच तो परत येतोय...' ह्या विचाराने ती खूश झाली. विमानाची वेळ वगैरे तपशील देऊन त्याने फोन ठेवला. आज मेहमूद, प्रिय पती भेटणार ह्या कल्पनेने अशरफचा आनंद गगनात मावेना. त्याच्या स्वागतासाठी विमानतळावर जायला तयार व्हायचं, म्हणून ती पळतच आपल्या घरी गेली.

अतिशय देखण्या अशरफला मेहमूद मैत्रिणीच्या विवाह-समारंभात भेटला होता. काही काळानंतर त्याने 'लग्न करशील का' असं विचारताच तिने क्षणाचाही विलंब न करता होकार दिला. लग्नानंतरची पाच वर्षं अतिशय आनंदात गेली. तिला सर्वतोपरी खूश ठेवणं, हे मेहमूदचं एकमेव ध्येय होतं. जुने विचार, कडक शिस्त अशा वातावरणात वाढलेल्या अशरफला मेहमूदमुळे खुल्या, मुक्त जीवनाचा अनुभव मिळाला. त्याच्याबरोबर तिने खूप प्रवास केले. अनेक नवीन ठिकाणं पाहिली. तो तिला एखाद्या राणीसारखा जपायचा. तिचंही त्याच्यावर प्रामाणिकपणे प्रेम होतं. त्याचा थोडासाही विरह तिला सहन होत नसे. सारं असं छान चाललं असलं, तरी 'मेहमूदचा व्यवसाय काय आहे' हा विचार तिच्या मनाला कुरतडत असे.

मेहमूदची तथाकथित दोस्तमंडळीही तिला फारशी आवडत नसत. त्याचे हे सहकारी त्याला 'मेहमूद कालिया' म्हणत, तेही तिला आवडायचं नाही. मेहमूद काळा होता हे खरं असलं, तरी त्यांनी त्याला त्या नावाने हाक मारावी, ह्याचा तिला राग येई. तिने मेहमूदकडे आपली नाखुशी व्यक्त केली, तेव्हा त्याने ते हसण्यावारी नेलं. 'सोडून दे ना, ते महत्त्वाचं नाही,' तो प्रेमाने म्हणाला होता. तो अशा लोकांबरोबर काम करतो ह्याची तिला चिंता वाटे, पण त्याबाबतीतही 'काळजी करू नकोस' असा दिलासा तो देत असे. तो काय करतो, कुठे जातो, कुणाबरोबर जातो, त्याच्या कामाचं स्वरूप काय, ह्याविषयी तो कधीही बोलत नसे. त्याची ती बाजू तिला संपूर्णपणे अज्ञात होती.

विमानतळावर जाण्यासाठी, अशरफ नटून तयार झाली. हातामध्ये सोन्याच्या बांगड्या चढवल्या. एव्हाना तीन वाजायला आले होते. तासाभरात मेहमूदचं विमान येणार होतं. पर्स उचलून ती घाईघाईने नागपाड्याच्या मोठ्या रस्त्याकडे निघाली. सांताक्रूझला जाण्यासाठी टॅक्सीच करायची, असं तिने ठरवलं.

तिथे पोहोचेपर्यंत चार वाजले. प्रियजनांच्या स्वागतासाठी फुलं, छोटीशी

भेटवस्तू असं काहीबाही घेऊन आलेल्या इतर लोकांना पाहून 'आपण रिकाम्या हातांनी आलो' ह्याचं अशरफला वाईट वाटलं. पण मेहमूदला अशा गोष्टींपेक्षा आपल्या भेटीचं मोल अधिक आहे, ह्याची अशरफला खात्री होती.

बाहेर पडणाऱ्या लोकांमध्ये मेहमूद दिसतोय का, हे अशरफ मोठ्या आशेने पाहत होती. ती आली, तेव्हा दाराजवळच दोन पोलीस जीप उभ्या होत्या. तिने पुन्हा एकवार मागे नजर टाकली. त्या जीप अजूनही तिथेच होत्या. मेहमूदचे पोलिसांशी फारसे चांगले संबंध नाहीत, ह्याची अशरफला थोडीशी कल्पना होती. त्यामुळे पोलीस मेहमूदच्या स्वागतासाठी आले नसावेत, अशी ती मनोमन प्रार्थना करीत होती.

४० मिनिटं उलटली तरी मेहमूदचा पत्ता नव्हता. जीपही हलल्या नव्हत्या; पण निदान आतमध्ये पोलीस बसलेले नाहीत, हे पाहून तिला थोडासा दिलासा मिळाला.

पाच वाजत आले तेव्हा कुठे तिला मेहमूद आगमन क्षेत्रातून बाहेर पडताना दिसला. काळ्या रंगाचा, हट्टाकट्टा, डाव्या खांद्यावर बॅग अडकवलेली. प्रिय पतीचं दर्शन होताच अशरफ आनंदाने हसली. कठड्याजवळ सरकून ती त्याचं लक्ष वेधण्याचा प्रयत्न करत होती. त्याचेही डोळे तिलाच शोधत होते. अखेर दोघांची नजरभेट झाली. अशरफने त्याच्या दिशेने काही पावलं टाकलीदेखील, पण अचानक काही माणसांनी त्याला घेरल्यामुळे तो दिसेनासा झाला.

त्यांच्यापैकी एकाने पिस्तूल काढून हवेत दोन-तीन वेळा गोळ्या झाडल्या, तशी लोकांमध्ये पळापळ सुरू झाली. त्या गोंधळामध्ये मेहमूदला घेरणारी माणसं निसटली. अशरफ धडधडत्या काळजाने मेहमूदला शोधत होती, पण तो कुठेच दिसेना. गर्दीतून पोलीस येताना दिसले. त्यांच्याबरोबर रिव्हॉल्व्हरधारी लोकही होते. तिने लगेच मागे वळून पाहिलं, तेव्हा आत्तापर्यंत उभ्या असलेल्या पोलीस जीपही गायब झालेल्या दिसल्या.

घाबरून इतस्तत: पळणाऱ्या लोकांच्या गोंधळामधून बाहेरच्या वाहनतळामधून गोळ्या झाडल्याचा अस्पष्ट आवाज अशरफच्या कानांवर पडला. बेभान होऊन ती त्या दिशेने धावत सुटली. वाहनतळ प्रचंड मोठा होता, तरीही एका बाजूला कोंडाळं करून उभे असलेले बरेचसे पोलीस तिला लगेचच दिसले. तेवढ्यात तिथून एक पोलीस जीप आणि रुग्णवाहिका वेगाने बाहेर पडल्या. मेहमूदला शोधल्याशिवाय गप्प बसायचं नाही, अशा निश्चयाने अशरफ कोपऱ्यात असलेल्या पोलिसांकडे धावली.

पोलिसांनी एका टॅक्सीजवळ कडं केलं होतं. खाली जमिनीवर रक्ताचं थारोळं झालं होतं. पोलीस त्याभोवती पांढऱ्या खडूने खुणा करण्यात गुंतले होते. अशरफ भीतीने गारठून गेली. नेमकं काय झालंय, काय करावं, तिला काहीच सुचेना. पाचच

डोंगरीमधल्या चुनावाला इमारतीतील जेनाबाईचे जुने घर.
४०च्या दशकाच्या सुरुवातीला वयाच्या चौदाव्या वर्षी मोहमद शहा दरवेश याच्याशी लग्न झाल्यानंतर
पहिल्यांदा ती इथे राहायला आली. त्यानंतर ती बरीच श्रीमंत झाली, तरी तिने हे घर सोडण्यास नकार दिला.
१९९३मध्ये तिने इथेच अखेरचा श्वास घेतला.

'बैतुल सुरूर', पेडर रोड येथील
हाजी मस्तानचा बंगला.
१९८०मध्ये जेनाबाईने आपापसांत लढणाऱ्या
मुंबईतल्या टोळ्यांचा समेट इथेच घडवून
आणला होता.

एक

پاکستان بنتے ہی شوہر چھوڑ کر پاکستان بھاگ گیا اور جینابائی زندگی سے لڑنے کیلئے اکیلی رہ گئی

اخبار عالم

بمبئی کے داداؤں نے جینابائی کے آگے ہتھیار کیوں ڈالے؟

१९९२मध्ये 'अखबार-ए-आलम' या महत्त्वाच्या उर्दू वृत्तपत्रात पहिल्या पानावर जेनाबाईची मुलाखत छापून आली होती.

कामाठीपुरातली १२वी गल्ली. आयुष्यातली शेवटची वर्षं गंगूबाई इथे राहिली. इथेच तिला भेटायला पत्रकार आणि मंत्री यायचे.

गंगूबाईचे फ्रेम केलेले छायाचित्र.
वेश्यावस्तीतल्या बऱ्याच
कुंटणखान्यांमध्ये व घरांमध्ये हा फोटो
लावलेला दिसतो.
ती आता देवीसारखी पुजली जाते.

गंगूबाईचा अर्धपुतळा.
मृत्यूनंतर तिच्या स्मृतिप्रीत्यर्थ
कामाठीपुऱ्यात तो स्थापन
करण्यात आला.

तीन

मध्य मुंबईच्या रे रोड इथून मादक
द्रव्यांच्या व्यवसायावर नियंत्रण ठेवणारी
ज्योती आदिरामलिंगम.
१९९०मध्ये मुंबईतल्या मादक द्रव्यांच्या
व्यापारावर प्रभाव पाडणाऱ्या कुप्रसिद्ध
त्रिकुटातील – सावित्री, ज्योती आणि
पापामणी यांपैकी ज्योती एक होती.
(सौजन्य - एनसीबी)

महालक्ष्मी पापामणीचे जुने छायाचित्र
(सौजन्य - एनसीबी)

गँगस्टर अबू सालेम आणि बॉलिवुड अभिनेत्री मोनिका बेदी (उजवीकडे). कुटुंबीय आणि मित्रमैत्रिणींसोबत आनंदाचे हलकेफुलके क्षण व्यतीत करताना. खोट्या कागदपत्रांनी पोर्तुगालमध्ये प्रवेश केल्याच्या निमित्ताने या जोडप्याला २० सप्टेंबर, २००२मध्ये लिस्बन इथे अटक करण्यात आली.

दानिश बेग उर्फ अबू सालेम आणि फौजिया बेग उर्फ मोनिका बेदी यांच्या पासपोर्ट्सवरची ही छायाचित्रं. या जोडप्याने वर उल्लेखलेल्या नावांचा वापर करून खोटे पासपोर्ट तयार केले आणि परदेशात भ्रमंती केली.

हिंदू डॉन अरुण गवळीची बायको आशा गवळी. पोलीस यंत्रणा आणि पोलिसांचे एन्काउंटर यांपासून तिने आपल्या नवऱ्याला – अरुण गवळीला अनेकदा वाचवले. ऑक्टोबर, २००९मध्ये महाराष्ट्राच्या विधानसभेच्या निवडणुकीसाठी भायखळा मतदारसंघातून उभी राहिल्यावर मतदारांना मत देण्याची विनंती करताना (सौजन्य - इंडियन एक्स्प्रेस, मुंबई)

शिवसेनेची माजी नगरसेविका आणि आपला पदवीधर नवरा अश्विन नाईक याला अंडरवर्ल्डमध्ये सहभाग घेण्यासाठी उद्युक्त करणारी, प्रोत्साहन देणारी नीता नाईक, सुभाषनगर, भायखळा इथल्या घरात. तिच्या नवऱ्यानेच तिला गोळ्या घालून ठार करविले. (सौजन्य - मिड-डे, मुंबई)

छोटा राजनची बायको सुजाता निकाळजे. मोका कोर्टात सुनावणी झाल्यानंतर बाहेर पडताना
(सौजन्य - मिड-डे, मुंबई)

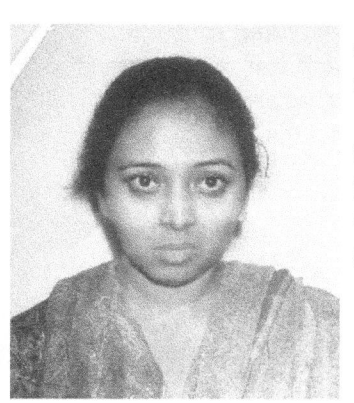

गँगस्टर रवी पुजारीच्या कृष्णकृत्यांमागील
मास्टरमाइंड पद्मा पुजारी.
२००५मध्ये खोटा पासपोर्ट तयार केल्याप्रकरणी
तिच्यावर खटला चालवला होता.
तिच्याबद्दल 'इंटरपोल रेड कॉर्नर नोटिस'
पाच वर्षांपासून देण्यात आली आहे.
(सौजन्य - सीबीआयची वेबसाइट)

शमीम मिर्झा बेग उर्फ मिसेस पॉल. छोटा
शकीलचा व्यवसाय पाहणारी आणि त्याची
प्रेमिकाही. कराचीस्थित डॉन व ही
तासन्तास फोनवर गप्पा मारत. ती
शकीलच्या मुंबईतल्या कामांवरही देखरेख
करत असे. मार्च, २००२मध्ये तिच्यावर मोका
लावण्यात आला. (सौजन्य - मिड-डे, मुंबई)

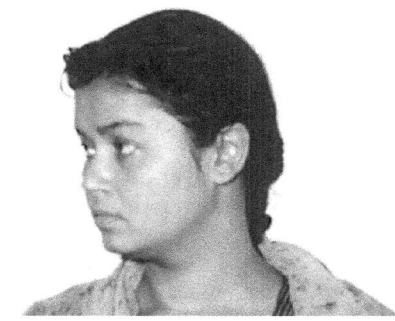

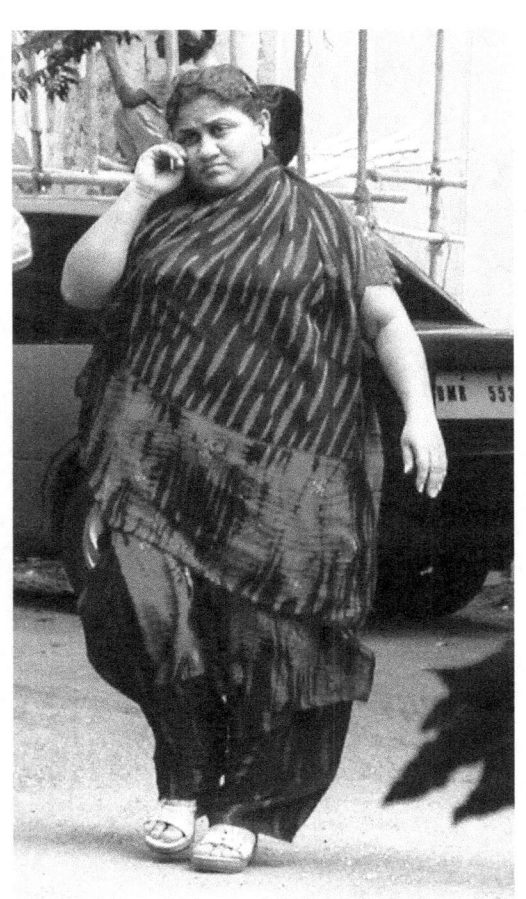

छोटा शकीलची 'मोटी गर्लफ्रेंड' –
रूबिना सिराज सय्यद,
मुंबई क्राइम ब्रँच ऑफिसमधून बाहेर पडताना.
एकेकाळी ब्यूटीशियन असलेली रूबिना,
शकीलच्या पैशांच्या व्यवहारांकडे
लक्ष द्यायची, इतर व्यवस्थापन करायची.
तिच्यावर मोका लावण्यात आला.
(सौजन्य - मिड-डे, मुंबई)

मुंबईतली सर्वांत प्रसिद्ध
बारबाला – तरन्नुम खान.
आंतरराष्ट्रीय क्रिकेटमध्ये तिने मोठ्या
प्रमाणावर बेटिंग केलं असल्याचं
पोलिसांना समजताच मुंबईतल्या
सगळ्या वृत्तपत्रांचे प्रमुख मथळे
हिनेच काबीज केले!
(सौजन्य - मिड-डे, मुंबई)

मिनिटांपूर्वी आपल्याकडे पाहून प्रेमाने हसणारा मेहमूद कुठूनतरी आपल्याजवळ येईल, 'मी अगदी ठीक आहे' असं म्हणून आपली चिंता दूर करील, असं तिला अजूनही वाटत होतं.

"गोळी झाडण्यात आली, त्या माणसाला कूपर हॉस्पिटलमध्ये नेलंय," हे एका पोलिसाचं बोलणं तिनं ऐकलं. क्षणाचाही विलंब न करता तिने टॅक्सीने हॉस्पिटल गाठलं; परंतु गोळी लागून जखमी झालेला एकही माणूस इथे दाखल नाही, अशी माहिती तिथे मिळाली. "तू अंधेरी पोलीस स्टेशनला चौकशी कर," असा सल्लाही मिळाला. अशरफचं आजवरचं आयुष्य संरक्षित, एका कोशामध्ये असावं त्याप्रमाणे गेलं होतं. आज मात्र मेहमूदचा ठावठिकाणा शोधून काढायचाच, अशा जिद्दीने ती एकटीच धडपडत होती. त्या विभागातील सर्व पोलीस ठाणी तिने पिंजून काढली. शेवटी एका पोलिसाने जे.जे. हॉस्पिटलमध्ये तपास करायची सूचना दिली. अशरफच्या मनातील भयंकर शंका खरी ठरली. 'मेहमूद खान हा पोलिसांना हवा असलेला गँगस्टर सांताक्रूझ विमानतळावर झालेल्या चकमकीमध्ये मारला गेला' ही वाईट बातमी तिला ऐकायला मिळाली. मात्र त्यावर अशरफचा अजूनही विश्वास बसत नव्हता. 'विमानतळावर कडक सुरक्षा असताना, मेहमूद पिस्तूल कसं काय आणू शकेल? अर्थातच चकमक होणंही शक्य नाही' तिच्या मनात विचारचक्रं फिरत होती. 'मारला गेला तो मेहमूद नसावाच' अशी क्षीण आशा तिला अजूनही वाटत होती. खात्री करण्यासाठी तिने मृतदेह पाहायची इच्छा व्यक्त केली. एक नर्स तिला प्रेतागृहामध्ये घेऊन गेली. तिथला अंधूक प्रकाश, झाकून ठेवलेले मृतदेह पाहून अशरफ थरथरायला लागली. प्रचंड घाबरल्याने पाय लटपटायला लागले. तिची दयनीय अवस्था पाहून नर्सने तिचा हात घट्ट पकडला आणि एका मृतदेहाजवळ घेऊन गेली.

तोच होता तो... काही तासांपूर्वीच दिसला होता. विमानतळावरील गर्दीमध्ये दिसेनासा होण्यापूर्वी तिच्याकडे पाहून प्रेमाने हसला होता....

अशरफने त्याच्या अचेतन देहाला घट्ट मिठी मारली. दुबईला जाण्यापूर्वी, त्या रात्रीही तिने त्याला असंच बाहुपाशात घेतलं होतं. मेहमूदने तिला प्रणयरंगात न्हाऊ घातलं होतं. त्याचा निश्चल हात हातात घेऊन, तिने आपली बोटं त्याच्या बोटांमध्ये अडकवली. ती कधी रडली, तर ह्याच बोटांनी तो तिचे अश्रू पुसायचा...

सकाळपासून हुरहुर का वाटत होती, मन एवढं अस्वस्थ का होतं, त्याचं कारण तिला आत्ता समजलं. मेहमूद गेला – कायमचा!

दुसऱ्या दिवशी नारियावाली कब्रस्तानमध्ये मेहमूदच्या मृतदेहाचं दफन करण्यात आलं. अशरफला आतमध्ये प्रवेश नव्हता. सर्व विधी होईपर्यंत ती मशिदीच्या बाहेर थांबली होती.

मेहमूदला इस्पितळात आणलं तेव्हा तो जिवंत नव्हता, असं तिला इस्पितळातील कर्मचाऱ्यांकडून समजलं होतं. त्याला चार गोळ्या लागल्या होत्या. त्याने पोलिसांवर गोळीबार केला, त्यानंतरच्या चकमकीमध्ये पोलिसांच्या गोळ्यांना तो बळी पडला. इमॅन्युअल अमोलिक नावाच्या पोलीस इन्स्पेक्टरने चकमकीचं नेतृत्व केलं, असं वृत्तपत्रात छापून आल्याचं तिच्या नातेवाइकांनी सांगितलं. अशरफने ते नाव पाठ करून मनामध्ये जपून ठेवलं. कब्रस्तानात जमलेल्या लोकांपैकी एक जण आपलं बारीक निरीक्षण करतोय, हे दुःखात चूर झालेल्या अशरफच्या ध्यानात आलं नाही.

नमाज-ए-जनाजा पढून मेहमूदचं अचेतन शरीर दफन करण्यात आलं. अशरफ कोरड्या डोळ्यांनी, दगडी पुतळ्यासारखी स्तब्ध होऊन सारं पाहत होती. सर्व विधी उरकेपर्यंत संध्याकाळ झाली. लोक पांगायला लागले. तिच्या नातेवाइकांनी तिलाही निघायचा आग्रह केला, पण 'मला थोडा वेळ एकटीला राहायचं आहे' असं म्हणून तिने नकार दिला. पुनःपुन्हा सांगूनही ती ऐकत नाही, हे पाहून शेवटी तेही निघून गेले. चोहीकडे शांतता पसरली. अशरफ हळूच आतमध्ये गेली. मेहमूदला दफन केलं त्या जागी जाऊन तिने मातीमध्ये आपली बोटं खुपसली. ह्या मातीखाली आपला पती चिरनिद्रा घेतो आहे, ह्या विचाराने तिचं सारं त्राण गेलं. त्याच्या मृत्यूनंतर प्रथमच तिला अतिशय भडभडून रडू आलं. कितीतरी वेळ ती मूकपणे अश्रू ढाळत तिथे बसून राहिली. खूपच अंधार झाला, तेव्हा मात्र ती निघाली. सर्वत्र भयाण शांतता पसरली होती. अचानक एक वृद्ध माणूस तिच्या बाजूला येऊन उभा राहिला. हातामध्ये पाण्याचा ग्लास होता. अशरफ त्याला पाहून काहीशी गोंधळली. तिने आपला बुरखा नीट केला. डोळे पुसले.

"हे पाणी पी,'' असं म्हणून त्याने ग्लास पुढे केला. अशरफने नम्रपणे नकार दिला. तो काही न बोलता उभा राहिला. तो इथला रखवालदार असावा, असा तिचा अंदाज होता. कब्रस्तानमध्ये प्रवेश केल्याबद्दल तो तिला चार शब्द सुनावणार, असं वाटल्याने तीही काही न बोलता थांबली. शेवटी तिनेच 'इथे का आलात?' असं त्याला विचारलं.

"तुमच्या पतीच्या निधनामुळे मला अतिशय वाईट वाटलं. माझं नाव उस्मान. मी तुमच्या पतीला चांगलं ओळखत होतो. फार भला माणूस होता तो.'' तो म्हणाला. अशरफने निःश्वास टाकला, त्याचे आभार मानून ती निघाली.

"तुझ्या नवऱ्याला कोणी मारलं, ते मला माहिती आहे,'' तो अचानक म्हणाला. हे पाहून अशरफ जागीच खिळून उभी राहिली.

"तुझ्या नवऱ्याचा आणि माझा शत्रू एकच आहे. दुबईला असतो तो. मेहमूदच्या हत्येचा कट त्यानेच रचला.''

हे ऐकून अशरफ गोंधळली. पोलीस इन्स्पेक्टरने आपल्या पतीवर गोळी

झाडली असं तिने ऐकलं होतं. हा म्हातारा दुसरंच काहीतरी सांगतोय. पोलिसांनी नाही, तर दुबईतल्या कोणीतरी मेहमूदची हत्या केली, असं तो मोठ्या खात्रीपूर्वक बोलतो आहे. दुबईमधील कोणत्या व्यक्तीशी मेहमूदचे जवळचे संबंध होते, हे तिला माहीत होतं. ह्या वेळीही तो कसलंसं महत्त्वाचं काम करण्यासाठीच मोठ्या तातडीने दुबईला गेला होता.

"कोणी कट रचला?" तिने विचारलं.

"त्याचं नाव दाऊद आहे. मेहमूदने दाऊदची एक कामगिरी करायला नकार दिला, म्हणूनच त्याला संपवून टाकण्यात आलं. तो मुंबईत परतणार असल्याची खबर दाऊदनेच पोलिसांना दिली."

हे ऐकून अशरफला धक्काच बसला. "पण मतभेद मिटवण्याचे अन्य मार्ग होते ना? त्यासाठी मारून टाकायचं काय कारण?" हे विचारताना तिचे डोळे अश्रूंनी डबडबले.

"तुझ्या नवऱ्याने केलेली चूक कोणीही करू नये, ह्यासाठी दाऊदने उदाहरण घालून दिलंय. बाकीच्यांसाठी ही धमकीवजा सूचना आहे – माझ्याविरुद्ध गेलात, तर मरायला तयार राहा!"

हे ऐकून अशरफला मेहमूदच्या गेल्या महिन्यातील अस्वस्थ मन:स्थितीचा संदर्भ लागला. तो सतत कोणत्यातरी तणावाखाली असायचा. "ही माझी दुबईची अखेरची वारी आहे. माझ्या बॉसबरोबर सर्व गोष्टींचा सोक्षमोक्षच लावून टाकतो." जाण्यापूर्वी तो म्हणाला होता. मेहमूदच्या हत्येसंबंधी अनेक प्रकारच्या गोष्टी तिच्या कानावर आल्या होत्या. उस्मानने सांगितलेलं कारण तिला सर्वांत जास्त विश्वसनीय वाटलं.

उस्मान पुढे जे काही बोलला, त्यामुळे अशरफच्या आयुष्याची दिशाच बदलून गेली. "तुला सूड उगवावासा वाटत नाही?" त्याने विचारलं.

अशरफने चमकून त्याच्याकडे पाहिलं. त्याच्या प्रश्नामुळे तिला धक्का तर बसलाच; पण ती काहीशी गोंधळूनही गेली. "हा काय प्रश्न झाला?" ती हुंदके देत म्हणाली.

"आता रडून काय उपयोग? तुझा नवरा तर गेलाच... तो काही परत येणार नाही. पण त्याची हत्या करणाऱ्यांना धडा शिकवावा, असं नाही तुला वाटत? त्यांना शिक्षा व्हायला हवी की नाही?" त्याने विचारलं.

"अर्थात." अशरफ ताडकन म्हणाली, "मेहमूदला मारणाराही मेलाच पाहिजे."

"त्याला शिक्षा व्हावी, म्हणून तू नेमकं काय करणार आहेस?" त्याने शांतपणे विचारलं.

"मी पोलिसांकडे तक्रार करीन. दुबईतल्या माणसाने त्यांना चुकीची खबर

दिली. त्यांना फसवलं, हे सांगीन.''

हे ऐकून तो हसला. ''अच्छा? ते तुझ्यावर विश्वास ठेवतील, असं तुला वाटतं? बेटी, बहुतेक सारे पोलीस अधिकारी दाऊदचे चमचे आहेत. पैसे घेऊन त्याची कामं करतात, हे तुला माहीत नाही. तू त्यांच्याकडे तक्रार केलीस, तर त्यातून काहीही साध्य होणार नाही. किंबहुना मेहमूदसारखाच तुझाही काटा काढायला ते मागे-पुढे पाहणार नाहीत.''

ते ऐकून ती अधिकच निराश झाली. ''मग मी आता करू तरी काय?'' तिने रडत-रडत विचारलं.

''हुसेन उस्तरा तुला मदत करू शकेल. त्याला दाऊदविषयी इत्थंभूत माहिती आहे. तोही दाऊदचा मनापासून तिरस्कार करतो. तुला मदत करण्यासाठी दाऊदशी पंगा घ्यायला कोणी तयार होणार नाही, पण हुसेन महाघातकी माणूस आहे. शिवाय त्यालाही दाऊदला धडा शिकवायचा आहे. त्याची स्वत:चीही टोळी आहे. शस्त्रं कशी वापरायची ह्याचं ज्ञान आहे. तुझ्या कामासाठी अगदी योग्य माणूस. तो कदाचित तुला मदत करील. पायधुनीला राहतो तो.''

अशरफ काही क्षण स्तब्ध होती. शेवटी त्याचे आभार मानून ती सावकाश कब्रस्तानातून बाहेर पडली.

गनमॅनच्या शोधात...

अनेक गजबजलेले रस्ते पार केल्यानंतर शेवटी ते एका गलिच्छ गल्लीमध्ये शिरले. एका इमारतीसमोर तो थांबला. मागे वळून त्याने त्या दोघांकडे नजर टाकली. आत्तापर्यंत दोघंही मुकाट्याने त्याच्या मागोमाग येत होते. व्रणांनी भरलेल्या त्याच्या चेहऱ्यावर हास्य पसरलं. ''इथून वरती जा,'' तो त्या दोघांना म्हणाला. दोघांनी एकमेकांकडे पाहिलं आणि काही न बोलता त्या इमारतीचे अरुंद जिने चढायला सुरुवात केली. आतमधील अंधारं, कुबट वास मारणारं आणि भयभीत करणारं वातावरण काळकोठडीची आठवण करून देणारं होतं. जिन्यामध्ये कॅमेऱ्याचे रोखलेले डोळे दोघांनीही पाहिले, पण त्यावर काही टिप्पणी करण्याचं टाळलं. जिने चढणारे दोघं व्यवसायाने लेखक होते – एक मी, क्राइम रिपोर्टर म्हणून नुकतीच सुरुवात केली होती. दुसरा विक्रम चंद्रा – 'लव्ह अँड लॉगिंग इन बॉम्बे' आणि 'रेड अर्थ अँड पोअरिंग रेन' ह्या दोन लोकप्रिय पुस्तकांचा नामवंत लेखक. 'सेक्रेड गेम्स' ह्या पुस्तकाचं लेखन चालू होतं. वाचक मोठ्या आतुरतेने त्याच्या तिसऱ्या पुस्तकाची वाट पाहत होते. निवृत्त, वृद्धत्वाकडे झुकलेला करीम लाला, तसंच गुन्हेगारी सोडून राजकारणात शिरलेल्या अरुण गवळीला आम्ही ह्यापूर्वीच भेटलो होतो. पोलिसांच्या माहितीनुसार ह्या दोघांनीही आपल्या गुन्हेगारी कारकिर्दीमध्ये कधीही शस्त्रास्त्रांचा, पिस्तुलांचा वापर केला नव्हता. पिस्तूल बाळगणाऱ्या गँगस्टरला भेटायची विक्रमला इच्छा होती.

अतिशय प्रयास केल्यानंतर हुसेन उस्तरा – कुख्यात गँगस्टर आणि पोलिसांचा खबऱ्या – ह्याने भेटायचं कबूल केलं होतं. त्याच्या मजल्यावर पोहोचलो. तपकिरी रंगाचा एक दरवाजा थोडासा उघडा दिसला. डोंगरीच्या बारीकसारीक गल्लीबोळातून आम्हाला इथवर आणणारा आमचा वाटाड्या मागेच उभा होता. त्याने आम्हाला त्या दारातून आत नेलं.

प्रवेश करताना विक्रमला आणखी एक कॅमेरा वरतून रोखलेला दिसला. आत

जाण्यासाठी विक्रमने दरवाजा ढकलला तेव्हा तो लाकडाचा नव्हे, तर धातूचा बनवला आहे, हे त्याच्या लक्षात आलं. इतकी कडेकोट आणि कडक सुरक्षा व्यवस्था पाहून उस्तराच्या जिवाला फार मोठा धोका असावा, हे स्पष्टच दिसत होतं. गुन्हेगारी जगताचा बादशहा दाऊद इब्राहिमविषयी त्याने पोलिसांना अनेक वेळा गुप्त खबरी दिल्यामुळे तो त्याच्या जिवावर उठला होता, हे साहजिकच होतं.

दिवाणखान्यात मोजकंच सामान होतं. सफेद शर्ट आणि पँट घातलेला एक माणूस कोचावर बसला होता. पोट थोडंसं सुटलं होतं. नजरेने इशारा करून मी विक्रमला 'हाच उस्तरा आहे' असं सांगितलं. विक्रमनेही 'ठीक आहे' असं मान हलवूनच दर्शवलं.

उस्तराच्या मागे टेबलावर क्लोज सर्किट टीव्ही होता. उस्तराने आम्हाला समोरच्या कोचावर बसायला सांगितलं. "सलाम, तशरीफ रखिये.'' त्याच्या वागण्या-बोलण्यात सहजपणा होता. मी आणि विक्रमही त्यामुळे सैलावलो.

त्याचं उत्तम उर्दू, सुसंस्कृत वागणं पाहून आम्ही आश्चर्यचकित झालो. एक गँगस्टर असूनही तो सभ्यपणे वागत-बोलत होता. तो मुंबईमधील ठरावीक छापाचा 'भाई' वा 'गुंड' वाटतच नव्हता. आमच्या आदराप्रीत्यर्थ त्याने चहा-बिस्किटं मागवली, तेव्हा आमचं आश्चर्य अधिकच वाढलं. 'ह्यापूर्वी आम्हा दोघांची भेट झाली होती. विक्रमशी ओळख करून घ्यायला हवी,' असं तो म्हणाला.

विक्रमने आपल्या पुस्तकाविषयी माहिती दिली. त्याचं बोलणं संपल्यावर उस्तराने विचारलं, "माझ्याकडून कसली मदत हवी आहे?''

"तुमचं जग आणि त्यामधील लोकांविषयी विस्तृत माहिती हवी आहे.''

विक्रमचं हे उत्तर ऐकून उस्तरा हसला. "झैदी क्राइम रिपोर्टर आहे. तो सर्व माहिती देईल.'' तो म्हणाला.

"ते खरंय, पण मला तुमच्याकडून ऐकायचंय.'' विक्रम म्हणाला.

"तुला सांगण्यासारखं खरोखरच काही नाही. शिवाय माझ्या जीवनाची काहीही शाश्वती नाही, हे तुला दिसतंच आहे. तुमच्याप्रमाणेच मीही माझं काम करतोय, दुसरं काही सांगण्यासारखं नाहीच.'' उस्तरा जास्त काही बोलायला तयार दिसत नव्हता, पण सरतेशेवटी आमच्या आग्रहाला त्याने मान तुकवली.

त्याने आपली जीवनकहाणी आम्हाला सांगितली. भांडणं सोडवण्यासाठी तो पूर्वी वस्तरा वापरायचा (त्याचं नाव त्यामुळेच 'उस्तरा' असं पडलं होतं). हळूहळू त्याने स्वतःची गँग बनवली. विक्रम व्यवस्थित टिपणं लिहून घेत होता. मधूनच त्याला थांबवून शंका विचारत होता.

आत्तापर्यंत घडाघडा बोलणारा उस्तरा, दाऊद इब्राहिमविषयी असलेल्या दुश्मनीविषयी बोलायला लागल्यानंतर अचानक गप्प बसला. जणूकाही घशात

काहीतरी अडकलं असावं, तसा त्याचा आवाज बंद झाला. आम्ही त्याच्या बोलण्याची वाट पाहत होतो, पण त्या विषयावर त्याला बोलायचं नसावं. संभाषण दुसरीकडे वळवावं, असा विचार करून मी त्याच्या खासगी आयुष्यावर प्रश्न विचारायला सुरुवात केली.

"तुझ्या जीवनात आलेल्या स्त्रियांविषयी काय?"

"स्त्रिया? त्या कोणाला आवडत नाहीत?" उस्तरा हसत म्हणाला, "पण सपनासारखी कोणीच नाही."

"सपना?" विक्रमने कान टवकारले.

"होय, सपना... खरंतर सपनादीदी. ऐकलंय तिचं नाव?"

"ऐकल्यासारखं वाटतंय, पण नेमकं लक्षात येत नाही."

"ती माझी अतिशय चांगली मैत्रीण होती." उस्तरा म्हणाला, "१२ वर्षांपूर्वी तिची माझी प्रथम भेट झाली. बहुधा १९८६ साल असावं. मी तेव्हा बराच तरुण होतो."

सपनाविषयी बोलताना उस्तरा फारच आत्मीयता दाखवतोय हे जाणवून, विक्रमने टिपणं काढणं थांबवलं. "तिच्याविषयी आणखी सांगा ना..." तो म्हणाला.

उस्तरा कोचावर रेलून बसला. पाय वर उचलून त्याने मांडी ठोकली आणि बोलायला सुरुवात केली...

अनाहूत पाहुणी

कपाट उघडून माझी बदामी रंगाची पँट शोधत होतो. कपाटामधले सर्व कपडे बाहेर काढले, तेव्हा अखेर पँट सापडली. त्यानंतर वेळ न घालवता मी चटकन अंघोळ, दाढी उरकली. फेकाफेक केलेले कपडे कपाटात कोंबले. शेवटी पँट चढवून, खोलीत नजर फिरवून सारंकाही ठाकठीक आहे ना, ह्याची खात्री केली. मेहमानाच्या स्वागतासाठी तयार झालो.

त्या रात्री मला कोणत्याही प्रकारची विघ्नं नको होती. माझ्या माणसांनाही 'मी बोलावेपर्यंत येऊ नका' असं सांगून ठेवलं होतं. माझी रात्र रंगवण्यासाठी एक महाराष्ट्रीय बाई येणार होती, म्हणून ही सारी तयारी. अर्थात स्त्री-संग मला नवीन नव्हता, पण आजची चीज अतिशय खास आहे, असं मला सांगण्यात आलं होतं. मी तिच्यासाठी तसेच पैसेही मोजले होते. आणि आता अतिशय अधीरपणे मी तिची वाट पाहत होतो.

साडेसात वाजताच मी तयार होऊन बसलो. ती मराठी सुंदरी यायला अजून तासभर होता. तोपर्यंत एक पेग मारावा, म्हणून मी व्हिस्कीची बाटली उघडली. भरपूर पाणी घालून ड्रिंक बनवलं आणि विचार करत प्यायला सुरुवात केली. गेले दोन आठवडे फारच कामात गेले असल्यामुळे रात्री रंगवायला वेळच मिळाला नव्हता. 'स्त्रिया' ही माझी कमजोरी आहे. स्त्री-संगाची उत्कट इच्छा मी कधीच आवरू शकत नाही. आज ती संधी खूप दिवसांनी जमून आली होती.

तीन पेग संपले. चौथा बनवत असतानाच दारावरची घंटी वाजली. ती आली... माझं काळीज धडधडायला लागलं. जिच्याबरोबर रात्रभर शृंगार करायचा, ती कशी असेल, असं औत्सुक्य वाटलं; पण क्षणभरच. अचानक कसलीतरी भीती वाटायला लागली. काहीतरी वाईट घडणार, असे विचार चमकून गेले.

दार उघडलं, तेव्हा महाराष्ट्रीय नव्हे; तर एक बुरखाधारी बाई समोर पाहून मी चमकलोच. अंग काळ्या बुरख्यामध्ये झाकलं असलं, तरी चेहरा आणि हात उघडे

होते. 'माशा अल्ला' मी मनातच उद्गारलो. एवढी देखणी स्त्री दारात उभी पाहून मी थक्क झालो.

उंच, दुधाळ अंगकांती, फिकट गुलाबी रंगाचे ओठ आणि मनाचा ठाव घेणारे डोळे – ह्या सुंदरीसाठी एवढे सारे पैसे मोजावे लागले, ह्यात नवल नाही! बहुधा कोणी पाहू नये, म्हणून ती मराठी स्त्री बुरखा घालून आली असावी. मी तिला आत बोलावलं.

दारातूनच ती म्हणाली, "सलाम! क्या आप हुसेन उस्तरा है?"

मी चमकलोच. एक तर एका हिंदू स्त्रीने 'सलाम' म्हणावं ह्याचं मला आश्चर्य वाटलं. दुसरं म्हणजे, हा सौदा ठरवताना कुठेही माझ्या नावाचा उल्लेख करायचा नाही, असं माझ्या माणसांना बजावलं असूनही तिला माझं नाव माहिती झालं, हेदेखील धक्कादायक होतं. पण तिच्या अपूर्व सौंदर्यामुळे मोहित झालो असल्याने त्यांची चूक मी माफ करून टाकली. "होय, मीच तो. आत ये ना." मी म्हणालो.

आत प्रवेश करताना तिची नजर सर्व खोलीत फिरत होती. माझ्याकडे वळून ती म्हणाली, "मी बसले तर चालेल ना? मला काहीतरी बोलायचं आहे."

"बोलायचंय?" पूर्वानुभवावरून जास्त पैसे हवे असल्यास ह्या बायका आधी बोलायचंय असं म्हणतात, हे मला माहीत होतं.

"तुला खरोखरच बोलायचंय?" मला वेळ वाया घालवायचा नव्हता.

"होय, कृपा करून मी काय सांगते ते ऐकून घ्या. फार महत्त्वाचं आहे." ती अजिजीने म्हणाली.

तिचं एकूण वागणं काहीसं विचित्रच होतं. मला तिचा संशय वाटू लागला. तिला बसायला सांगून माझं पिस्तूल ठेवलं होतं, त्या खणाजवळ मी सरकलो. पिस्तूल काढून तिच्या बाजूच्या टेबलावर ठेवलं. पिस्तुलाच्या धाकावर साऱ्या जगाला तुम्ही झुकवू शकता, असा माझा विश्वास होता. तिला जरब बसवावी, ह्या हेतूने मी पिस्तूल बाहेर काढलं होतं; पण ती शांतपणे बसून होती. घाबरण्याऐवजी ती मोठ्या कुतूहलाने पिस्तुलाकडे बघत होती.

"ह्यामुळे माणसाला ठार मारता येतं का?" तिने विचारलं.

"होय, पण..." मला पुढे बोलू न देता ती म्हणाली, "किती गोळ्या आहेत?"

"१८. जर्मनीमध्ये बनलं आहे. हे माझं आवडतं पिस्तूल आहे. पण लाडके, तुला ह्या पिस्तुलामध्ये एवढा रस का? मला तर वाटलं, तुला दुसऱ्याच पिस्तुलाविषयी कुतूहल असेल!" मी तिरकसपणे विचारलं.

"नाही. माझं ध्येय गाठण्यासाठी माझी मदत करील, अशा पिस्तुलाच्या शोधात मी आहे."

मला रात्रभराची सोबत करायला आलेली एक महाराष्ट्रीय बाई असं बोलतेय,

हे पाहून मला हसू आवरेना. ''ध्येय... कसलं ध्येय आहे तुझं?''

''तुझं आणि माझं ध्येय एकच आहे.''

आता ही सुंदरी मुद्द्यावर आली तर... ''खरंय. फरक इतकाच की, ते ध्येय गाठताना तू पैसे कमावतेस आणि मी गमावतो!'' माझं बोलणं ऐकून ती गोंधळली.

''पैसे? मी काहीच कमावणार नाही.''

''अच्छा? तर मग हे काम तू धर्मादाय करतेस की काय?'' मी छद्मीपणे विचारले.

''तुम्हाला काय म्हणायचंय?'' ती काहीशी चिडलेली होती.

आता तिच्या खेळाला मी कंटाळलो. गोड-गोड बोलायचं थांबवून मी सरळ मुद्द्याला हात घातला. ''ए बाई, उगीचच लांबड लावू नकोस. ज्यासाठी आली आहेस, ते मला देऊन टाक.''

''मी काहीच द्यायला आले नाही. मी तुम्हाला काय देणार? मलाच तुमच्याकडून मदत हवीय!'' ती गोंधळून म्हणाली.

आता मात्र माझा ताबा सुटला, ''मदत? कसली मदत? तुला कोणी पाठवलं इथे?'' मी रागाने ओरडलो.

अचानक ती रडायलाच लागली. हुंदके देतच ती म्हणाली, ''मला उस्मानभाईने पाठवलंय.''

उस्मानचं नाव ऐकून आपली काहीतरी गफलत होते आहे, हे मला उमगलं. उस्मानसारखा पराकोटीचा सभ्य माणूस एका धंदेवालीला माझ्याकडे पाठवणार नाही, हे नक्की.

मी तिला शांत करायचा प्रयत्न करू लागलो. आत जाऊन तिच्यासाठी पाणी घेऊन आलो. पाणी पितानाही ती रडतच होती.

''मला माफ कर. मी तुला दुसरीच कोणी समजलो... तू इथे का आलीस, ते शांतपणे सांग पाहू.''

''माझं नाव अशरफ खान. गेल्या आठवड्यात माझ्या पतीचं, मेहमूद खानचं निधन झालं. त्याची हत्या करण्यात आली.''

''फार वाईट वाटलं हे ऐकून.'' मी सांत्वन केलं.

''माझ्या नवऱ्याची हत्या करणाऱ्याचा सूड घ्यायचाय मला.''

''कोणी मारलं त्याला?''

''दुबईचा कोणी दाऊद म्हणून आहे.''

''दाऊद? दाऊद इब्राहिम?''

''होय.''

''त्याचा सूड घ्यायचाय तुला?''

"होय."

हे ऐकून मला हसूच आलं; पण तिच्या स्वरातील गांभीर्य जाणवून मी स्वत:ला आवरलं. केवळ सात दिवसांपूर्वीच विधवा झालेली ही बाई... इतकं कठोर कशी काय बोलू शकते? अतिशय खतरनाक गँगस्टरला टक्कर द्यायची हिंमत दाखवतेय...

"तू माझ्याकडे का आली आहेस?"

"तो तुझाही शत्रू आहे असं ऐकलंय."

"खरंय. कधी हाती सापडलाच, तर त्याचे तुकडे करून कुत्र्यांना खायला घालीन," मी त्वेषाने म्हणालो.

"मग दाऊदला मारायला मला मदत करशील का?"

"म्हणजे नेमकं काय?"

"मला पिस्तूल कसं चालवायचं, ते शिकव."

तिचा भोळेपणा पाहून मी थक्क झालो. तिला खरोखरच असं वाटतंय का, की तिच्या नवऱ्याला गोळ्या झाडून मारलं म्हणून तीही त्याच्या मारेकऱ्याला गोळी झाडून मारून टाकू शकेल? इतकं सोपं वाटतंय सारं? स्वत:च्या सौंदर्याचा अधिक चांगला उपयोग करता येईल, हे तिला लवकरच समजेल तर बरं!

"उद्या दुपारी ये. तेव्हा काय ते सांगीन," मी असं म्हणताच ती माझे आभार मानून निघाली. मी घड्याळात पाहिलं तेव्हा रात्रीचे १० वाजले होते. जिच्याबरोबर रात्र रंगवण्यासाठी मी अधीर झालो होतो, त्या बाईचा अजूनही पत्ता नव्हता. एवढ्यात अशरफ म्हणाली, "तुम्ही पाणी आणायला आत गेला होता, तेव्हा एक बाई आली होती; पण मला पाहून ती शब्दही न बोलता आल्या पावली परत गेली. मी तिला थांबवायचा प्रयत्न केला... पण..."

मी मनातल्या मनात कपाळावर हात मारला; पण चेहऱ्यावर काही न दर्शवता फक्त मान डोलावली.

"खुदा हाफिज. मी उद्या येते," असं म्हणून तिने निरोप घेतला.

मराठी बाईबरोबर रांगडा शृंगार करायचं माझं स्वप्न अशरफने असं धुळीला मिळवलं...

सूडाग्नीत धगधगणारी अप्सरा!

मी पाण्यामध्ये उडी मारली. तळाच्या फरशांवर पाय टेकले, तशी उसळी मारून वर आलो. विशाल जलाशयाच्यामध्ये सभोवताली गर्द निळ्या रंगाचं थंडगार स्वच्छ पाणी. तीन चिनी जलपऱ्या माझ्या भोवताली तरंगत होत्या. तिघींच्याही शरीराचा वरचा भाग अनावृत आहे. रेशमी केसांमधून छोटी, लुसलुशीत वक्षस्थळं डोकावताहेत.

मी त्यांना पकडू पाहत होतो, पण त्या खेळकरपणे निसटून दूर जात होत्या. 'एकीलाच निवड' असं सांगून त्यांनी माझी चांगलीच पंचाईत केली. तिघीही आकर्षक होत्या. शेवटी मोठी वक्षस्थळं असणाऱ्या चिनी सुंदरीच्या जवळ गेलो. तिचं चुंबन घ्यायला वाकलो, तोच ती अचानक किंचाळायला लागली. काय करावं हे न कळून मी मागे वळून पाहिलं; पण बाकीच्या दोघी दिसेनाशा झाल्या होत्या. एव्हाना ती किंचाळणारी तरुणीही गायब झाली होती. तिच्या जागी एक बुरखाधारी स्त्री दिसली. चेहरा ओळखीचा वाटत होता. ती रडून मदतीसाठी हाका मारत होती. आता मात्र मी प्रचंड घाबरलो. पाण्यात गटांगळ्या खात असतानाच मला खडबडून जाग आली.

संपूर्ण जागा झालो, तेव्हा लक्षात आलं की, सारं स्वप्नंच होतं. तीन जलपऱ्यांबरोबर चाललेल्या रासक्रीडेचा भंग झाल्याने स्वतःलाच शिव्या देत असतानाच माजीद घाईघाईने आत आला. 'बाहेर एक बुरखेवाली आली आहे. तिला आत येऊ दिलं नाही म्हणून ओरडतेय' त्याने खबर दिली.

"तिला परत पाठव. एवढ्या लवकर कशाला आलीय? बारा वाजता ये म्हणून सांग,'' मी वैतागून म्हटलं.

"भाई, आत्ता साडेबारा वाजलेत.'' माजीद हातातल्या घड्याळाकडे पाहून म्हणाला.

मी माझ्या घड्याळाकडे पाहिलं. खरंच साडेबारा वाजले होते. काहीशा नाराजीनेच

मी तिला आत पाठवायला सांगितलं. ''चहा आणि पाणी दे तिला. मी पाच मिनिटांत आलोच.''

बाहेर आलो तेव्हा ती खाली मान घालून बसली होती. ''सलाम,'' ती म्हणाली.

मीही सलामी दिली, पण खरं विचाराल, तर तिला पाहून मी फारसा खूश नव्हतो. दिवसाच्या सुरुवातीला भिकारी, अनाथ किंवा विधवा अशा लोकांचे चेहरे पाहणं अशुभ आहे, असा माझा समज होता.

''चहा घेणार का?'' मी शिष्टाचार दाखवला.

''नको. मी घरून जेवून आले आहे.''

''मी अजून नाष्टाही केलेला नाही,'' मी असं बोलतोय तोच माजीद गरमागरम सामोसे आणि अंडाभुर्जी घेऊन आलाच. मी पुन्हा एकदा मेहमाननवाजी दाखवली, पण नकार देऊन ती खिडकीजवळ जाऊन उभी राहिली.

माझ्या इमारतीमध्ये तळघरात फायरिंग रेंज आहे. तिथे सराव करण्यासाठी टार्गेट आणि पिस्तूल तयार ठेवण्यासाठी मी माजीदला सूचना दिली. बायकांविषयीचा माझा पूर्वेतिहास माहीत असल्याने त्याने जाता-जाता माझ्याकडे एक त्रासिक कटाक्ष फेकलाच. 'ह्या गरीब बिचाऱ्या विधवेचा मी गैरफायदा घेणार' असं तो समजला असावा.

खिडकीशी उभी असलेली अशरफ शांतपणे माझा नाष्टा संपण्याची वाट पाहत होती. खाताना मला अवघड वाटू नये, म्हणून ती बाहेरच्या बाजूला बघत होती. ह्या गोष्टीचं मला कौतुक वाटलं.

अंडाभुर्जी संपली तसा मी प्रश्न केला, ''तुला खरोखरच शिकायचं आहे?''

''नक्कीच!'' तिने माझ्याकडे वळून उत्तर दिलं.

ती रात्रभर झोपली नसावी. खूप रडलीही असणार, कारण तिचे डोळे चांगलेच सुजलेले दिसले. तिला मदत करायला मी फारसा उत्सुक नव्हतो; पण तिची करुण परिस्थिती पाहून मला राहावलं नाही.

''मला बदला घ्यायचाय. निदान माझ्या नवऱ्याच्या आत्म्याला शांती मिळावी, म्हणून तरी मला दाऊदला खतम करायचंच आहे.''

हे ऐकून मी निःश्वास टाकून म्हणालो, ''ठीक आहे. फायरिंग रेंजमध्ये जाऊ या.''

आम्ही तळघरात गेलो. फायरिंग रेंज फार मोठी नसली, तरी शिकण्यासाठी वाईट नव्हती. माजीदने सारी तयारी व्यवस्थित केली होती. तीन निशाणं, त्यापैकी दोन डार्टबोर्ड आणि एक कार्डबोर्डचा कटआउट. तळघराच्या कोपऱ्यात तिन्ही निशाणं एकमेकांपासून थोड्या-थोड्या अंतरावर ठेवली होती. तळघरात मधोमध

एका लाकडी टेबलावर तीन घोडे (पिस्तुलं) तयार होते. एक गावठी पिस्तूल, एक स्टार पिस्तूल आणि तिसरं माझं आवडतं जर्मन मोझर.

तिन्ही पिस्तुलं अशरफला दाखवून, 'कोणतं पिस्तूल चालवायला शिकायचंय?' असा प्रश्न मी तिला विचारला, तेव्हा ती क्षणाचाही विलंब न लावता म्हणाली, "ज्यामुळे मी माझं लक्ष्य बिनचूकपणे टिपू शकेन, ते पिस्तूल शिकायचंय.''

हे ऐकून मला तिचं कौतुक वाटलं; पण तसं न दाखवता मी म्हणालो, "सुरुवात करण्यापूर्वी तुला कोणत्या गोष्टींची भीती वाटते, ते सांग. कानठळ्या बसवणारे आवाज तू सहन करू शकतेस? रक्त पाहून घाबरत नाहीस ना?''

"अजिबात नाही,'' ती आत्मविश्वासाने म्हणाली.

"बोलणं सोपं आहे, पण...''

"तुमची प्रिय व्यक्ती तुमच्या डोळ्यांदेखत मृत्युमुखी पडताना पाहिल्यानंतर ह्या गोष्टींची भीती वाटेनाशी होते.'' ती तुटकपणे म्हणाली.

काही न बोलता मी माजीदकडे वळलो. त्याला चश्मा आणि इअर-मफ आणायला पिटाळलं. "तू नवीनच शिकतेस, म्हणून तुला दोन्ही घालायची गरज आहे,'' मी तिला म्हणालो.

तिने ह्यापूर्वी पिस्तूल हाताळलं नव्हतं, ते स्पष्टच होतं. मी पिस्तुलाचे वेगवेगळे भाग कोणते – विशेषत: त्याची ग्रिप (पकड), ट्रिगर (चाप), मॅगझीन (गोळ्या भरायची जागा) आणि बॅरल (नळी) हे समजावून सांगितलं. "गोळी झाडायची असेल तेव्हाच फक्त ट्रिगरवर बोटं ठेवायची, अन्यथा नाही.'' मी तिला धोक्याची सूचना दिली.

पिस्तूल उचलून मी डार्टबोर्डपासून आठ ते दहा मीटर अंतरावर उभा राहिलो. दोन्ही हात सरळ रेषेत उचलून पिस्तुलावरची पकड घट्ट केली. त्याचवेळी उजव्या हाताचं पहिलं बोट ट्रिगरवर ठेवलं.

अशरफ अत्यंत बारकाईने माझं निरीक्षण करत होती. मी दोन्ही पायांमध्ये थोडंसं अंतर ठेवलं आणि पुढे वाकलो. माझ्या शरीराला बाक आला तिकडे तिचं लक्ष वेधून म्हणालो, "शिकत असताना तू असं उभं राहायचंस. त्यामुळे गोळी झाडल्यानंतर तोल राखायला मदत होईल.''

अशरफने मान डोलावली आणि अतिशय उतावीळपणे पिस्तुलासाठी हात पुढे केला. मी गोळ्या भरून पिस्तूल तिच्या हाती दिलं. "मी पकडलं होतं, तसंच पकड.''

पिस्तूल एवढं जड असेल, ह्याची तिला कल्पना नव्हती. वजनामुळे हात थोडेसे खाली गेले; पण क्षणार्धात ती सावरली. मला बाजूला व्हायला सांगून मोठ्या आत्मविश्वासाने ती बरोबर मी दाखवल्याप्रमाणे उभी राहिली, हे पाहून मी चकित

झालो. ती अजूनही बुरख्यामध्येच होती, त्यामुळे मलाच काहीसं अवघडल्यासारखं वाटत होतं; पण ती किंचित वाकून मी दाखवल्याप्रमाणे पवित्रा घेऊन उभी होती, हे पाहून माझी चिंता कमी झाली.

"थांब, अजूनही एक गोष्ट बाकी आहे. गोळी झाडण्यापूर्वी बंदुकीचा घोडा मागे ओढायचा असतो." मी असं म्हणताच ती गोंधळली. सर्वच गोष्टी तिला नवीन होत्या. तिची निरागसता पाहून मला हसू आलं. तिच्या हातातील पिस्तूल घेऊन मी बऱ्याच अंतरावर जाऊन उभा राहिलो.

"मी काय करतो, ते नीट बघ," नळीवरचा घोडा पकडून मी पूर्णपणे मागे ओढून सोडला तेव्हा 'क्लिक' असा आवाज झाला.

"आता गोळी झाडण्यासाठी पिस्तूल तयार झालं," मी म्हणालो.

पुन्हा एकदा पवित्रा घेऊन मी निशाणावर दोन गोळ्या झाडल्या. एक गोळी बरोबर केंद्रबिंदूवर लागल्याचं पाहून मी मनातल्या मनात सुटकेचा नि:श्वास सोडला. अशरफपुढे लाज गेली नाही!

तिला पिस्तूल देताना मी पुन्हा एकदा बजावलं, "गोळी झाडल्यानंतर मोठा आवाज होईल, झटकाही बसेल, तेव्हा सावध राहा."

"मी घाबरणार नाही," ती ठासून म्हणाली.

पिस्तूल पकडून तिने बोट ट्रिगरवर ठेवलं.

"लक्षात ठेव, सावकाशपणे ट्रिगर ओढायचा."

तिने हळूहळू ट्रिगर खेचला. धाडकन हवेत गोळी सुटली. त्या धक्क्याने अशरफ मागच्या मागे खाली कोसळली.

"एवढं नाजूक राहून चालणार नाही," असं म्हणून मी तिला उठण्यासाठी हात पुढे केला.

"मला एकटीला उठता येईल. परपुरुषाने हात लावलेला मला आवडत नाही," ती ताडकन म्हणाली.

हे ऐकून मी दुखावलो. न राहवून मीही कठोरपणे म्हणालो, "असं असेल, तर इद्दत असतानाही तू एका परपुरुषाबरोबर इथे काय करते आहेस?" मुस्लीम स्त्रिया पती निधनानंतर तीन महिने सुतक पाळतात. ह्या शोककाळामध्ये परिवाराव्यतिरिक्त बाहेरच्या कोणत्याही पुरुषाबरोबर त्यांचा संपर्क येत नाही.

माझ्या टोमण्याकडे तिने दुर्लक्ष केलं. "मला आणखी एकदा सराव करायचा आहे."

तिच्या थंडपणाने मी अधिकच भडकलो. खांदे उडवून, मलाही पर्वा नाही असं दाखवून, कोपऱ्यातील स्टुलावर जाऊन बसलो.

त्या एकाच दिवसात अशरफने पिस्तूल चालवण्यात चांगली प्रगती केली. चार

वाजेपर्यंत आमचा सराव चालला होता. एव्हाना मला भूक लागली होती; पण तिचा उत्साह कायम होता. ''आज इतकंच पुरे. एका वेळी एवढा त्रास घेऊ नकोस. रोज अशाच तऱ्हेने, मन:पूर्वक सराव कर म्हणजे झालं.'' मी तिला थांबवलं.

मी जेवणासाठी दिलेलं निमंत्रण तिने नाकारलं.

''नको हुसेनभाई. उद्या कधी येऊ?''

''आधी मला 'भाई' म्हणणं बंद कर. मला ते आवडत नाही. उद्या ह्याचवेळी ये. खुदा हाफीज!'' असं म्हणून मी ताडकन बाहेर पडलो.

पुढील काही दिवसांत तिने पिस्तूल कसं हाताळायचं, हे व्यवस्थित शिकून घेतलं. त्या दिवशी आम्ही नेहमीप्रमाणे तळघरात सराव करत होतो. अशरफ गेले दोन तास पिस्तूल चालवत होती. मी स्टुलावर बसून लक्ष ठेवत होतो. सराव संपला, तेव्हा उजव्या खांद्यावर हॅवरसॅक अडकवून अशरफ माझ्याजवळ आली. ''मला वाटतं, दाऊदशी सामना करायला एवढी तयारी पुष्कळ झाली. आपण दुबईला केव्हा जायचं?'' तिने भोळेपणानं विचारलं.

मी कसंबसं हसू आवरलं. ''पिस्तूल चालवायला तर शिकलीस, पण कोणाशीही चार हात करावे लागले, तर जमेल का?''

''नाही.''

''म्हणजे तुझं प्रशिक्षण अजूनही पूर्ण झालेलं नाही,'' मी तिला चिडवून म्हणालो.

''मग वाट कसली पाहताय? मला शिकवत का नाही?'' ती भडकली.

तिचा आविर्भाव पाहून मला धक्काच बसला. तिला शिकवून तयार करणं, ही माझी जबाबदारी आहे आणि तेच माझ्या आयुष्यातील एकमेव उद्दिष्ट आहे, असं ती धरूनच चालली होती!

''म्हणजे काय? मला इतरही बरीच कामं आहेत. तुझ्यासाठी वेळ काढतोय ह्यासाठी तू माझे आभार मानायला हवेस.''

अशरफला आपली चूक उमगली असावी. वरमून तिने माझी माफी मागितली.

मीही क्षणार्धात राग विसरून पाघळलो. ''ठीक आहे... स्वसंरक्षण कसं करावं ह्याची सर्वसाधारण कल्पना मी देऊ शकेन. उद्यापासून माझा मार्शल आर्ट शिकवणारा प्रशिक्षक तुझी तयारी करून घेईल.''

अशरफने हॅवरसॅक खाली टाकली आणि मोठ्या लक्षपूर्वक मी काय सांगतो, ते ऐकू लागली.

''काही महत्त्वाचे नियम लक्षात ठेव... तुमच्या शरीरामधील तीन अवयव स्वसंरक्षणासाठी मुख्यत्वे वापरता येतात. हाताचे कोपरे, गुडघे आणि पायाच्या टाचा. कितीही जखमी झालात तरी, हे तीन भाग वापरून तुम्ही समोरच्याला

नामोहरम करू शकता.''

''एखाद्या पुरुषाबरोबर मारामारी करताना ह्या तिघांचा वापर नेमका कसा करायचा?'' अशरफने शंका विचारली.

नेमकं उत्तर कसं द्यावं, ह्याचा विचार करत मी तिच्याकडे पाहत राहिलो. शेवटी म्हणालो, ''पुरुषाच्या दोन्ही मांड्यांमधल्या जागी मारायचं.''

ह्यानंतर बराच वेळ अवघड शांतता पसरली. तिला विचित्र वाटू नये, शब्दांचा वापर जपून करायला हवा, ह्या विचाराने मी मनातच वाक्यांची जुळवाजुळव करत होतो.

''म्हणजे... माझ्या म्हणण्याचा अर्थ 'तिथे' नाही... त्याच्या खाली, गोट्यांवर मारायचं... कमीतकमी दहा मिनिटं तरी तो हलू शकणार नाही. तेवढ्या वेळात तू निसटू शकतेस.''

हे ऐकून ती माझ्याकडे पाहत राहिली. मग हॅवरसॅक खांद्यावर टाकून तिने पुन्हा एकदा माझ्याकडे नजर टाकली. आपल्या बोलण्याचा बहुधा तिला राग आला असावा, असं वाटून मी तिची माफी मागणार, तोच ती किंचित हसून म्हणाली, ''उद्या भेटू. शुक्रिया!''

मी हुश्श केलं. मीही हसून तिचा निरोप घेतला. त्यानंतर दोन आठवडे अशरफ स्वसंरक्षणाचे धडे गिरवत होती; त्यामध्ये चांगली प्रगतीही करत होती. रविवारीसुद्धा शिकवावं असा तिचा आग्रह असे. तिला नकार देणं मला शक्य होत नसे. एवढ्या दिवसांच्या सहवासानंतरही बुरखाधारी, अंतर राखून वागणारी अशरफ बदलली नाही; पण मला मात्र तिच्याविषयी आकर्षण वाटू लागलं. नंतर एके दिवशी आमचं जबरदस्त भांडण झालं, तेव्हा तर तिच्याविषयीच्या भावना अधिकच गहिऱ्या झाल्या.

मी अशरफला मोटारसायकल शिकवायचं ठरवलं. आम्ही दोघं बाइकवरून जात असताना तिचा बुरखा बाजूने जाणाऱ्या ट्रकच्या दांड्यात अडकला. मरता-मरता ती वाचली. तेव्हा मात्र 'बुरखा घालून बाइक चालवणं अशक्य आहे' असं मी तिला सुचवलं. 'जराही अक्कल असेल, तर बुरखा घालणं बंद कर' असं मी म्हणताच ती भडकली. त्या गोष्टीवरून आमचा कडाक्याचा वाद सुरू झाला. शेवटी ती रागारागाने निघून गेली. ती पुन्हा येईल की नाही, अशी शंका असल्याने, दुसऱ्या दिवशी माजीदने झोपेतून उठूवन ती आल्याची खबर दिली, तेव्हा मला आश्चर्य वाटलं. तिला बुरख्याशिवाय फक्त सलवार-कमीजमध्ये पाहिल्यावर तर मला धक्काच बसला. माझ्या कल्पनेपेक्षाही जास्त सुंदर दिसत होती ती...

बाप रे... आता तिला शिकवताना लक्ष एकाग्र करणं किती कठीण जाणार... मी तिच्या प्रेमात पडतोय, हे मला उमगलं.

"हुसेनसाब, बाइक शिकवताय ना?'' ती सहजपणे म्हणाली. जणूकाही काल आमचं भांडण झालंच नसावं.

"शेवटी तू माझं ऐकलंस तर...''

"ऐकावंच लागलं,'' असं म्हणून ती हसली. "मेहमूदसाठी मी काहीही करीन... काहीही...''

अशरफचा कायापालट

दोन महिन्यांच्या कठोर प्रशिक्षणानंतर अशरफ स्वसंरक्षण, शस्त्रांचा वापर ह्या गोष्टींमध्ये तरबेज झाली. माझ्या बाइकवरून गावभर हिंडण्याइतपत आत्मविश्वासही तिच्यामध्ये आला.

स्वत: अशरफमध्येदेखील बरेच बदल झाले होते. कायम सलवार-कमीज घालणारी अशरफ, आजकाल जीन्स आणि सैलसर शर्टमध्ये वावरायची. जास्त न बोलणारी, एकाच शब्दात उत्तरं देणारी अशरफ हजरजबाबी झाली होती. भाषेवर तिचं उत्तम प्रभुत्व होतं. शब्दांशी खेळणं तिला चांगलं जमायचं. अलीकडे तिचं दु:खही कमी झालेलं दिसत होतं. त्याऐवजी सूडभावना मात्र दिवसेंदिवस जास्तच प्रज्वलित होत होती.

आम्हा दोघांमधली जवळीक खूपच वाढली होती. मला तिच्याविषयी आपुलकी वाटतेय हे तिने नक्कीच ओळखलं असणार; पण त्याविषयी ती कधीही चकार शब्दही बोलत नसे.

एके दिवशी 'काही कायदेशीर बाबीं'विषयी काम असल्याने शिकण्यासाठी येणार नाही, असं तिने कळवलं.

तिच्याशिवाय मला करमेनासं झाल्याने, मरीन ड्राइव्हला बाइकवरून फिरायला जाण्यासाठी मी तयार होत होतो. निघणार तोच अशरफ आली. तिला पाहून माझी उदासी कुठल्याकुठे पळाली.

चपला काढून ती आत आली. ''मुबारक हो, हुसेन साहब!'' ती म्हणाली. हातामध्ये कसलेसे कागद होते.

''काय झालं? तू फारच खूश दिसतेस,'' तिला पाहून झालेला आनंद लपवायचा प्रयत्न करून मी म्हणालो.

''होय, खूप खूश आहे मी. तुम्हाला खूप काही सांगायचंय.''

''मरीन ड्राइव्हला जाऊ या? तिथे बोलू,'' मी विचारलं. तिने होकार दिला.

आम्ही बाइकवर बसलो. ती चालवत होती आणि मी तिच्या मागे बसलो. बाइक चालवण्यात ती अतिशय पटाईत झाली होती. नरिमन पॉइंटला बाइक पार्क करून तिने लॉक केली. खाली उतरून पर्समधले कागद काढून माझ्या हाती दिले. मी अजूनही बाइकवर बसून होतो. ''काय आहे? कसले कागद?''

''वाचून पाहा ना.''

''अशरफ, माझ्यामध्ये तेवढा पेशन्स नाही. तूच सांग.''

''ठीक आहे... पण रागावणार नाही, असं वचन द्या.''

''काय झालंय सांग ना.''

''सकाळी 'कायदेशीर बाबी'मुळे यायला जमणार नाही असं सांगितलं होतं, आठवतंय ना!''

मी मान डोलावली.

''माझ्या वकिलाने बोलावलं होतं...'' ती काहीशी घाबरत म्हणाली. खूप दिवसांपासून माझ्यापासून काहीतरी लपवलं असावं, असा तिचा चेहरा सांगत होता.

''वकिलाने कशाला बोलावलं?''

''इन्स्पेक्टर इमॅन्युअल अमोलिकविरुद्ध मी तक्रार अर्ज दाखल केला होता. हायकोर्टात लवकरच त्याची सुनावणी होणार आहे, हे सांगण्यासाठी त्याने बोलावलं होतं.''

''काय? तू कधी अर्ज केलास?'' मी आश्चर्याने विचारलं.

''तुम्हाला ह्याविषयी पूर्वीच सांगितलं नाही, ह्याबद्दल माफ करा. पण एका रिश्तेदाराच्या सांगण्यावरून मी गेल्या महिन्यात अमोलिकविरुद्ध अर्ज केला होता.'' हे सांगताना तिच्या स्वरामध्ये अपराधीपणाची भावना दिसून येत होती. ''सुदैवाने लवकरच अर्ज सुनावणीला येणार आहे.''

हे ऐकून मी हतबुद्ध झालो. अमोलिकसारख्या वरिष्ठ पोलीस अधिकाऱ्याविरुद्ध तिच्यासारख्या सर्वसामान्य स्त्रीने उभं ठाकायचं, हे काम सोपं नव्हतं. तिचा अर्ज एवढ्या लवकर सुनावणीस आला, हेही आश्चर्यच होतं.

''पण ह्यामध्ये खूश होण्यासारखं काय आहे?'' मी विचारलं.

''आपला मार्ग ह्यामुळे सुकर होईल. खरं ना?''

''तो कसा?'' मी बुचकळ्यात पडून विचारलं.

''सोपं आहे. अमोलिकविरुद्ध कोर्टाचा आदेश निघाल्यानंतर दाऊदही बरोबर जाळ्यात पकडला जाईल. त्यालाही इथे आणण्यात येईल. मग त्याला मारण्यासाठी आपल्याला एवढ्या लांब दुबईला जायला नको. खरं की नाही?'' ती उत्साहाने म्हणाली.

अरे देवा... किती भोळसट आहे ही! तिची निराशा करताना मला खूप वाईट

वाटत होतं. नकारार्थी मान हलवून मी म्हणालो, ''कोर्टाच्या एका आदेशाने दाऊदला इकडे आणता आलं असतं, तर तो कधीच आला असता. त्याच्यावर असंख्य वॉरंट आणि समन्स निघाली आहेत. त्यांना धूप न घालता तो दुबईला आरामात हिंडतोय. केवळ एका एन्काउंटर स्पेशालिस्टविरुद्ध तक्रार अर्ज दाखल केल्याने दाऊदला इथे आणता येईल, असं तुला वाटलंच कसं?''

हे ऐकून अशरफचा चेहरा पडला. ''अरे... पण मला तर असं सांगितलं...'' ह्यापुढे तिला बोलता येईना.

अचानक मला एक कल्पना सुचली. मी तिच्या जवळ सरकून हलक्या स्वरात म्हणालो, ''दाऊदच्या मालकीचे खूप सारे जुगारी अड्डे आहेत. त्याचे खंडणी उकळणे, संरक्षणासाठी पैसे मागणे असे उद्योगही चालतात. डान्सबार, नाइटक्लब, चित्रपट धंद्यामधूनही त्याला पैसा पुरवला जातो. हवालामार्गे त्याचे हे सर्व व्यवहार चालतात. ह्या सर्व धंद्यांमधून पैसे मिळवण्याचे मार्ग बंद झाले, तर त्याला नक्कीच झळ बसेल.''

हे ऐकून ती विचारात बुडाली. थोड्या वेळाने म्हणाली, ''हे कसं करता येईल? मला नीट समजावून सांगा.''

त्याआधी मी नेमकं कोणतं काम करतो, हे तिला सांगावं लागणार. उपजीविकेसाठी मी काय करतो हे गुपित तिच्यापुढे उघड केलं, तरच दाऊदकडे जाणारा पैशांचा ओघ कसा थांबवता येईल, हे सांगता येईल.

तिच्यावर नको तितका विश्वास दाखवतोय हे कळत असूनही मी म्हणालो, ''अशरफ, दाऊदला त्रास द्यायचा ह्या एकाच उद्देशाने मी फार पूर्वीपासून पोलिसांचा खबऱ्या म्हणून काम करतो आहे. त्याच्या विविध उद्योगांविषयींची माहिती माझे खबरी मला देत असतात. ती माहिती मी पोलिसांना पुरवतो. पोलिसांना त्या माहितीचा उपयोग झाला, तर बक्षीस म्हणून मला थोडा हिस्सा मिळतो.''

हे ऐकून अशरफ जराही विचलित झालेली दिसली नाही. ''त्याला त्रासच द्यायचा असेल, तर मीदेखील हे काम करायला तयार आहे. पण त्यासाठी काय करायचं? सुरुवात कशी करायची?''

मी सभोवताली नजर टाकली. दुपार टळत आली होती. तुरळक कॉलेज विद्यार्थी सोडल्यास मरीन ड्राइव्ह रिकामंच दिसत होतं. मी तिच्या अधिकच जवळ सरकून म्हणालो, ''त्याच्या शत्रूंशी हात मिळव. 'शत्रूचे शत्रू ते आपले मित्र' हे ध्यानात ठेवून वाग. माझ्याबरोबर केलीस, तशी त्यांच्याशीही दोस्ती कर. ते तुला मदत करतील. दाऊदचे धंदे उद्ध्वस्त करण्यासाठी सध्यातरी अरुण गवळीच तुला सर्वांत जास्त मदत करू शकेल. ऐकलंस का त्याचं नाव?''

''नाही.'' ती काहीशा तुटकपणे म्हणाली. मी तिच्या फारच निकट आलो, ते

तिला आवडलं नाही हे उमजून मी मागे सरकलो.

''गवळी फार मोठा गँगस्टर आहे. भायखळ्यात दगडी चाळीत राहतो. हिंदू आहे तो. दाऊद आणि त्याच्यामध्ये कायम युद्ध चालू असतं.''

''तुझी त्याच्याशी ओळख आहे?''

''नाही. आमची प्रत्यक्ष भेट झाली नाही,'' मी म्हणालो.

ती समुद्राकाठी कठड्याजवळ जाऊन उभी राहिली. पाच मिनिटं समुद्राकडे पाहत ती विचार करत होती. तिला थोडा वेळ एकटीलाच राहायचंय, हे जाणून मी बाइकवर बसून राहिलो. चणेवाल्यांकडून घेतलेले चणे खात असताना ती जवळ आली.

''मी जाते. बसने जाईन. पुन्हा एकदा आभार. खुदा हाफिज.'' एवढं बोलून ती मंत्रालयाच्या बस डेपोकडे निघालीसुद्धा. मी तिथेच बसून राहिलो. अशरफने माझ्या आयुष्यावर, माझ्या मनावर हळूहळू कब्जा केलाय, असे विचार मनात येत होते. अस्वस्थपणे अर्धा तास बसून मी निघालो.

दुसऱ्या दिवशी आमच्या ट्रेनिंगच्या वेळी अशरफ नेहमीसारखीच संपूर्ण एकाग्रतेने मार्शल आर्ट्सचे व्यायाम करत होती. तिच्या सान्निध्यात मी मात्र अतिशय बेचैन झालो होतो. तिला बाहुपाशात घ्यावं, घट्ट मिठी मारावी असे विचार मनात येऊन माझं ट्रेनिंगकडे लक्ष लागत नव्हतं. अर्थात आजच नव्हे, तर कधीही ती माझी मनीषा पूर्ण करणार नाही, ह्याची जाणीव मला होतीच.

मी असा अस्थिरचित्त असतानाच ती अचानक म्हणाली, ''मी गवळीला भेटले.''

माझ्या सूचनेची ती एवढ्या तातडीने अंमलबजावणी करेल, ह्याची कल्पना नसल्याने मी चकित झालो; पण तिला तसं न दाखवता मी म्हणालो, ''काय म्हणाला तो?''

''माझं म्हणणं त्याने शांतपणे ऐकून घेतलं. पण मी दाऊदची दलाल वगैरे असेन, असा त्याला संशय असावा. शिवाय एका स्त्रीबरोबर हातमिळवणी करणं ही धोकादायक गोष्ट आहे, असंही त्याचं मत असावं.''

''मग?''

''त्याने माझी सूचना फेटाळली. दाऊदच्या विरुद्ध असणाऱ्या सर्वांनाच त्याचा पाठिंबा असला, तरी माझ्यासाठी तो विशेष काही करू शकणार नाही, असं त्याने स्पष्टच सांगितलं. माझ्यावर कोसळलेल्या दुःखद प्रसंगाबद्दल त्याने सहानुभूती व्यक्त केली, इतकंच.''

''चला, निदान तू प्रयत्न तरी केलास. शाब्बास!''

टेबलावरची पाण्याची बाटली उचलून तिने एक घोट घेतला. मग एक अर्थपूर्ण

विराम घेऊन ती म्हणाली, ''मी एक निर्णय घेतलाय. कदाचित मूर्खपणाचा वाटेल; पण माझ्यामते तोच एक उपाय आहे.''

''कोणता निर्णय?''

''मी माझं नाव बदलायचं ठरवलंय.'' ती शांतपणे म्हणाली.

''त्याने काय होईल?''

''काल गवळीला भेटल्यानंतर एक गोष्ट माझ्या लक्षात आली. हे हिंदू गँगस्टर मुसलमान स्त्रियांवर विश्वास टाकत नाहीत. म्हणूनच हिंदू नाव मला धारण करायचं आहे.''

स्वत: गवळीने एका मुस्लीम स्त्रीबरोबर विवाह केला आहे, ह्या गोष्टीकडे मी तिचं लक्ष वेधलं.

''पण लग्नानंतर तिने धर्म आणि नावही बदललंय. आशा नाव आहे तिचं. मी भेटले तिला,'' अशरफने ताडकन उत्तर दिलं.

''बरं. कोणतं नाव ते ठरवलंस का?'' मी वाद न वाढवता विचारलं.

''अजून तरी नाही,'' एवढं बोलून ती विचारात गढली. मग थोड्या वेळाने म्हणाली, ''दाऊदला खतम करणं हे माझं स्वप्न आहे. दिवस-रात्र केवळ तोच एक ध्यास माझ्या मनात असतो.''

''त्याचा नावाशी काय संबंध?'' मी विचारलं.

''माझं स्वप्न... 'सपना' हेच माझं नाव. शिवाय हिंदू-मुस्लीम दोघांमध्येही हे नाव असतं.''

''चांगलं आहे नाव. आजपासून तू अशरफ नव्हे; तर 'सपना' झालीस. नवीन नाव साजरं करण्यासाठी बिर्याणी खाऊ या.'' मी असं म्हणताच ती खुशीने हसली. ती आनंदात आहे, हे पाहून मीही खूश झालो.

त्या दिवसापासून अशरफ 'सपना' ह्याच नावाने ओळखली जाऊ लागली. हिंदू गँगस्टर आणि मुंबई पोलिसांशी सारे व्यवहार ती 'सपना' ह्या नावानेच करायची.

बघता-बघता सपनाने अंडरवर्ल्डमध्ये बरीच खिंडारं पाडली. मध्यरात्र उलटल्यानंतर मुंबईच्या अंधाऱ्या गल्लीबोळांत बेडरपणे हिंडून ती बातम्या मिळवायची. सुरुवातीला मीच तिची खबऱ्यांशी ओळख करून दिली होती. त्यांच्याशी तिने चांगले संबंध प्रस्थापित केले होते. मुंबईतील डान्सबार, जुगारी अड्डे ह्यांविषयी माहिती काढून त्यांचा अंडरवर्ल्ड अथवा दाऊदशी कोणत्याही प्रकारचा संबंध आहे असं समजताच, ती खबर क्राइम ब्रँचला पोहोचवायची. हे करताना सपनाने पोलिसांना आपली ओळख कधीही दिली नाही. निनावी फोन करून ती पोलिसांना माहिती पुरवायची. इतकंच नव्हे, तर पोलिसांनी छापा टाकल्यानंतर बक्षीस म्हणून मिळणारी रक्कम घ्यायलाही ती पुढे व्हायची नाही.

काही आठवड्यांच्या मुदतीतच सपनाने शहरातील अनेक अड्डे खबरी देऊन बंद पाडले. ट्रेनिंग घेण्यासाठी ती नियमित येत असे, पण आपले नेमके काय उद्योग चालले आहेत, ह्याविषयी बोलणं ती टाळायची. मात्र दाऊदविषयीची माहिती मिळवण्यासाठी माझी मदत नेहमी घ्यायची. तिने सांगितलं नाही, तरी माझी माणसं तिच्यावर नजर ठेवून असत. त्यांच्याकडून तिचं नेमकं काय चाललं आहे, हे मला नियमितपणे समजत असे. एके दिवशी माझ्या अत्यंत विश्वासातील रफिकने बातमी दिली – सपनाच्या खबरीनुसार पोलिसांनी ४० पेक्षाही जास्त लोकांना अटक केली. त्यांच्यापैकी साधारण २० जणांना तडिपार करण्यात आलं असून, अन्य बरेच लोक अडचणीत आले आहेत. दाऊदच्या दोन जुगारी अड्ड्यांना पोलिसांनी सील ठोकलं, असंही त्यानं सांगितलं.

मला कधीही जमलं नसतं, ते सपनाने केवळ तीन आठवड्यांमध्ये करून दाखवलं होतं; पण त्यामुळे अजाणता का होईना, तिने खूप शत्रूही निर्माण केले होते. तिला सावध करण्यासाठी तिच्याशी सविस्तर बोलायचं असं मी ठरवलं.

माझ्या आवडत्या इराणी रेस्टॉरंटमध्ये रात्रीच्या जेवणासाठी भेटायचं ठरलं. त्यासाठी मी दोघांसाठी टेबल राखून ठेवलं होतं. त्या वातानुकूलित हॉटेलमध्ये पोहोचलो, तेव्हा सपना माझी वाटच पाहत होती. आज ती बुरखा घालून आली होती. आम्ही दोघं आणि एक कुटुंब – ह्याव्यतिरिक्त रेस्टॉरंट रिकामंच होतं. कुटुंबातील कार्टी दंगा करत होती.

एकमेकांना सलाम केल्यानंतर आम्ही जेवणाची ऑर्डर दिली. मी विषयाला तोंड फोडलं, "अशरफ, मला एका विषयासंबंधी तुझ्याशी बोलायचंय."

"सपना – " तिने माझी चूक दुरुस्त केली.

"ठीक आहे, सपना. तू खबरी म्हणून काम करते आहेस आणि फार उत्तमरीत्या करते आहेस, असं ऐकतो."

"खरंय ते. मी योजल्याप्रमाणे सारं घडलं, तर आपल्याला हवी ती व्यक्ती लवकरच आपल्या जाळ्यात सापडेल." ती म्हणाली.

"सपना, दुर्दैवाने तसं घडणार नाही."

"का?" तिने चमकून विचारलं.

"तू अजूनही नवखी आहेस. त्यामुळेच तुझ्या कामात किती धोके आहेत, हे तुला समजलेलं नाही. आत्तापर्यंत तू यशस्वी झालीस, पण याचा अर्थ धोका टळला असं नाही." मी तिला समजावून सांगितलं.

"धोका आहे, हे मला चांगलं माहिती आहे. माझ्यावर दोन वेळा हल्ले झालेत."

हे ऐकून बिर्याणी माझ्या घशात अडकली. "काय? आणि तू मला सांगितलंसुद्धा

नाहीस?'' मी ओरडलो.

''मला काहीदेखील झालं नाही... तुम्ही दिलेल्या ट्रेनिंगमुळे मी दोन्ही वेळा बचावले. त्या हलकटांच्या बरोबर 'तिथेच' लाथ घातली. बोलती बंद केली त्यांची.'' ती विजयी स्वरात म्हणाली.

''म्हणजे तू सुखरूपपणे निसटलीस?'' माझी चिंता दूर झाली असली, तरी तिने ही गोष्ट लपवली, हा राग होताच.

''सुखरूप निसटले म्हणूनच तुमच्यासमोर बसलेय ना?'' ती चेष्टेच्या स्वरात म्हणाली आणि शांतपणे जेवू लागली.

तिच्या आत्मविश्वासाचा फुगा फोडून तिला जमिनीवर उतरवायला हवं. आपल्या कामामध्ये किती मोठा धोका आहे, ह्याची तिला जराशीही जाणीव नव्हती आणि समजेल, तेव्हा कदाचित फार उशीर झालेला असेल. सपना मला अतिशय प्रिय होती. तिच्या मूर्खपणामुळे तिला गमवावं लागेल, ही कल्पनाच मला सहन होत नव्हती. ह्यापुढे तिला आपली फारशी गरज भासणार नाही, ही गोष्टही मला खुपत असावी.

''वेडीबिडी आहेस का? तुला अक्कल कधी येणार, सपना? दाऊदचे डान्सबार आणि जुगारी अड्डे बंद पाडल्याने त्याचं फार मोठं नुकसान होईल, असं तुला वाटलं की काय? त्याचा बारदाना खूप मोठा आहे. डान्सबार, जुगारी अड्डे म्हणजे किस झाड की पत्ती! तुझ्या डोक्यावर एक गोळी झाडून तो तुला संपूवन टाकील,'' मी अतिशय चिडून म्हणालो, ''हप्ते आणि खंडणी ह्यांमधून त्याला प्रचंड पैसा मिळतो. त्याविषयी तुला काही माहिती आहे का?''

''नाही.''

''मग एवढी खूश का झाली आहेस?''

''माझ्यावर ओरडण्याऐवजी मला मार्ग दाखवला, तर त्याच्या ह्या धंद्याविषयीही माहिती काढीन.''

''मला त्याविषयी माहिती असती, तर मी त्याला मोकळं सोडलं असतं का? हा सर्व व्यवहार हवालामार्गे होतो आणि त्याचा माग काढणं अतिशय कठीण गोष्ट आहे; पण दाऊद शस्त्रास्त्रं, तसंच नकली नोटांचा फार मोठा व्यवहार करणार आहे, अशी खबर मला नुकतीच मिळाली आहे. त्या व्यवहारामध्ये त्याला प्रचंड फायदा होणार, हे नक्की.''

हे ऐकून ती अतिशय उत्तेजित झाली. ''मग काय करायचं?'' तिने उतावीळपणे विचारलं.

''भारतामध्ये ही शस्त्रास्त्रं आणि जाली नोटा पाकिस्तानमधून आणली जातात. नेपाळच्या सीमेवरून काठमांडूमार्गे हा माल आणला जातो. नेपाळमधील रामसिंग

बहादूरसारखी माहीतगार मंडळी माझ्या ओळखीची आहेत. दाऊदचा माल कधी आणि कुठे उतरवला जाईल, हे त्याला माहीत असणार. तुझा काय विचार आहे?''

"म्हणजे आपण नेपाळला जायचं का?''

"हो. माझ्या मनात एक योजना आहे; पण एवढ्या मोठ्या व्यवहारामध्ये पडायची तुझी तयारी आहे का? शस्त्रास्त्रं आणि नोटांचा एखाद-दुसरा साठा लुटला, तरी दाऊदला फार मोठं नुकसान सोसावं लागेल. आणि हे नुकसान पोहोचवणारे कोण आहेत, हेही त्याला त्या वेळीच समजेल.'' मी सारे धोके तिच्यासमोर स्पष्ट केले.

रक्तरंजित मोहीम

एका परपुरुषाबरोबर एवढ्या दूरवर, सीमेपारचा प्रवास करायला सपना एका झटक्यात तयार झाली, ह्यावरून तिचा निश्चय किती दृढ होता हेच दिसून आलं.

माझा दोस्त – रामबहादूर सिंगशी मी बोललो, तेव्हा लवकरच एक शस्त्रास्त्रांचा साठा काठमांडूतर्फे भारतात येणार असल्याची बातमी त्याने मला दिली. बहुधा ह्याच आठवड्यात हा व्यवहार होणार असल्याने, आम्हाला लगेचच प्रवासाच्या तयारीला लागायला हवं होतं.

काठमांडू येथे सीमापार करून शस्त्रास्त्रं भारतात आल्यानंतर अडवायची, असं मी आणि सपनाने ठरवलं. बीरजंग ह्या डोंगराळ भागामध्ये सीमा सुरक्षा दलाची गस्त कमी असल्याने, तिथेच हे काम करणं सोपं झालं असतं. त्या भागाची इत्थंभूत माहिती व्हावी, ह्या उद्देशाने काठमांडूला बीरगंजमार्गे जायचं, तिथे साठा कुठे, कधी, कसा उतरणार ह्याविषयीची सर्वांगीण बातमी गोळा करायची आणि बीरगंजला परतायचं, असा निर्णय मी घेतला.

बीरगंजचा प्रवास फारच खडतर होता. प्रथम बिहारमधील एका छोट्या खेडेगावी – रक्सौल इथे जायचं, तिथून बीरगंजला जाणारी बस पकडायची. लहान असलं तरी रक्सौल हे शस्त्रास्त्रं, इलेक्ट्रॉनिक वस्तू, मादक पदार्थ, जाली नोटा अशा असंख्य वस्तूंच्या तस्करीचं मोठं केंद्र होतं.

सपनाबरोबर घालवलेले ते रम्य दिवस मी कधीच विसरू शकणार नाही. प्रवास अतिशय क्लेशदायक असला, तरी तिच्या सहवासामुळे प्रत्येक क्षण सोनेरी झाला होता. ह्यापूर्वी कोणाही स्त्रीबरोबर माझी भावनिक गुंतवणूक झाली नव्हती. सपनाची गोष्टच वेगळी होती. मला तिच्याविषयी शारीरिक आकर्षण वाटत होतं हे जरी खरं असलं, तरी मला तिच्याकडून त्यापलीकडे काहीतरी हवं होतं. केवळ वासना नव्हे, तर मला तिच्याविषयी प्रेम वाटायचं.

प्रवासात सपनाही माझ्याशी खूप मनमोकळेपणाने बोलायला लागली होती. मेहमूदनंतर आयुष्य कसं चाललं आहे, पुन्हा शादी करायचे मनसुबे, संसार, मुलंबाळं अशा अनेक विषयांवर ती प्रथमच भरभरून बोलत होती. पतिनिधनानंतरच्या शोकाकुल मन:स्थितीतून ती आता बाहेर पडलेली दिसली. पतीच्या मृत्यूचा बदला घ्यायचा तिचा निश्चय अजूनही कायम असला, तरी आयुष्याची नव्याने सुरुवात करायची स्वप्नं पाहणारी सपना मला पाहायला मिळाली.

शिवाय ह्यापूर्वी 'ध्येयपूर्तीसाठी मदत करणारा' केवळ हेच स्थान मला तिच्या आयुष्यामध्ये होतं. त्यापलीकडे तिच्या वागण्यामध्ये कोणतीही जवळीक, आपुलकी नसे. ते चित्र पालटून ती माझ्याकडे एक माणूस म्हणून बघायला लागली होती.

''तुम्हाला 'हुसेन उस्तरा' हे नाव कसं पडलं? उस्मानभाईंकडून तुमचं हे नाव ऐकलं, तेव्हा तुमच्या चेहऱ्यावर व्रण वगैरे असावा आणि त्यामुळे हे नाव मिळालं असं मला वाटलं होतं.''

तिला माझ्याविषयी कुतूहल वाटतंय हे बघून मला बरं वाटलं.

''मला कधीही जखमेमुळे व्रण आलेला नाही. साधारण वीस वर्षांपूर्वी एक घटना घडली. तेव्हापासून मला हे नाव पडलंय.'' मी स्पष्ट केलं.

''काय घडलं होतं?''

''तेव्हा मी पंधरा वर्षांचा असेन. पाकीटमार होतो. आमची पाकीटमारांची टोळीच होती. गर्दीच्या ठिकाणी – उदाहरणार्थ, बस, ट्रेन, थिएटरमध्ये घुसून आम्ही पाकिटं मारायचो. आमच्या टोळीमधील सर्वांत तरबेज पाकीटमार होतो मी. पोलिसांच्या हातीदेखील फारच क्वचित सापडलो असेन. एकदा बरंच मोठं घबाड माझ्या हाती लागलं. आमची दिवसभराची कमाई आमच्या टोळीच्या दादाला द्यावी लागायची. त्या दिवशी मात्र एवढा सारा पैसा बघून मला मोह झाला. मला मिळालेल्या पैशांपैकी थोडीच रक्कम मी त्याला दिली. माझ्या एका मित्रानेच चुगली केल्यामुळे माझी लबाडी पकडली गेली. त्याने मला बेदम मारहाण करायला सुरुवात केली. मीदेखील परतफेड केली. माझ्या मित्रांनीही मला साथ दिली. प्रकरण चांगलंच हातघाईवर आलं.''

''पुढे काय झालं?'' तिने उत्सुकतेने विचारलं.

''पुढे... मारामारी हाताबाहेर गेली, तेव्हा मी खिशातून वस्तरा काढून दादावर हल्ला केला. त्याच्या मानेपासून खाली थेट मांड्यांपर्यंत वस्तरा ओढून मोठी जखम केली.''

''या अल्ला! खरंच?''

मी मान डोलावली. ''त्याच्या जखमेतून खूप रक्त वाहायला लागलं. मी तिथून पसार झालो. त्याला हॉस्पिटलमध्ये नेलं, तेव्हा तिथल्या डॉक्टरने जखम पाहून एक

विलक्षण विधान केलं, 'एखाद्या शल्यविशारदाइतक्या कौशल्याने वस्तरा चालवला आहे.' त्यानंतर मला हे नाव चिकटलं आणि मी 'हुसेन उस्तरा' ह्या नावाने ओळखू जाऊ लागलो. 'उस्तरा' चालवण्याच्या माझ्या कौशल्याला लोक घाबरायला लागले.''

काठमांडूला पोहोचल्यानंतर मी सपनाची माझ्या नेपाळी मित्रांबरोबर – रामू आणि चामू सिंग यांच्याशी ओळख करून दिली. ते मला नेहमी शस्त्रं पुरवत असत. रामबहादूर सिंगने दिलेली दाऊदच्या शस्त्रं आणि नकली नोटांच्या व्यवहाराची खबर कितपत खरी आहे, हे मला पडताळून बघायचं होतं. ह्या दोघांनीही माहिती बरोबर असल्याची ग्वाही दिली. किम बहादूर थापा हा दाऊदचा विश्वासू सहकारी, मुंबईच्या माटुंगा येथे कार्यरत होता. तो बीरगंजमार्गे रक्सौल येथे माल पाठवणार आहे, अशी पक्की खबर चामू सिंगने दिली. माल घेण्यासाठी त्यांचा कोणी माणूस सीमेवर हजर राहणार होता. पुढील तीन दिवसांत माल बीरगंजला पोहोचणार होता. दाऊदवर प्रहार करायला ही अगदी योग्य संधी होती. शस्त्रास्त्रांचा साठा नेमका कोणत्या जागी लुटायचा, ह्याचा कच्चा आराखडा मी त्या तिघांना दाखवला. बीरगंजच्याआधी काही अंतरावर उतरून, डोंगराळ भागातून कच्ची सडक पकडून, चालतच बीरगंजला पोहोचायचं. छोट्या टेकड्यांमध्ये लपणं सहज शक्य होणार होतं. माल वाहण्यासाठी खेचरांचा वापर केला जातो. खेचरं जवळ आल्यानंतर हल्ला करून माल पळवायचा. ही योजना सर्व दृष्टीने योग्य आहे, हे माझं म्हणणं त्यांनाही पटलं.

''ह्यामुळे दाऊदच्या धंद्यावर परिणाम होईल ना?'' सपनाने विचारलं.

''लगेचच नाही होणार. असे आणखी हल्ले झाल्यानंतरच त्याचं मोठं नुकसान होईल. चांगली झळ लागल्यानंतरच काहीतरी गडबड असल्याची जाणीव त्याला होईल, तोपर्यंत नाही,'' मी तिला समजावून सांगितलं.

त्यानंतरचे दोन दिवस हल्ल्याचे बारीकसारीक तपशील ठरवण्यात आले आणि आम्ही बीरगंजला रवाना झालो. रामू सिंगने आम्हाला ठरल्याजागी गाडीने पोहोचवलं. पुढचा प्रवास आम्ही दोघंच – मी आणि सपना – करणार होतो. खडकाळ, कच्च्या रस्त्यावरून बराच वेळ चालल्यानंतर अखेरीस तस्करांची ये-जा चालते त्या जागी पोहोचलो. तिथे एका प्रचंड, नऊ फूट मोठा असावा अशा एका खडकामागे लपून दाऊदचा माल येण्याची प्रतीक्षा करू लागलो. दीर्घ काळ वाट पाहावी लागणार, हे अपेक्षित असल्याने थोडासा सुकामेवा, पाण्याच्या बाटल्या, टॉर्च, लांब दोरी आणि ऑटोमॅटिक पिस्तुलं अशा जय्यत तयारीनिशी आम्ही आलो होतो.

संध्याकाळी साधारण साडेपाचच्या सुमारास दूरवरून खुरांचा आवाज ऐकू आला. मी हळूच डोकावून पाहिलं, तेव्हा तीन नेपाळी माणसं आणि जड ओझी लादलेली गाढवं येताना दिसली. एका पोत्यामध्ये काहीतरी धारदार वस्तू असावी, कारण दोन्ही बाजूंनी टोकं निघालेली दिसली. पोत्यामध्ये AK-47 रायफली असाव्यात,

असा मी अंदाज बांधला. हाच दाऊदचा माल आहे, ह्याविषयी शंकाच नव्हती.

वाट बघता-बघता सपना झोपी गेली होती. तिचा खांदा हलवून मी तिला उठवलं. माझ्या जवळच्या बॅगमधून दोन्ही पिस्तुलं काढून त्यांच्यात गोळ्या भरल्या आणि एक तिच्या हाती दिलं. एवढं करून पुन्हा बाहेर डोकावलो. ह्या वेळी त्या नेपाळ्यांच्या मागे एक हट्टाकट्टा, काळ्या वर्णाचा माणूसही दिसला.

मी सपनाला खुणेने माझ्या मागे उभं राहायला सांगितलं. जवळ आल्याने गाढवांच्या खुरांचा आवाज मोठा झाला होता. त्यांच्याबरोबरची माणसं त्यांच्या भाषेत काहीतरी बोलत होती, तेही ऐकू येत होतं. सपनाचा हात पकडून मी खडकामागून बाहेर पडलो आणि त्यांची वाट अडवली. तिचा हात सोडून पिस्तूल त्याच्यावर रोखलं. सपनानेही नेम धरला. अचानक हा प्रकार पाहून साहजिकच ते दचकले. स्तंभित होऊन त्यांनी एकमेकांकडे पाहिलं. एक जण शूरपणे पुढे झाला आणि मोडक्यातोडक्या हिंदीत म्हणाला, ''तुम लोग कोई भी हो, पीछे हटो... नहीं तो मारे जाओगे...''

हे ऐकून मी ताडकन पुढे सरसावलो आणि फाडकन त्याच्या थोबाडीत मारली. त्याची कॉलर पकडून गुरकावलो, ''पिस्तूल माझ्या हातामध्ये आहे. मला मारायची धमकी देऊ नकोस.''

अचानक मागून कोणीतरी माझ्या डोक्यावर जोराने फटका मारला. वेदनांनी कळवळत मी खाली कोसळलो. एका हाताने डोकं गच्च पकडलं. एवढं झालं तरी दुसऱ्या हातातील पिस्तुलावरची घट्ट पकड मी सोडली नव्हती.

स्वतःला सावरून मी मागे वळून पाहिलं. तेवढ्यात एक भला दांडगा माणूस चक्क माझ्या अंगावरच चढून बसला. दोन्ही पायांनी आवळून त्याने मला बंदिस्त करून टाकलं. तो तोच होता – नेपाळ्यांच्या मागोमाग येत होता तोच. हातातल्या लाठीने त्याने पुन्हा एकदा फटका मारला. इतकंच नव्हे, तर माझ्या पोटावर एक जबरदस्त लाथ हाणली. आता माझी खैर नाही, हे मी समजून चुकलो.

एव्हाना दुसरेही पुढे सरसावले. त्यांनीही हातातल्या लाठ्या माझ्यावर चालवायला सुरुवात केली. आता आपली सुटका नाही ह्याची जाणीव असली, तरी एवढ्या सहजासहजी हार मानायला मी तयार नव्हतो. ह्या सर्व प्रकारात मी सपनाला संपूर्णपणे विसरून गेलो होतो. खडकामागून तिला हात धरून बाहेर काढलं इथपर्यंत मला आठवत होतं; पण नंतर साऱ्याच घडामोडी इतक्या वेगाने झाल्या होत्या की, तिच्याकडे लक्ष द्यायला मला शक्य झालं नव्हतं. ह्या हरामखोरांच्या हाती ती लागली, तर ते तिचे काय हाल करतील, ह्याची कल्पनाही करवत नव्हती.

लाठ्या आणि लाथांच्या माऱ्यामधून मी आजूबाजूला नजर टाकली; पण तिचा पत्ता नव्हता. तिला त्यांनी पकडून, बांधून ठेवलंय की काय? की नजर चुकवून ती

पळून गेली? असे विचार माझ्या मनात घोळत असतानाच हळूहळू माझी शुद्ध हरपायला लागली. त्यांना प्रतिकार करणं मी कधीपासूनच थांबवलं होतं. मुकाट्याने त्यांच्या लाथाबुक्क्या खात पडून असतानाच एकाने माझ्या गुडघ्यावर घणाघाती प्रहार केला. त्या आघाताने मी कळवळत उठून बसलो. तेव्हाच समोर, दूरवर सपना दिसली. माल पाठीवर लादलेल्या गाढवांच्या बाजूलाच ती उभी होती. ते चौघं मला मारण्यात गुंतले असताना, ती निसटली असावी. सपना ज्या तऱ्हेने उभी होती, त्यावरून ती काय करणार आहे, ह्याचा मला अंदाज आला.

आपण नेमकं काय केलं, हे नंतर तिने सांगितलं. त्यानुसार तिने पुढे उभ्या असलेल्या गाढवाच्या लिंगावर दातओठ खाऊन लाथ मारली होती. तोच प्रयोग दुसऱ्या दोन गाढवांवरही केला. शांत उभी असलेली ती बिचारी गाढवं ह्या हल्ल्यामुळे दचकली. सपनाने नाजूक जागी मारलेल्या लाथांमुळे अतीव वेदनांनी आक्रोश करत गाढवं उधळली. आमच्याच दिशेने धावत येणाऱ्या गाढवांच्या गोंधळामुळे ते चौघंही चार दिशांना पळाले.

परिस्थितीचा फायदा घेऊन सपनाने हवेमध्ये गोळी झाडली. असह्य वेदनांनी माझं सर्वांग दुखत होतं. तिकडे दुर्लक्ष करून मी उठून पिस्तूल उचललं आणि माझ्यावर अचानक हल्ला करणाऱ्यावर गोळी झाडली. सुदैवाने गोळी त्याच्या हातामधून आरपार गेली.

आम्ही पिस्तुलं रोखून त्या तिघांनाही लाठ्या फेकून द्यायला सांगितलं. दोरी बरोबर होतीच. सर्वांना दोरीने एकमेकांबरोबर करकचून बांधलं. मला त्यांना ठार मारायचं होतं; पण सपनाने मला रोखलं. त्यांना तसंच सोडून आम्ही निघालो. अर्थात माल वाहणारी गाढवं बरोबर घेऊनच...

बीरगंजच्या अत्यंत डोंगराळ भागात एका निर्मनुष्य जागी पोहोचल्यावर आम्ही पोती उघडून पाहिली. आतमध्ये चार पिस्तुलं आणि तीन AK-47 रायफली होत्या. ''कलकत्त्याला जाऊन तिथल्या अंडरवर्ल्डमध्ये विकल्या, तर भरपूर पैसे मिळतील,'' मी सुचवलं.

''ह्या फालतू वस्तूंमधून पैसे कमवायची मला मुळीच इच्छा नाही,'' ती ताडकन म्हणाली.

''तुला वेडबिड लागलंय की काय? आपल्याला किती पैसे मिळतील, ह्याची तुला कल्पना तरी आहे का?'' वेदनांमुळे घोगऱ्या झालेल्या आवाजात मी म्हणालो.

तिने माझ्याकडे तीव्र कटाक्ष फेकला. ''मला ह्या रायफली आणि पिस्तुलं मोडून-तोडून निकामी करायची आहेत. आत्ताच्या आत्ता...'' ती रागाने म्हणाली.

''पण ते कसं शक्य आहे? त्यासाठी शहरात जाऊन एखादा लोहार गाठावा लागेल. आपल्याला ते जमणार नाही.''

"काही कुठे जायला नको..." असं म्हणून तिने सारी शस्त्रास्त्रं एका पोत्यात कोंबली आणि कड्यावरून खाली फेकून दिली.

"दाऊदचं किती नुकसान झालं असेल?"

"विशेष नाही. ते तर मी तुला आधीच सांगितलं होतं," मी चिडून म्हणालो. तिने माझं ऐकलं नाही, म्हणून मला प्रचंड संताप आला होता. हा माल विकून आम्हाला लाखो रुपये मिळाले असते. त्या चौघांनी मला बेदम मारलं होतं. जखमांमुळे माझे कपडे रक्ताने माखले होते. मला खूप वेदना होत होत्या. ह्या साऱ्या गोष्टींकडे तिचं लक्षही नव्हतं, ह्यामुळे मी दुखावलो होतो. माझ्या भावना तिला समजल्या असाव्यात, कारण तिच्या चेहऱ्यावरचे भाव बदलले. जवळ येऊन तिने प्रथमच माझ्या चेहऱ्यावर मृदु हात फिरवला आणि जिव्हाळ्याने म्हणाली, "माझ्यामुळे तुम्हाला हे सर्व सहन करायला लागलं. माफ करा. तुमचे आभार कसे मानावेत, हेच समजत नाही."

हे ऐकून मी पटकन विरघळलो, "सपना, आभार वगैरे मानायची गरज नाही. हे सर्व मी करतोय, कारण मला तुझी फिकीर वाटते. तुझ्याविषयी काळजी आहे."

"मलादेखील तुमच्याविषयी फिकीर वाटते," ती म्हणाली. दाऊदला नुकसान पोहोचवण्यासाठी केलेला पहिला प्रयत्न यशस्वी झाला, म्हणून तिच्या डोळ्यांतून आनंदाश्रू वाहायला लागले.

घनिष्ठ मैत्रीत दरार

नेपाळच्या त्या प्रथम भेटीला ४८ महिने उलटून गेले. ह्या दरम्यान आम्हा दोघांच्याही जीवनात अनेक स्थित्यंतरं झाली.

पहिल्या यशस्वी मोहिमेनंतर सपना आणि मी अनेकदा नेपाळला गेलो होतो. काही वेळा आमचे प्रयत्न असफल झाले, पण खूप वेळा दाऊदचा बराच मोठा माल पळवण्यात आम्ही यशस्वी ठरलो होतो. पकडलेली शस्त्रास्त्रं कलकत्ता आणि रक्सौल येथील बाजारात विकायला सपनाने प्रथम विरोध केला होता; परंतु त्यातून मिळणाऱ्या पैशांमुळे दाऊदविरोधी मोहिमेला मदतच होईल, हे मी तिला पटवून दिल्यानंतर तिचा विरोध मावळला. त्यामुळे दाऊदला मोठं नुकसान पोहोचवण्यात, तसंच बरीच मोठी आर्थिक कमाई करण्यात आम्ही यशस्वी झालो होतो.

एके दिवशी मात्र मोठा बाका प्रसंग आला होता. नेपाळमधील सीमा सुरक्षा दलाशी आमचा आमना-सामना झाला. आम्ही मरता-मरता वाचलो. नशिबाने आम्ही जीव वाचवून पळालो; पण त्या प्रसंगानंतर नेपाळला जाणं थांबवायचा निर्णय सपनाने घेतला. खूप पैसे मिळत असल्याने माझी सहमती नव्हती, पण ती निर्णय बदलायला तयार नव्हती. ह्या विषयावर आमची बरीच वादावादी झाली. शेवटी अर्थात मीच माघार घेतली. फक्त मुंबईमधून दाऊदच्या साम्राज्याला धक्के द्यायचे, असं तिने ठरवलं.

'दाऊदच्या धंद्यांना नुकसान पोहोचवणारी' म्हणून मुंबईत सपनाची कीर्ती हळूहळू वाढत होती. मुंबईच्या अंडरवर्ल्डविषयी तिला खडान्‌खडा माहिती असायची. दाऊदच्या हस्तकांच्या मनामध्ये तिच्याविषयी दरारा उत्पन्न झाला होता. अनेक डान्सबार आणि जुगारी अड्डे उद्‌ध्वस्त करण्यात तिचा फार मोठा हात होता.

मी वर्तवल्याप्रमाणे इन्स्पेक्टर अमोलिकवर सपनाने केलेली केस कोर्टाने निकालात काढली. त्यामुळे तिची फार मोठी निराशा झाली. सपनाने अर्जात केलेल्या आरोपांची क्राइम ब्रँचने थातूरमातूर चौकशी करून, शेवटी इन्स्पेक्टर अमोलिकची

'पुराव्याअभावी' निर्दोष मुक्तता केली होती. अर्थात सपनाने चिकाटी सोडली नाही. ती अर्जामागे अर्ज करतच होती. कधी ना कधी आपलं स्वप्न साकार होईल – आपलं 'सपना' हे नाव सार्थ ठरेल – अशी तिला खात्री होती. स्वप्नरंजनातून जागं करून तिचं मन दुखवावं, हे तिच्यावर जिवापाड प्रेम असल्याने मला जमत नसे.

काळाबरोबर अंडरवर्ल्डमधील आमच्या स्थानामध्ये बरेच बदल घडून आले होते, परंतु आमच्या एकमेकांविषयींच्या भावनांमध्ये मात्र काहीच बदल झालेला नव्हता. आम्ही जवळचे मित्र झालो होतो. एकमेकांची मनं समजण्याएवढं आमचं नातं घट्ट झालं होतं. आमची भांडण होत, प्रचंड वादावादी चाले; पण त्याचबरोबर हास्यविनोदही होत असत. जवळजवळ रोजच आम्ही एकत्र जेवत असू. माझ्या आयुष्यातील स्त्रिया, मी कोणाबरोबर झोपतो, ह्या गोष्टीही मी तिच्यापासून लपवत नसे. त्याबद्दल ती माझी कानउघडणीही करायची. तिला माझा सहवास आवडायचा, हे मला माहीत होतं; पण त्यापलीकडे जाण्याची तिची तयारी नव्हती, हे मला जाणवायचं. तिच्या मनात फक्त मेहमूदला स्थान होतं.

माझं तिच्यावर प्रेम आहे, हे ती जाणून होती; पण 'आपण त्या गावचेच नाही' असं तिचं वर्तन असे. त्याविषयी ती चकार शब्द बोलत नसे. ती जाणूनबुजून अशी वागते, ह्या गोष्टीचा मला कधीकधी फारच त्रास होई. कधीतरी सारं असह्य होऊन माझा स्फोट होईल, ह्यात शंका नव्हती. तसं घडू नये, अशी मी प्रार्थना करायचो; पण शेवटी माझ्या सहनशीलतेचा कडेलोट झालाच. एके दिवशी मी मर्यादा ओलांडली. त्या घटनेनंतर तिने माझ्याबरोबरचे सर्व संबंध तोडले. अर्थात दोष सर्वस्वी माझाच होता.

१९९१ सालचा डिसेंबर महिना. रात्री दोनचा सुमार होता. मी घरीच होतो. खूप कंटाळा आला होता... कधीकधी मला बाईबरोबर मजा मारायचाही कंटाळा येई. काहीच करावंसं वाटायचं नाही. त्या रात्रीही मी एकटाच होतो. सपना माझ्या आयुष्यात आल्यानंतर असे प्रसंग यायचे. नाहीतर स्त्री-सहवासाला माझी कायम तयारी असायची. बहुधा 'मीदेखील एकनिष्ठ राहू शकतो' हे तिला दाखवून द्यायच्या इच्छेमुळे मी अधूनमधून ब्रह्मचर्य पाळत असेन!

कोचावर आडवा होऊन मी रेडिओवरची जुनी हिंदी गाणी ऐकत होतो. मनात सपनाचेच विचार घोळत होते. ती माझ्या मिठीत आहे. मी तिचं कडकडून चुंबन घेतोय, तिच्यावर प्रेमाचा वर्षाव करतोय... असं स्वप्नरंजन करता करताच माझा डोळा लागला.

गाढ झोपेत असताना कोणीतरी मला गदागदा हलवून उठवत असल्याचं जाणवलं. जागा होऊन मी डोळे उघडून पाहतो, तर समोर सपनाच होती. रडत, धापा टाकत ती मला उठवायला पाहत होती.

सपनाकडे माझ्या घराची किल्ली होती. सकाळी लवकर येऊन ती माझ्यासाठी नाष्टा बनवायची; पण अजून सकाळ झालेली दिसत नव्हती. मी घड्याळाकडे नजर टाकली. पहाटेचे अडीच वाजले होते. बाजूच्या टेबलावरच्या ग्लासमध्ये अजूनही थोडी व्हिस्की बाकी होती. मी सपनाकडे पाहिलं. हिरव्या रंगाचा सलवार-कमीज तिने घातला होता. दुपट्टा मात्र नव्हता. लांबसडक, रेशमी केस विसकटलेले दिसत होते.

''एवढ्या उशिरा कशी आलीस? काय झालं?'' मी अजूनही नीट जागा झालो नव्हतो.

''माझ्यामागे गुंड लागलेत. मला वाचवा,'' ती कशीबशी म्हणाली.

''पण नेमकं काय झालंय, ते सांग ना,'' मी पुन्हा विचारलं. एकीकडे शर्ट शोधत होतो.

''मी एका जुगारी अड्ड्याच्या बाहेर नेहमीप्रमाणे टेहळणी करत असताना ह्या गुंडांपैकी एकाने मला ओळखलं. मी निसटायचा प्रयत्न केला, पण त्या सर्वांनी – आठ-दहा असतील – माझा पाठलाग केला. कशीतरी इथपर्यंत पोहोचले; पण मला वाटतं, त्यांनी मला बिल्डिंगमध्ये शिरताना पाहिलंय.''

''मी असताना तुला कोणी हात लावू शकणार नाही. घाबरू नकोस. तू शांतपणे इथे बस पाहू.'' मी तिला धीर दिला.

शर्ट चढवून मी माझं जर्मन मोझर पिस्तूल उचललं, तिला 'आवाज न करता बसून राहा' असं बजावून मी घराबाहेर पडलो. बाहेरून कुलूप लावून घेतलं आणि खाली गेलो. सर्वत्र पाहिलं, पण तिचा पाठलाग करणाऱ्या गुंडांचा मागमूसही नव्हता. कदाचित बिल्डिंगपर्यंत आलेही नसतील. आणि आले, तरीसुद्धा काही करायची त्यांची हिंमत झाली नसती. सारं आलबेल आहे हे पाहून मी घरी गेलो. सपना खुर्चीत बसून माझी वाटच पाहत होती. कमालीची घाबरलेली दिसली.

''काळजी करू नकोस. मी त्यांना पळवून लावलं.'' तिच्या समाधानासाठी मी खोटं बोललो.

''हुसेन साब, मी त्यांच्या हाती सापडले असते, तर त्यांनी माझ्यावर बलात्कार केला असता...'' हे बोलताना तिचे हात थरथरत होते. त्या विचारानेच ती गलितगात्र झाली होती.

तिची ती अवस्था पाहून मला काय झालं न कळे, मी तिच्या हाताला धरून तिला उठवलं आणि मिठीत घेतलं. तीदेखील माझ्या बाहुपाशात विसावली. शेवटी तिचा विरोध मावळला तर... एवढी वर्षं दाबून ठेवलेल्या माझ्या भावना उफाळून आल्या. एका हाताने तिच्या कुर्त्याची झिप काढायला लागलो आणि दुसरा हात तिच्या वक्षस्थळावर विसावला. काय घडतंय हे लक्षात येताच, सपनाने सर्व शक्तिनिशी मला दूर ढकललं. मी धडपडून खाली पडलो.

"हे काय करताय तुम्ही?" ती किंचाळली, "मी तुम्हाला माझे मित्र समजत होते! तुमच्यावर माझा किती विश्वास होता... तुम्ही मात्र परिस्थितीचा गैरफायदा घ्यायला बघितलंत..." मी असं वागेन ह्यावर सपनाचा विश्वासच बसत नव्हता.

तिचा संताप पाहून मी शुद्धीवर आलो. "तसं नाहीये. तू गैरसमज करून घेऊ नकोस. क्षणभर माझा ताबा सुटला..." मी म्हणालो.

"ताबा सुटला? सर्वच बायकांकडे तुम्ही एक 'भोग्यवस्तू' म्हणूनच पाहता, हे काय मला माहिती नाही? पण माझ्याविषयी तुम्हाला आदर वाटतो, असं मला आजपर्यंत वाटत होतं; पण ते खरं नाही, हे समजून चुकलंय आज..." सपना रागाने कडाडली.

"मूर्खासारखं काहीही बोलू नकोस. मी खरोखरच तसा असतो, तर कधीच तुझ्याबरोबर झोपलो असतो..." आता मीही भडकलो.

"किती घाणेरडे विचार आहेत तुमचे... तुमच्याकडून हीच अपेक्षा होती." सपनाचे हे जहरी वाग्बाण ऐकून मी विद्ध झालो.

"गेली अनेक वर्षं माझ्या जिवावर मोठी झालीस आणि आता हे ऐकायला मिळतंय! तू एक महाकारस्थानी, पाताळयंत्री कुत्री आहेस... आणि तू – "

माझं वाक्य पूर्ण होण्यापूर्वीच सपनाने जवळ येऊन अतिशय त्वेषाने माझ्या मुस्कटात भडकावली. तिचे डोळे रागाने लाल झाले होते. "आज जे काही घडलं, त्यानंतर आपले संबंध कायमचे संपले; पण तुम्ही माझ्यासाठी जे काही केलंत, ते मी कधीच विसरणार नाही. खुदा हाफिज." एवढं बोलून ती दार उघडून तरातरा निघून गेली. जाताना धाडकन दरवाजा बंद केला. मी तिच्यामागे धावलो. खाली पोहोचेपर्यंत मी तिची मनधरणी करत होतो. भर रात्री एकटीने जाणं सुरक्षित नाही, हे वारंवार सांगूनही तिने माझ्याकडे दुर्लक्ष केलं. रस्ता ओलांडून ती टॅक्सीत बसली आणि मागेही वळून न पाहता गेली... कायमचीच. त्या रात्री सपनाला पाहिलं ते शेवटचंच.

अर्थात त्या वेळी मला तसं वाटलं नव्हतं. थोड्या दिवसांनी ती शांत होईल आणि मला माफ करेल, असा विचार करून मी काही दिवस तसेच जाऊ दिले. राग गेल्यानंतर ती स्वतःच माझ्याशी संपर्क साधेल, अशी मला आशा होती; पण सहा महिने उलटले, तरी तिच्याकडून काहीही खबर आली नाही. अर्थात माझ्या माणसांकडून तिचं काय चाललंय, ती कशी आहे, ह्याची बित्तंबातमी नियमितपणे मिळत असल्याने ती खुशाल आहे, हे मला माहिती होतं. तिची आठवण तर मला रोजच येत असे, परंतु तिला माझ्याशी कोणत्याही प्रकारचे संबंध ठेवायचे नाहीत, अजूनही तिने मला माफ केलं नाही हे स्पष्ट दिसत असल्याने, मीदेखील अंतर राखत होतो.

आमची ताटातूट झाली, तरी दाऊदविरुद्धची तिची मोहीम जारी होती; किंबहुना

त्यानंतर तिने मुस्लीम तरुणांची एक टोळी तयार करून त्यांनाही माफिया, विशेषत: दाऊदविरुद्धच्या आपल्या लढाईत सामील करून घेतलं होतं. ती पोरं तिला खूप आदराने वागवत. थोरली बहीण मानून तिला 'दीदी' ह्या नावानेच संबोधायचे. 'दाऊद हा मुस्लीम समाजाला लागलेला मोठा कलंक आहे. त्यामुळेच त्याला संपवणं हे आपलं कर्तव्यच आहे', हे तिने त्यांच्या मनावर पक्कं बिंबवलं होतं. त्यामुळेच ही तरुण पोरं तिला सर्वार्थाने मदत करत. त्यांच्या रूपाने अंडरवर्ल्डच्या आतील गोटातील बित्तंबातम्या तिच्यापर्यंत पोहोचवणारं जाळंच तिने निर्माण केलं होतं. मेहमूदच्या हत्येचा बदला घ्यायचा, हे ध्येय गाठण्यासाठी ती अजूनही सर्वस्व पणाला लावून झटत होती.

अशीच दोन वर्षं गेली. अहमद नावाचा माझा माणूस माझ्या सांगण्यानुसार अजूनही सपनावर लक्ष ठेवून होता. त्याने एके दिवशी दिलेली खबर ऐकून मी थक्कच झालो. दाऊदला संपवण्याची एक अत्यंत धाडसी योजना सपनाने आखली होती. ती योजना यशस्वी झाली, तर दाऊदचा जनाजा निघेल हे निश्चित. सपनाच्या अतिशय विश्वासू सहकाऱ्यानेच अहमदला ही माहिती दिली होती.

नेहमीप्रमाणेच सपनाने मला आश्चर्याचा धक्का दिला होता. तिची अफलातून योजना ऐकून मी चांगलाच हादरलो. १९९०मध्ये शारजामध्ये भारत-पाकिस्तान क्रिकेट सामने होणार होते. भारतामध्ये सर्वत्र त्याचीच हवा होती. अन्य भारतीयांप्रमाणे सपना क्रिकेटवेडी नव्हती. ती सामने बघायची फक्त एका कारणासाठी – अतिमहत्त्वाच्या व्यक्तींसाठीच्या खास राखीव जागेमध्ये एक काहीसा स्थूल, काळा चश्मा लावलेला माणूस बसलेला असे. प्रसिद्धी माध्यमांची पर्वा न करता तो आरामात सामने बघायचा. सपनाचं लक्ष्य तोच माणूस होता – दाऊद. सपनाने दाऊदला कधीच पाहिलं नव्हतं. फक्त अशा सामन्यांच्या वेळीच तो सार्वजनिक जागी दिसून यायचा. साहजिकच सपना ही संधी सोडत नसे. त्याच्या बारीकसारीक हालचाली ती टीव्हीवर अतिशय लक्षपूर्वक पाहायची. 'तिने बहुतेक सर्व सामने रेकॉर्ड करून ठेवलेत. तसंच शारजा क्रिकेट असोसिएशन स्टेडियमचा आराखडा मिळवण्याच्या खटपटीत आहे,' असं अहमदने सांगितलं. सारं चित्र स्पष्टच होतं... सपना स्टेडियममध्ये, सामना चालू असताना हजारो लोकांच्या समोर दाऊदचा काटा काढणार होती!

'नेपाळमध्ये दाऊदचा माल लुटल्याने, तसंच पोलिसांना खबरी देऊन त्याचे जुगारी अड्डे, बार बंद पाडल्याने फारसं काही साध्य होत नाही,' अशी तक्रार एकदा सपनाने केली होती. दाऊदचं साम्राज्य, त्याचे अंडरवर्ल्डचे धंदे एवढे प्रचंड आणि सर्वदूर पसरलेले होते की, त्यामुळे आमचे प्रयत्न अगदीच नगण्य ठरत होते. हे खरंही होतं, परंतु आपल्यासारख्या बलाढ्य हस्तीला कोणीतरी आव्हान देतंय, ह्या गोष्टीमुळे दाऊद चिडला आहे, हे आमच्या कानी आलं होतं. आणि आव्हान देणारे

मेहमूदची पत्नी आणि मी आहोत हे समजल्यानंतर त्याचा संताप अधिकच वाढला होता. दाऊदला राग आणण्यामध्ये यशस्वी ठरलो एवढ्याच गोष्टीवर सपनाचं मात्र समाधान झालं नव्हतं. दाऊदला संपवणं, हे तिचं एकमेव ध्येय होतं. म्हणूनच सरतेशेवटी तिने ही अत्यंत धाडसी योजना आखली असणार.

माझ्या माहितीप्रमाणे सपना कधीही शारजा किंवा दुबईला गेलेली नव्हती. त्या शहरांची थोडीफार माहिती तिला तिच्या नवऱ्याकडून मिळाली असेल. सपना आपल्या माणसांपैकी निवडक आणि विश्वासू अशा सात ते दहा जणांना शारजाला पाठवणार होती, अशी खबर अहमदने दिली. सामना पाहायला येणाऱ्या दाऊदकडे शस्त्र नसणार, ह्याची सपनाला खात्री होती. तिची माणसं अतिमहत्त्वाच्या व्यक्तींसाठी असलेल्या कक्षाच्या जवळची तिकिटं खरेदी करणार होती. दाऊद तिथेच बसणार, हे नक्की होतं. सपनाची माणसं आपल्यासोबत छत्र्या, काचेच्या बाटल्या आणि लहान खंजीर अशासारख्या निरुपद्रवी वस्तू आत घेऊन जाणार, असं ठरलं होतं. एखाद्या खेळाडूने छक्का मारला किंवा कोणी बाद झाला की, साऱ्या स्टेडियममध्ये कल्लोळ माजतो. सारा जनसमुदाय उठून जल्लोष करतो. ती संधी साधून सपनाच्या काही माणसांनी दाऊदच्या शरीररक्षकांना अटकाव करायचा आणि बाकीच्यांनी जवळच्या छत्र्या आणि काचेच्या बाटल्यांच्या तीक्ष्ण तुकड्यांनी दाऊदवर हल्ला करून त्याला भोसकून ठार करायचं. बस, काही मिनिटांमध्ये सारा खेळ खतम होईल, अशी सपनाला आशा वाटत होती.

सूडनाट्याचा भयानक अंत

सपनाशी जे गैरवर्तन केलं, त्याबद्दल मी स्वत:ला कधी माफ करीन असं वाटत नाही. त्या प्रसंगानंतर आमच्यामध्ये फारच मोठी दरी निर्माण झाली. आमच्यामध्ये एवढी कटुता आली होती की, त्यानंतर तिने एकदाही मला भेटायचा प्रयत्न केला नव्हता. दाऊदविरुद्ध तिने पुकारलेल्या लढाईमध्ये तिला साथ द्यायची मला अजूनही इच्छा होती, पण तिने आपल्या आयुष्यातून मला कायमचं हद्दपार करून टाकलं होतं. तिने नागपाड्याच्या एका पोलिसाबरोबर लग्न केलं, असंही माझ्या कानावर आलं होतं. पोलिसांची खबरी म्हणून काम करताना दोघांमध्ये जवळीक निर्माण झाली. ही बातमी ऐकल्यानंतर मी घायाळ झालो, पण सपनाला चांगलं ओळखत असल्याने ह्या लग्नामागेही तिचा काहीतरी हेतू असणार, हे मी जाणून होतो. मला वाटलं होतं, त्याप्रमाणेच तिचं लग्न फार काळ टिकलं नाही.

टेहळणी करून शारजाहून परत आल्यानंतर तिच्या माणसांनी मोहिमेची जय्यत तयारी सुरू केली. स्टेडियमचे आराखडेही मिळवले. शिवाय योग्य शस्त्रास्त्रांविना दाऊद आणि त्याच्या माणसांना कसं नामोहरम करायचं, ह्यासाठी त्यांचं कठोर प्रशिक्षणही चालू होतं. सपनाचे अथक परिश्रम यशस्वी व्हायला काही महिन्यांचा अवधी उरला असतानाच माझी भीती खरी ठरली...

सपनाच्याच विश्वासू माणसांपैकी एकाने तिचा विश्वासघात केला. 'दाऊदचा काटा काढायच्या' सपनाच्या योजनेची खबर त्याने दाऊदचा उजवा हात असलेल्या छोटा शकीलला दिली, ही माहिती मला मिळाली. ह्याचा अर्थ दाऊद सावध झाल्याने सपनाला फार मोठा धोका निर्माण झाला होता. असं असूनही अहंकारामुळे मी तिला हे सांगायला गेलो नाही. अर्थात तिच्याविषयीच्या प्रेमामुळे मी तिच्यावर बारीक लक्ष ठेवायला सुरुवात केली. अंडरवर्ल्डमधल्या घडामोडींकडेही सतत नजर असे. डोळ्यांत तेल घालून मी सपना, तसंच अंडरवर्ल्डच्या हालचालींवर नजर ठेवायचो. त्याचं महत्त्वाचं कारण म्हणजे, मला शकीलचा तापट स्वभाव माहीत होता.

सपनाच्या धाडसी योजनेविषयी खबर मिळाल्यानंतर तो गप्प बसणार नाही, हे नक्की. तो अतिशय भडक माथ्याचा होता. त्याचं वागणं कमालीचं हिंसक आणि क्रूर असे; परंतु सपना एक स्त्री असल्याने तो आपल्या रागावर काबू ठेवेल, अशी मला आशा होती. स्त्रिया आणि मुलांना इजा करायची नाही, असा कडक नियम अंडरवर्ल्डमध्ये पाळला जाई. त्यामुळे सपनाला 'तुझ्या वागण्याचे फार वाईट परिणाम होतील' अशी फक्त धमकी देऊन सोडण्यात येईल, असं मला वाटलं होतं; पण ती माझी फार मोठी चूक ठरली.

सपना अलीकडेच नागपाड्यामधील हुजरा मोहोल्ल्यामध्ये राहायला गेली होती. ह्या मोहोल्ल्यामध्ये छोटे-मोठे गुंड राहायचे. तिथली स्त्रिया आणि मुलांच्या तयार कपड्यांची दुकानं डोंगरी भागात फार लोकप्रिय होती. संध्याकाळी सातपर्यंत हा मोहोल्ला गजबजलेला असे. आठला दुकानं बंद झाल्यावर लोकांची गर्दी कमी होई. त्यानंतर तिथे गुंडांचं राज्य सुरू व्हायचं. जुगार, चोऱ्यामाऱ्या आणि पाकीटमारीसाठी योजना आखणं असे त्यांचे उद्योग सुरू होत. राजकारण आणि धर्म ह्या विषयांवरदेखील चर्चा रंगायच्या! ह्या अशा जागी सपना राहायला गेली, कारण तिथून जवळच दाऊदचं वडिलोपार्जित घर होतं. शत्रूच्या जवळपास राहण्याचा निर्णय सपनाने जाणीवपूर्वक घेतला होता. त्याच्या घरामधील कोणत्याही प्रकारच्या हालचालींची माहिती ताबडतोब कळावी, हा उद्देश त्यामागे होता. विषारी सर्पाच्या बिळाजवळ राहण्याचा हा निर्णय धाडसी आणि जोखमीचा होता. माझ्याच्याने ते झालं नसतं. केवळ सपनामध्येच ती हिंमत होती.

१९९४मधील ती काळरात्र. सपना त्या दिवशी तापाने फणफणली होती. आराम करण्याच्या उद्देशाने सपनाने आपल्या माणसांना रजा दिली. त्यांच्यापैकीच एकाने 'सपना रात्री एकटी असणार' ही खबर शकीलपर्यंत पोहोचवली, हे नक्की.

रात्रीचे दहा वाजत आले, तरी हुजरा मोहोल्ला गजबजलेला होता. लाल मारुती गल्लीत शिरली तेव्हा मात्र सर्वांनी एकत्रितपणे श्वास रोधून धरावा, अशी शांतता पसरली. व्हॅनमधून पिस्तुलं आणि चाकूधारी चार माणसं उतरली. काय होतंय हे समजायच्या आत, ते चौघं सपनाच्या घरात घुसले.

तापामुळे थकलेली सपना गाढ झोपली होती. तिला कॉटवरून त्यांनी खसकन खाली जमिनीवर खेचलं आणि तिच्यावर लाथांचा वर्षाव चालू केला. विशेषत: तिच्या पोटावर आणि हातावर नेम धरून मारत होते. तिला प्रतिकार करता येऊ नये, हा उद्देश त्यामागे होता.

सपना जिवाच्या आकांताने किंचाळायला लागली. घाबरट आणि नि:शस्त्र शेजारीपाजारी मदतीला पुढे झाले नाहीत. मूकपणे सारे तमाशा पाहत होते. एव्हाना त्या चौघा भ्याडांनी सपनावर चाकूने सपासप वार करायला सुरुवात केली होती.

वास्तविक पाहता पिस्तुलाच्या एका गोळीने तिला फटकन संपवता आलं असतं; पण दाऊदला आव्हान देणाऱ्याची काय गत होते, हे लोकांना दाखवून द्यायच्या सूचना त्यांना मिळाल्या असाव्यात. त्यामुळेच तिचा छळ करून, अत्यंत यातनामय मृत्युदंड देण्यात येत होता. सपनाचं सर्व अंग जखमांनी भरून गेलं. रक्ताचे पाट वाहायला लागले. तिचा वक्षभाग आणि गुप्तांगावर त्या नराधमांनी सर्वांत जास्त वार – २२ पेक्षाही जास्त – केले होते.

शेवटी सपनाचा देह लोळागोळा होऊन पडला, तेव्हाच त्यांचा निर्घृण हल्ला थांबला. तिचा अचेतन देह तसाच टाकून ते बाहेर पडले, तेव्हा बाहेरचा जमाव नि:शब्दपणे पाहत राहिला. ही दाऊद आणि शकीलची माणसं आहेत, मध्ये पडलो तर आपलाही मुडदा पडेल, हे माहीत असल्याने कोणाचीही पुढे व्हायची हिंमत झाली नाही.

अहमदने सपनावर हल्ला झाल्याची खबर मला दिली, तेव्हा मी हादरलोच. ज्या हॉस्पिटलमध्ये तिला दाखल केलं, तिथे क्षणाचाही वेळ न घालवता पोहोचलो; पण सारं संपलं होतं. दाखल केलं, तेव्हाच तिचे प्राण गेलेले होते. माझी सपना गेली... अत्यंत क्रूरपणे तिची हत्या करण्यात आली आणि मी काहीही करू शकलो नाही. तिला वाचवू शकलो नाही...

या घटनेला चार वर्षं उलटून गेलीत. अशरफच्या खुनाला जबाबदार असलेला छोटा शकील आणि त्याची माणसं ह्यांना कधीही पकडण्यात येणार नाही, ह्याबद्दल मला जराही शंका नाही. सुरुवातीला पोलिसांनी थोड्या लोकांना अटक केली, पण त्यांच्यावर गुन्हा शाबीत करण्यात त्यांना अपयश आलं.

हुजरा मोहोल्ल्यांमधील रहिवासी – त्यांच्यापैकी कित्येक जणांनी खून होताना आपल्या डोळ्यांनी पाहिलंय – ह्या भयंकर घटनेविषयी चकार शब्दानेही बोलायला कोणी धजत नाहीत. असं काही घडलंय, ह्याचाही कदाचित त्यांना विसर पडला असावा. पण मी त्यांच्यासारखा नाही. अशरफला मी कधीही विसरणार नाही. केवळ तिच्यावरच मी जिवापाड, वेड्यासारखं प्रेम केलंय. तिने मला माणुसकीने वागायला शिकवलं. एक गुंड, गँगस्टर म्हणून नव्हे; तर जिवलग मित्राप्रमाणे वागवलं.

तिच्या अमानुष हत्येला मीच जबाबदार आहे, ही खंत माझ्या मनात कायम राहील. मीच तिला 'सपना दीदी' बनायला मदत केली आणि म्हणूनच पुढचं सारं सूडनाट्य घडलं. दाऊदला मारणं फारच कठीण आहे, हे मला माहीत होतं. तिला हे पटवून द्यायला हवं होतं; पण तिच्या सौंदर्यामुळे मी आंधळा झालो होतो. माझ्या भावनांवर ताबा ठेवू शकलो नाही, त्यामुळेच तिला विरोध न करता तिला साथ देत गेलो. तिची मनीषा प्रत्यक्षात येणं अशक्यप्राय आहे, हे प्रथमच तिला पटवून दिलं असतं, तर कदाचित तिचं 'सपना दीदी'मध्ये परिवर्तन झालं नसतं. मला पहिल्यांदा भेटली तशी एक साधीसुधी, बुरखा घालणारी मुस्लीम तरुणी राहिली असती.

प्रथमदर्शनी अशरफ कोमेजलेल्या फुलासारखी वाटली होती. तिच्या निष्पाप चेहऱ्यामुळे मी पुरता विरघळून गेलो होतो आणि त्यानंतर तिचा दृढनिश्चय पाहून चकितही झालो होतो.

अशरफचं 'सपना'मध्ये कधी परिवर्तन झालं, हे मला कळलंही नव्हतं. अशरफ 'सपना'पेक्षा खूप निराळी होती. तिला जगाची, लोक काय म्हणतील ह्याची पर्वा असायची. सपना जगाचा, लोकांचा विचार करीत नसे. धर्मावरचा तिचा विश्वास उडाला होता. पतीच्या हत्येचा सूड उगवायचा, हे एकच ध्येय तिच्या नजरेसमोर होतं आणि त्यासाठी तिला आपल्या मनाची शक्ती पुरेशी होती. ध्येयपूर्तीसाठी ती कशाचीही पर्वा करीत नसे. अशरफमध्ये जबरदस्त आकर्षण होतं, तिच्यामध्ये कमालीचं मानसिक बळ होतं. शिवाय, ती अतिशय देखणीही होती. एक स्वप्नसुंदरी होती ती. गुंतागुंतीचं व्यक्तिमत्त्व असलेल्या सपनाला मी कधीच समजू शकलो नाही. ते माझ्या कुवतीबाहेरचं होतं.

अशरफ एक सर्वसामान्य स्त्री होती. त्याउलट सपना आपल्या कर्तृत्वाने प्रसिद्ध झाली होती. अशरफला कोणी ओळखत नसलं, तरी सपनाचं नाव सर्वत्र झालं होतं. म्हणूनच मी तुम्हा दोघांपुढे सपनाचा उल्लेख केला. तुम्ही तिचं नाव नक्की ऐकलं असावं, असं मला वाटलं.

पतीच्या हत्येनंतर अशरफमध्ये कमालीचा बदल घडून आला. तिच्या आयुष्याला एक दिशा मिळाली. आज माझ्यामध्येही तसंच स्थित्यंतर झालं आहे. तिच्या हत्येनंतर माझ्या मनातही सूडभावना धगधगते आहे. तिच्या मृत्यूचा बदला मी घेईनच. दाऊद आणि शकीलला मी सोडणार नाही. पूर्वीदेखील माझी त्यांच्याशी दुश्मनी होतीच, पण आता ती अधिक धारदार झाली आहे. सपनाचं स्वप्न मी पूर्ण करीन...

आम्ही निघालो, तेव्हा उस्तरा आम्हाला दारापर्यंत सोडायला आला. "तुमच्या भेटीने आनंद झाला. माझ्याविषयी काहीतरी चांगलं लिहा. फार बदनाम झालोय मी." तो म्हणाला. हे ऐकून विक्रम हसला. "अर्थात. फारच बहुढंगी व्यक्तिमत्त्व आहे तुझं. मनोरंजक कहाण्यांचा खजिनाच आहे तुझ्याजवळ."

"खरंय. माझं संपूर्ण आयुष्य म्हणजे एक साहसकथाच आहे."

निघताना मी अचानक थांबलो आणि त्याला विचारलं, "सपनाचा एखादा फोटो आहे का तुझ्याकडे?"

उस्तराने माझ्याकडे संशयाने पाहिलं; पण क्षणभरच. मग आपल्या हृदयाकडे बोट दाखवून तो म्हणाला, "सपनाला मी माझ्या हृदयात लपवून ठेवलंय. ह्या इथे आहे तिची छबी... किती सुंदर आहे ना?"

उपसंहार

महंमद हुसेन शेख उर्फ उस्तराने अशरफच्या अमानुष हत्येचा सूड उगवण्याची कसम खाल्ली होती, परंतु दुर्दैवाने त्याला ते जमलं नाही.

उस्तरा मुंबईच्या माफियांमधील एक अत्यंत कुशल गनमॅन म्हणून ओळखला जायचा. पिस्तूल, रायफल चालवण्यातील त्याचं नैपुण्य वादातीत होतं. त्याच्या भोवती कायम सहा-सात उत्कृष्ट नेमबाजांचं कोंडाळं असेच. असं असूनही सुंदर स्त्रियांच्या सहवासाच्या त्याच्या ओढीनेच शेवटी त्याचा घात केला. स्त्री-सहवासासाठी वेडा झाला की, त्याला काही सुचत नसे. स्वत:च्या सुरक्षेचं भानही अशा वेळी त्याला राहायचं नाही.

प्रेमपात्रांना भेटायला जाताना तो अतिशय गुप्तता पाळायचा. अशा वेळी त्याच्याबरोबर त्याचे शरीररक्षकही नसत. आपल्या शत्रूंना ह्या गोष्टीची खबर असेल, आपल्या हालचालींवर त्यांची नजर असेल, हा विचारही त्याच्या मनाला शिवला नव्हता. शकीलचा काटा काढायची कसम त्याने घेतली आहे, ही गोष्टही त्यांना समजली होतीच. छोटा शकीलने उस्तरावर लक्ष ठेवण्यासाठी गुप्तहेरांचं जाळंच पसरलं होतं. उस्तरा बेसावध असताना हल्ला करायचा असा त्याचा बेत होता.

११ सप्टेंबर १९९८च्या संध्याकाळी उस्तरा आपल्या मैत्रिणीला भेटायला निघाला, नेहमीप्रमाणे एकटाच. अर्थात पिस्तुलं बरोबर होती. बापूराव पाथे मार्गावरील आपल्या घरून ग्रे रंगाच्या DCM डेवू सीएलो गाडीतून तो नागपाड्याला राहणाऱ्या मैत्रिणीच्या घरी पोहोचला. ही खबर कराचीमधल्या शकीलला लगेचच मिळाली. त्याने आपल्या माणसांना तत्काळ आदेश दिले. त्यानुसार उस्तरावर हल्ला करण्यासाठी ते दबा धरून बसले. तासाभरातच हे सर्व घडलं.

उस्तरा मैत्रिणीच्या घरून बाहेर पडला, तेव्हा इकडेतिकडे न बघता तो सरळ आपल्या गाडीकडे गेला, असं घटनास्थळी हजर असणाऱ्यांनी नंतर सांगितलं. त्याची वाटच पाहत असलेल्या शकीलच्या आठ माणसांनी ही संधी साधून पिस्तुलं

काढून त्याच्यावर गोळ्यांचा वर्षाव केला. गोळ्यांच्या नेमक्या किती फैरी झाडण्यात आल्या हे माहीत नसलं, तरी उस्तराला २० गोळ्या लागल्या हे नंतर स्पष्ट झालं. त्याच्या गाडीलाही भोकं पडली. हे सारं क्षणार्धात घडलं. आपल्या मारेकऱ्यांकडे बघणं वा आवडतं जर्मन मोझर पिस्तूल काढणंही उस्तराला जमलं नाही. उस्तराला आपल्या पिस्तूलबाजीचा फार अभिमान होता. 'केवळ तीन सेकंदात पिस्तूल रोखून मी गोळी झाडू शकतो', अशी शेखी तो मिरवत असे; पण आज दैवदुर्विलासाने त्याचं कौशल्य कामी येऊ शकलं नाही.

पोलिसांच्या अहवालानुसार उस्तरावर आठ जणांनी गोळ्या झाडल्या. त्यांच्यापैकी चौघं जण दोन मोटारसायकलवर, दोघं स्कूटरवर आणि दोघं मारुती व्हॅनमधून आले होते. गँगवॉरमध्ये AK-47 क्वचितच वापरली जाते, पण उस्तराला मारण्यासाठी त्याच रायफलचा उपयोग करण्यात आला. ह्याचा अर्थ मारेकरी जय्यत तयारीनेच आले होते. उस्तराने प्रतिकार केला असता, तरी तो वाचणं अशक्यच होतं.

उस्तराला तातडीने जे.जे. हॉस्पिटलमध्ये नेण्यात आलं, परंतु तोपर्यंत त्याचे प्राण गेलेले होते.

■

४

मादक पदार्थांच्या साम्राज्याची महाराणी

रे रोडची राणी

रे रोड रेल्वे स्टेशनजवळच सोनापूर गल्ली आहे. इथे हजार एक झोपड्यांची फार मोठी झोपडपट्टी आहे. ही झोपडपट्टी म्हणजे गुन्हे आणि रोगराईचं माहेरघर.

सोनापूर नावामधील 'सोना' म्हणजे सोनं नव्हे. त्याचा अर्थ 'झोप.' तीही साधीसुधी नव्हे, तर काळझोप. ह्या भागात मुस्लीम लोकांची बरीच कब्रस्तानं आहेत, त्यावरून हे नाव पडलं. पण मुंबईच्या ह्या बकाल वस्तीमध्ये एका स्त्रीला मात्र खरोखरच सोन्याची खाण सापडली होती. ज्योती आदिरामलिंगम, अर्थात ज्योतीअम्मा ही सोनापूर गल्लीची अनभिषिक्त सम्राज्ञी. तिची इथे हुकूमत चालते. नियम बनवणारी तीच आणि ते मोडायचे अधिकार केवळ तिलाच!

नार्कोटिक्स कंट्रोल ब्यूरो आणि अँटी-नार्कोटिक्स सेलच्या विशेष अहवालानुसार मुंबईमध्ये १००० कोटी रुपयांची उलाढाल असलेला मादक पदार्थांचा व्यापार चालतो. ही अवाढव्य यंत्रणा चालवणाऱ्या अनेक लहानमोठ्या भागांपैकी एक महत्त्वाचा हिस्सा म्हणजे ही ज्योतीअम्मा. ४६ वर्षीय ज्योतीचा ह्या धंद्यामध्ये जबरदस्त दबदबा आहे.

मादक पदार्थांच्या धंद्यामधील स्त्रियांवरती एका वृत्तपत्रात रविवारच्या आवृत्तीमध्ये लेख छापून आला होता. तो वाचून माझी पावलं सोनापूर गल्लीकडे वळली. मुंबईमधील स्त्रियांसाठीच्या भायखळा जेलमधून साडेचार वर्षांची सजा भोगून ज्योती नुकतीच बाहेर आली होती.

गल्लीमध्ये एकसारख्या दिसणाऱ्या असंख्य झोपड्या होत्या. प्लायवुड आणि ॲस्बेस्टॉसचे पत्रे, प्लॅस्टिक आणि ताडपत्रीचा वापर करून दाटीवाटीने झोपड्या बांधल्या होत्या. ज्योती ७० नंबरच्या खोलीत राहत होती. नवलाची गोष्ट म्हणजे गल्लीमधील बहुतेक सर्वच झोपड्या ७० नंबरच्या होत्या. पोलिसांना चकवण्यासाठी ही युक्ती होती. धाड पडली, तर त्या सर्वांची गॉडमदर ज्योतीअम्मा हिला पळायला

अवसर मिळावा, ह्यासाठी सर्वांच्याच दरवाजांवर ७० नंबर लिहिलेला होता.

अर्थात मला तिच्याच घरी जायचं असल्याने मी 'आता काय करावं' ह्या विचारात उभी होते. तेवढ्यात एक भरभक्कम हात माझ्या पाठीवर पडला. कोण एवढं धारिष्ट्य करतंय, म्हणून मी तावातावाने मागे वळून पाहिलं. तेव्हा साक्षात 'इनक्रेडिबल हल्क'चं स्त्रीरूप माझ्या समोर उभं होतं! एक भली दांडगी बाई माझ्याकडे रोखून पाहत होती.

ती फिक्या रंगाची साडी नेसली होती. अंगाने उभी-आडवी; दणकट, जाडजूड हात. त्यामध्ये सोन्याच्या भरपूर ठसठशीत बांगड्या, कान वरपर्यंत टोचलेले आणि त्यामध्ये अनेक हिऱ्यांची कर्णभूषणं घातलेली, गळ्यामध्येही सोन्याच्या जाड साखळ्या, असं तिचं रूप होतं. ह्या सर्वांपेक्षाही लक्ष वेधून घेणारी गोष्ट म्हणजे तिच्या भुवया. कपाळावर भलंमोठं गोल कुंकू आणि त्या खाली मधोमध तिच्या भुवया जुळलेल्या होत्या.

हीच ती ज्योतीअम्मा हे लक्षात यायला मला काही सेकंद लागले. तिच्या भारदस्त व्यक्तिमत्त्वामुळे मी काहीशी घाबरलेच. एकदा सेशन्स कोर्टात तिच्यावर खटला चालू असताना, तिने एका पोलिसाला भर कोर्टामध्येच बदडून काढलं होतं, ही ऐकीव बातमीही नेमकी तेव्हाच आठवली. माझा आवाज निघत नाही हे पाहून शेवटी तिनेच विचारलं, "कौन है तू? क्या मांगता है?"

मी हँडबॅग घट्ट पकडली. दीर्घ श्वास घेऊन काळजाची धडधड कमी करायचा प्रयत्न केला. मग धीर एकवटून म्हणाले, "मी एक समाजसेवक आहे. तुमच्याशी थोडंसं बोलायचं आहे. पाच-दहा मिनिटं. इथे बोलायचं की..." मी हिंदीत बोलत होते. समाजसेवक असल्याची थाप मारायचं कारण, मी वार्ताहर आहे हे समजल्यावर ती माझ्याशी बोलणार नाही, हे मी जाणून होते. लाल डोळे रोखून ती माझ्याकडे थंडपणे पाहत होती. बराच वेळ मला आजमावल्यानंतर ती म्हणाली, "घरी जाऊ या."

तिच्या मागोमाग मी तिच्या खोलीकडे निघाले. लाकडांच्या फळ्या असलेल्या खोलीला वरती माळाही होता. दारावर पातळ पडदा लावलेला होता. अंधारलेल्या खोलीमध्ये फारसं सामान दिसलं नाही. टीव्ही, फ्रिज आणि एक कॉट, बस एवढंच. मला स्टुलावर बसायला सांगून ती कॉटवर ऐसपैस बसली. तिच्या वजनाने बिचारी कॉट कुरकुरली.

"पोलिसांनी छळ केलाय अशा स्त्रियांवरती मी एक अहवाल तयार करते आहे..." मी चाचरत म्हणाले.

"अच्छा?... माझ्याकडून कसली माहिती हवीय?" ती खेकसून म्हणाली.

"आपला धंदा..."

"एका समाजसेवकाला माझ्या धंद्यामध्ये एवढा रस का?" तिने मला वाक्यही पूर्ण करू न देता विचारलं.

मी तिला पटेलसं कोणतं कारण सांगावं, असा विचार करत चुळबुळत होते. शेवटी धीर एकवटून म्हणाले, "मादक पदार्थांचा व्यापार तुम्ही करीत होता आणि त्यासंदर्भात तुम्हाला अनेकदा अटक झाली होती, असं ऐकलंय. पोलिसांनी तुम्हाला कधी त्रास दिला होता का?"

"पोलिसी छळाला बळी पडलेल्या अन्य स्त्रियांना भेटली आहेस का?"

मी तिच्याविषयी माहिती मिळवण्यासाठी आले होते, पण ज्योती प्रश्नांची फैर झाडून माझीच माहिती काढून घेत होती. वाटलं होतं, त्यापेक्षा हे प्रकरण कठीण दिसत होतं.

"तीन-चार बायकांच्या मुलाखती घेऊन झाल्या आहेत. त्यावरून चौकशी चालू झाली आहे," मी सांगितलं.

ह्यानंतर भयाण शांतता पसरली. जवळच्याच रे रोड रेल्वे स्टेशनवरून गाडी धडधडत गेली. आवाजामुळे मला थोडासा दिलासा मिळाला.

शेवटी मीच शांततेचा भंग केला. "तुमचा खरोखरच मादक पदार्थांचा व्यवसाय होता का?"

तिने काही क्षण माझ्याकडे स्थिर नजरेने पाहिलं. शेवटी उत्तरली, "माझ्या सहा कच्च्या-बच्च्यांना पोसायचं होतं, म्हणूनच ह्या धंद्यात पडले. नवरा बेकार होता. रोज दारू ढोसायचा. मुलांच्या तोंडात घास घालायला पैसा कुठून आणायचा? शेवटी हा उद्योग केला; पण फार पूर्वीच त्यातून बाहेर पडले. आता माझा पोटापाण्याचा व्यवसाय इडली, डोसे बनवून विकायचे हा आहे."

इडली-डोसे विकणाऱ्या बाईच्या अंगाखांद्यावर इतके सारे दागिने? मला विश्वास ठेवणं कठीण वाटत होतं.

"पण पोलिसांच्या माहितीनुसार तुम्ही अजूनही तोच धंदा करताय... मादक पदार्थांचा?"

"एक नंबरचे खोटारडे आहेत ते पोलीस," ती डाफरली, "आमच्यासारखे छोटे मासे बरोबर जाळ्यात अडकतात. मोठी धेंडं मात्र पोलिसांच्या कचाट्यातून अलगद सुटतात. न्याय आणि कायदा व्यवस्थेला ते व्यवस्थित मामा बनवतात."

"ह्याचा अर्थ तुमच्यापेक्षाही मोठे लोक हा धंदा करताहेत."

"पण मी मोठी आहे, हे कोणी सांगितलं? खरोखरच मोठा मासा अजूनही गळाला लागलेलाच नाही. महाराणी आहे ती. ती कायद्याच्या कचाट्यात एकदाही अडकलेली नाही." ज्योती म्हणाली.

"कोण आहे ती?" मी औत्सुक्याने विचारलं.

"तुला कशाला हवंय?" ती मला उडवून लावायला बघत होती.

"आमची सेवाभावी संस्था तिलाही मदत करेल."

हे ऐकून ज्योती मनापासून हसली. "तिला तुमची मदत लागेलसं वाटत नाही. तुलाच कधीही गरज भासली तर तिच्याकडे जा. ती तुला नक्की मदत करेल," ती उपरोधाने म्हणाली.

"चांगलीच वजनदार असामी दिसते आहे."

"अर्थात. सायन-कोळीवाड्यामधील तमिळ समाजात तिला फारच मान दिला जातो. आमच्या देवीचं नाव दिलंय तिला."

"काय नाव आहे?" मी अजूनही पिच्छा सोडत नव्हते.

तिने माझ्याकडे तीव्र कटाक्ष फेकला, "बच्ची, बहोत सवाल करती हो!"

आश्चर्याची गोष्ट म्हणजे तिच्या करड्या बोलण्यामुळे मी घाबरून गेले नव्हते. बहुधा माझं कुतूहल मला निर्भय बनवत असावं.

काय बरं असावं नाव? देवीचं म्हणजे.... दुर्गा, पार्वती, सरस्वती, लक्ष्मी, देवी? – अशी सारी नावं माझ्या मनामध्ये पिंगा घालू लागली.

"पार्वती आहे का तिचं नाव?" मी अंदाज बांधला.

हे ऐकून ज्योती हसली. टीव्हीच्या वरती देवीचा फोटो लावला होता. तिकडे तिने बोट दाखवलं. लाल रंगाची साडी आणि चतुर्भुजा अशी देवीची प्रतिमा होती.

"महालक्ष्मी." ती म्हणाली.

ह्यापलीकडे तिने काहीही सांगण्यास नकार दिला. त्यामुळे 'ही रहस्यमय स्त्री कोण?' हे कोडं मनात बाळगूनच मी तिथून बाहेर पडले. ज्योतीची थोरली मुलगी – आशा तमीलसरन यादव – आमचं बोलणं ऐकत दाराशीच उभी होती. दोन आठवड्यांपूर्वी ती मला पोलीस स्टेशनात भेटली होती. तिनेच मला ज्योतीचा पत्ता दिला होता. पोलिसांच्या अहवालानुसार मादक पदार्थांचा धंदा दोन दशकं यशस्वीपणे चालवल्यानंतर ज्योतीने धंदा आपल्या २५ वर्षीय मुलीच्या – आशाच्या – हाती सोपवला होता. "तुझी आई कोणाविषयी बोलत होती?" मी विचारलं.

"महालक्ष्मी पापामनी." ती उत्तरली.

विनंतीवजा धमकी

रविवार दुपार. वामकुक्षीची वेळ. दारावर पडलेल्या जोरदार थापेने त्याची गाढ झोप चाळवली. अर्धवट झोपेतच त्याने भिंतीवरच्या घड्याळाकडे नजर टाकली.

साडेतीन वाजले होते. कदाचित भास झाला असावा, असा विचार करून तो पुन्हा झोपायच्या तयारीत असतानाच दारावर दणादण थापा पडू लागल्या. तो धडपडून उठलाच. जोरदार थापांमुळे दरवाजा हलत होता.

"कोण आहे?" त्याने ओरडून विचारलं.

उत्तर न देता दरवाजा ठोकणं चालूच होतं.

"थांबा जरा. आलोच. थोडा धीर धरा," असं म्हणून तो बाथरूमकडे पळाला. झोप घालवण्यासाठी त्याने थंड पाण्याचे सपकारे चेहेऱ्यावर मारले आणि दार उघडण्यासाठी धावला. 'काही वाईट बातमी तर नाही ना?' असा विचार त्याच्या मनात घोळत होता. हिंदू-मुस्लीम दंगली आणि त्यानंतरचे बॉंबस्फोट ह्या घटनांमुळे शहरामधील वातावरण तंग होतं. दार उघडून पाहिलं, तर सुमारे ३५ लोकांचा घोळका बाहेर उभा होता. शर्ट आणि लुंगी हाच वेष सर्वांच्या अंगावर होता. त्यांना पाहून तो तसाच मागे वळून खोलीतल्या खिडकीकडे पळाला. मदतीसाठी हाका मारण्यासाठी त्याने तोंड उघडलंदेखील, पण समोरच्या पदपथावरही स्त्री-पुरुषांचा बराच मोठा जमाव ठिय्या मारून बसलेला पाहिल्यावर त्याला शब्द फुटेना. ते सारे त्याच्या घराकडेच बघत होते. एव्हाना दारातील घोळका घरात घुसला होता. त्याला कमालीचं हतबल वाटायला लागलं. घाबरून घाम फुटला. कोणाच्याही हातामध्ये शस्त्रास्त्रं नाहीत, हे पाहून त्याला जरासा धीर वाटला. 'कोण आहेत हे सारे? त्यांना काय हवंय?' त्याच्या मनात विचारांचा कल्लोळ सुरू होता. मुंबईच्या वकिली व्यवसाय वर्तुळामध्ये एक यशस्वी वकील म्हणून त्याचं मोठं नाव होतं. वकिलीच्या सुरुवातीलाच मादक पदार्थांचे अनेक खटले त्याने कौशल्याने हाताळले होते. अन्य

वकील आणि त्याचे प्रतिस्पर्धी त्याचा हेवा करीत. अयाज खान त्याचं नाव. त्याचा भरभराटीला आलेला व्यवसाय नामशेष झालेला पाहण्यासाठी अनेक सहकारी उत्सुक होते. त्यांच्यापैकीच कोणाच्यातरी सांगण्यावरून ही मंडळी आपल्याला मारायला आली असावीत, अशी शंका अयाजच्या मनाला चाटून गेली.

"हा काय प्रकार आहे?" हे विचारताना त्याच्या आवाजातील भीती लपत नव्हती.

"अम्मा को पोलीस उठाके ले गयी।" त्यांच्यापैकी एकाने उत्तर दिलं.

"किसकी अम्मा?" त्याने आश्चर्याने विचारलं.

"हम सबकी अम्मा," असं म्हणून त्या माणसाने काही कागदपत्रं त्याच्या हातात खुपसली. तो सगळ्यांचा पुढारी असावा.

अयाजने कागद परत दिले आणि म्हणाला, "मी घरामध्ये कामाविषयी बोलत नसतो. तुम्ही उद्या कोर्टात भेटा."

"आम्ही तुम्हाला मारायला आलो नाही. अम्माची केस घ्या, हे सांगायला आलोत." अयाजच्या आवाजातील रोष जाणवून पुढारी म्हणाला.

"पण आज काहीच करता येणार नाही. कोर्ट बंद झालीत."

"पण आम्हाला निदान तुमचं उत्तर तरी हवंय."

"सर्वप्रथम ह्या साऱ्या लोकांना बाहेर काढा. मला तमाशा नको आहे. मी फक्त एकाबरोबर बोलेन." अयाजने बजावलं.

आश्चर्याची गोष्ट म्हणजे पुढाऱ्याला त्याचं म्हणणं पटलं. तो आपल्या भाषेमध्ये – तमिळ असावी असा अंदाज अयाजने बांधला – बाकीच्यांशी बोलल्यानंतर सारे जण शांतपणे बाहेर गेले.

"तुम्ही आम्हाला नक्की मदत कराल, अशी आशा आहे. तुम्हीच केस चालवावी, अशी अम्माची इच्छा आहे. पैशाची अजिबात चिंता करू नका. अम्माकडे पैसा भरपूर आहे." त्याने सांगितलं.

"मला सर्व तपशील हवेत," अयाजने असं म्हणताच त्याने पुन्हा कागदपत्रं त्याच्या हातात ठेवली. ती चाळून पाहिल्यानंतर अयाजने सांगितलं, "उद्या सकाळी १० वाजता कोर्टात या. ही कागदपत्रंही सोबत आणा."

"थँक यू सर, अम्मा तुम्हाला दुवा देईल." असं म्हणून पुढाऱ्याने चक्क अयाजचे पाय धरले.

अयाज घाईघाईने मागे सरकला. "कृपा करून असं काही करू नका. एक विनंती आहे – हे सारं लटांबर घेऊन कोर्टात यायचं नाही. अन्यथा तुमच्या अम्माला सोडवणं मुश्कील होईल."

आज्ञाधारकपणे मान डोलावून ते महाशय निघाले.

दुसऱ्या दिवशी अयाज लवकरच सेशन कोर्टात पोहोचला. मादक पदार्थविषयक खटल्यांमधील विशेषज्ञ असल्याने अयाजने महालक्ष्मी पापामणीविषयी पोलीस आणि सहकाऱ्यांकडून बरंचकाही ऐकलं होतं. बऱ्याच वेळा तिचं नाव चर्चेमध्ये येत असे. आरंभी छोटी-मोठी कामं करणारी पापामणी आज मादक पदार्थांच्या धंद्यामध्ये फार मोठी असामी मानली जायची. आपल्या वकील सहकाऱ्यांना खतरनाक पामामणीविषयी कधी एकदा सांगतो, असं अयाजला झालं होतं.

काळाघोडा येथील सेशन्स कोर्टाच्या इमारतीमध्ये शेकडो वकील आणि वकिलीशी संबंधित कामं करणाऱ्यांची ऑफिसं होती. असंख्य सिव्हिल आणि क्रिमिनल कोर्ट्स, लहान-लहान बोळ आणि जिन्यांनी जोडलेली होती. अयाज पहिल्या मजल्यावर पोहोचला, तोच तीन स्त्रियांनी त्याचा रस्ता रोखला. भडक साड्या आणि कपाळावर लाल, पिवळ्या रंगांच्या बिंदी असा त्यांचा अवतार होता.

''सर, महालक्ष्मी पापामणीचा खटला...''

अयाज आश्चर्य वाटायच्या पलीकडे गेला होता. ''होय, मीच तो. पण काल माझ्या घरी आलेला माणूस कुठे आहे?'' त्याने उपरोधाने विचारलं.

''तो कोर्टाची कामं बघत नाही. अम्माने आम्हाला सल्लागार म्हणून नेमलंय. आम्हाला कायद्याची चांगली माहिती आहे. आम्ही तुम्हाला मार्गदर्शन करू.''

हे ऐकून अयाजला हसूच आलं. ''नको. ती तसदी घ्यायची गरज नाही. मला सर्व कागदपत्रं द्या. बाकी सर्व मी बघून घेईन.''

हे ऐकूनही त्या हलल्या नाहीत. उलट अयाजला बसवून त्यांनी सविस्तर तपशील द्यायला सुरुवात केली. साधारण वीस मिनिटांनंतर अयाजला आपली चूक उमगली. 'दिसतं तसं नसतं' हे त्याला पुरेपूर पटलं. त्या तिघींकडे बघून खरं वाटलं नसतं, परंतु त्यांना खरोखरच कायद्याचं सखोल ज्ञान होतं. पापामणीच्या कायदेशीर सल्लागार व्हायची योग्यता त्यांच्यामध्ये होती. 'नार्कोटिक्स ड्रग्ज ॲक्ट' आणि 'सायकोट्रॉपिक सबस्टन्सेस ॲक्ट' त्यांनी कोळून प्यायला होता. इतकंच नव्हे, तर अयाजच्या लक्षातही न आलेल्या फिर्यादीच्या दाव्यामधील तांत्रिक त्रुटीदेखील त्यांनी बरोबर दाखवून दिल्या. पापामणीला प्रत्यक्ष भेटण्यापूर्वीच बौद्धिक आणि शारीरिकदृष्ट्या अत्यंत बलवान अशा तिच्या चेल्यांची फौज पाहून अयाज फारच प्रभावित झाला होता.

त्याच दिवशी दुपारी त्या तिघी अयाजला महालक्ष्मीला भेटण्यासाठी घेऊन गेल्या. एस्प्लेनेड कोर्टाच्या आवारामध्ये ॲंटी-नार्कोटिक्स सेलच्या लॉक-अपमध्ये तिला ठेवलेलं होतं. आझाद मैदान पोलीस स्टेशनही त्याच आवारात आहे. वकील, पोलीस, गुन्हेगार आणि प्रसिद्धी माध्यमांचे वार्ताहर अशा लोकांनी हे आवार कायम गजबजलेलं असतं. येणाऱ्या-जाणाऱ्यांना लॉक-अपमध्ये डोकावताही येतं.

अँटी-नार्कोटिक्स सेलच्या ऑफिसमध्ये पोहोचल्यावर अयाजलाही लॉक-अपमध्ये नजर टाकायचा मोह आवरता आला नाही. मुंबईमधील तमिळ समाजामधील सर्वसामान्य लोकांवर जबरदस्त हुकूमत गाजवणारी स्त्री आहे तरी कशी, हे पाहण्याची त्याला अतिशय उत्सुकता वाटत होती.

"महालक्ष्मी कोणती आहे?" त्याने बरोबर आलेल्या त्या तीन स्त्रियांना विचारलं.

लॉक-अपमध्ये मोठ्या धीरोदात्तपणे लाकडी स्टुलावर बसलेल्या काळ्याभोर वर्णाच्या स्त्रीकडे त्यांच्यापैकी एकीने अंगुलिनिर्देश केला. बाजूला उभी असलेली एक तरुण मुलगी वर्तमानपत्राने तिला वारा घालत होती, तर एक वृद्धा तिचे पाय चेपत बसली होती. बंद कोठडीत असूनही तिच्या चेहऱ्यावर शांत, प्रसन्न भाव होते.

"अम्मा," अयाजबरोबरच्या एका बाईने साद घातली.

ओळखीचा आवाज ऐकून तिने मान वळवून तिघींकडे पाहिलं. आणि नंतर अयाजवर – तिची केस लढवणाऱ्या वकिलावर – तिची नजर स्थिरावली.

हलाखीतून श्रीमंतीकडे...

महालक्ष्मी पापामणी – मादक पदार्थांचा व्यापार करणारी मुंबई नगरीमधील सर्वांत श्रीमंत महाराणी आणि गोरगरीब तमिळ लोकांचं आदरस्थान – अतिशय गरिबीतून वर आली होती. तमिळनाडूमधील सेलम जिल्ह्यातील एका मजुराची मुलगी. तो गवंडीकाम करायचा.

पापामणीचा जन्म १९६० साली झाला. पेरियास्वामी आणि मीनाक्षी ही तिच्या माता-पित्यांची नावं. नाथन, मोहन आणि यशोदा ह्या तीन भावंडांसह बंगलोरमधील शिवाजी रोडवरच्या झोपडपट्टीत तिचं बालपण गेलं. परिस्थिती फारच बेताची असल्याने चौघांनाही शाळेत पाठवायचा प्रश्नच नव्हता.

१९८० साली पापामणी मुंबईत आली – कायमची. वरदाराजन मुनीस्वामी मुदलियार ह्या तमिळ डॉनला मुंबईत छोटं तमिळनाडू उभारायची मनीषा होती. त्यासाठी तो पद्धतशीरपणे तमिळनाडूतील तमिळ लोकांना मुंबईत आणत असे. वरदाभाईचा – वरदाराजनला ह्याच नावाने ओळखलं जाई – सायन-कोळीवाडा इथे बेकायदा दारू गाळायचा धंदा होता. ह्या दारूभट्टीमध्ये (खाडी) काम करण्यासाठी वरदाभाईने सालेम भागामधून असंख्य गरीब तमिळ लोकांना मुंबईत आणलं होतं. त्यांना वरदाभाईविषयी अपार कृतज्ञता वाटे. गरीब तमिळ स्त्रिया मुंबईत लालबत्ती भागात धंदा करायच्या. तमिळनाडूतून आलेली ही सर्व मंडळी सायन-कोळीवाडा भागात झोपड्या बांधून राहायला लागली आणि हळूहळू इथे मोठी झोपडपट्टी अस्तित्वात आली. पापामणी ही वरदाची निकटची आणि आवडती सहकारी झाली. डॉनबरोबर तिची जवळीक पाहून सायन-कोळीवाड्याचे रहिवासी तिला फारच मानाने वागवू लागले.

तथापि, कालांतराने पापामणीच्या नशिबाचे फासे फिरले. ८०च्या दशकामध्ये दारूबंदी उठली. वरदाराजनची सद्दीही संपली. परिणामतः पापामणीलाही वाईट दिवस आले. आत्तापर्यंत तिचा जयजयकार करणाऱ्यांनी तिच्याकडे पाठ फिरवली.

पापामणी अगदी एकटी पडली. आपलं म्हणावं, असं कोणीही तिच्याजवळ नव्हतं. तथापि ती डगमगली नाही. मोठ्या जिद्दीने तिने मार्ग काढला. अक्षरश: रस्त्यावर चिंध्या गोळा करण्यापासून सुरुवात करून, नंतर अ‍ॅन्टॉप हिलवर मोलकरणीची कामं करायला लागली. काही काळाने तिला मणी भेटला. मणी चिनपय्या देवेंद्र. हा ड्रग्ज विकायचा. नंतर शिवडीमधील खाद्यतेलांच्या कंपनीत तो कामाला लागला.

पापामणी देवेंद्रशी लग्न करून सासरी राहायला गेली. मानखुर्द स्टेशनजवळच्या झोपडपट्टीत ते राहू लागले. एका झोपडपट्टीतून दुसऱ्या, मग तिसऱ्या असं करता-करता अखेर ह्या जोडीने सायन-कोळीवाड्याच्या झोपडपट्टीत हनुमान मंदिराजवळ एक लहानशी खोली विकत घेतली.

पुढील काही वर्षांमध्ये तिला चार मुली आणि एक मुलगा झाला – जयंती, ललिता, जयश्री, जयलक्ष्मी आणि व्यंकटेश.

सारं व्यवस्थित चाललं असताना पापामणीवर पुन्हा आघात झाला. तिचा पक्का दारुडा नवरा रोज संध्याकाळी दारू ढोसून झिंगायचा. एका संध्याकाळी त्याच अवस्थेत अपघात होऊन त्याला जन्माचं अपंगत्व आलं. पदरी पाच मुलं आणि पंगू बेकार नवऱ्याची जबाबदारी ह्यामुळे कमाईचा नवीन मार्ग शोधण्याशिवाय तिला गत्यंतरच नव्हतं.

अशा कठीण परिस्थितीमध्येच तिची शेजारीण आणि मैत्रीण सावित्रीने तिच्यापुढे एक प्रस्ताव ठेवला. सायन-कोळीवाडा झोपडपट्टीमध्ये सावित्री 'पुड्या' विकायची – हेरॉइनच्या पुड्या. ह्यामध्ये बराच नफा असल्याने पापामणी क्षणार्धात तयार झाली. रे रोड येथे राहणाऱ्या ज्योती आदिरामलिंगमलाही सावित्रीने तयार केलं. सावित्रीच्या देखरेखीखाली पापामणी आणि ज्योती 'पुड्या' तयार करायला शिकल्या. हेरॉइनची पावडर छोट्या पुड्यांमध्ये बांधून त्या पुड्या गिऱ्हाइकांना पोहोचवायच्या हा उद्योग सुरू झाला.

लवकरच सावित्री, पापामणी आणि ज्योती ह्या बायकांचं त्रिकूट सायन-कोळीवाड्यातील पुड्याविक्री धंद्यामध्ये अग्रेसर ठरलं. त्यावर त्यांची मक्तेदारीच झाली. लाखो रुपयांचा फायदा होऊ लागला. अर्थातच अत्यंत हुशार आणि धूर्त पापामणीने तिला ह्या धंद्यात आणून तरबेज करणाऱ्या आपल्या मैत्रिणीलाच अलगद बाजूला केलं. १९९१मध्ये पापामणीने सावित्रीला फुटवून स्वतंत्रपणे पुड्याविक्रीचा धंदा सुरू केला. हाताखाली विश्वासू मदतनिसांची फौज होती. तिची धंदा करण्याची अगदी साधी क्लृप्ती होती – एक ते तीन लाख रुपये ह्या भावामध्ये पाच किलो हेरॉइन विकत घ्यायचं. नंतर दहा ग्रॅम हेरॉइनच्या ४० पुड्या करायच्या. अशा सर्व पुड्या करून एक पुडी २५ रुपयांना विकायची. ह्याचा अर्थ दर महिन्याला साधारण तीन लाख रुपयांचा फायदा. मुंबईतील एखाद्या बड्या कंपनीच्या सीईओला मिळणाऱ्या

पगाराएवढा भक्कम फायदा व्हायचा. कधीकधी नेहमीच्या गिऱ्हाइकांना मोठ्या प्रमाणात हेरॉइनचा पुरवठाही करायची. पोलिसांनी अनेक वेळा तिला अटक करण्याचा प्रयत्न केला, पण दर वेळी पुराव्याअभावी ती निसटायची.

काही महिन्यांमध्येच तिच्यासाठी काम करणाऱ्या लोकांची संख्या तिपटीने वाढली. आर्थिक व्यवस्थापक, सल्लागार, मदतनीस – असे असंख्य लोक तिच्या दिमतीला असायचे. झोपडपट्टीत राहणाऱ्या एका अनपढ, गवार बाईने लवकरच अवाढव्य आणि सुसज्ज साम्राज्य उभारलं. सायन-कोळीवाड्याच्या झोपडपट्टीचं, मादक पदार्थांचा मोठा व्यापार करणाऱ्या वस्तीमध्ये रूपांतर झालं, ते पापामणीमुळेच.

पापामणीने हजारो बेकार, बेरोजगार स्त्री-पुरुषांना कामाला लावलं. तिच्यामुळे सायन-कोळीवाडा भागातील अनेक गरीब परिवारांच्या रोजीरोटीची चिंता मिटली. पापामणीची रोजची कमाई प्रचंड असल्याने, तिला रोकड पैसे आजूबाजूच्या झोपड्यांमध्ये लपवून ठेवण्याव्यतिरिक्त अन्य पर्यायच नव्हता. करोडो रुपये हातामध्ये खेळत असल्याने, ती गोरगरिबांना उदारपणे मदत करायची. हवे तेव्हा कर्जाऊ पैसे द्यायची. त्यामुळे पापामणी 'गरिबांची बँक' म्हणून ओळखली जाऊ लागली. साडीमध्ये चक्क ३०-४० लाख रुपये खोचून ती झोपडपट्टीतील गल्लीबोळात बेडरपणे फिरायची. गरजू तमिळ बांधवांना उदारहस्ते पैसे वाटायची. अर्थात त्या बदल्यात तिची कामंही ते बिनबोभाट करायचे.

अर्थात गोरगरीब तमिळ लोकांचा उद्धार करत असताना, स्वतःचीही भरभराट करण्यामध्ये पापामणी दक्ष होती. करोडो रुपये हातात खेळत असतानाही ती अजून लहानशा खोलीतच राहायची. मात्र ते पैसे किफायतशीर धंद्यांमध्ये गुंतवायचे, असं तिचं धोरण होतं. त्यासाठी सर्वप्रथम तिने बंगलोर शहर निवडलं. बालपण बंगलोरमध्ये गेल्याने तिला ह्या शहराविषयी प्रेम होतं. तिने तिथे तीन तारांकित हॉटेल चालू केलं. सालेम जिल्ह्यातील त्रिची येथे स्वतःसाठी घर, तसंच तीन दुकानं घेतली. दुकानं भाड्याने देऊन भाडी वसूल करायला एकाची नेमणूक करून टाकली.

सायन-कोळीवाड्याच्या गरीब झोपडपट्टीवासियांना मालामाल करणारी म्हणून तिथल्या रहिवाश्यांनी तिचं नामकरण केलं – महालक्ष्मी, धनदेवता. पापामणी नंतर महालक्ष्मी पापामणी चिनपय्या देवेंद्र ह्या नावाने ओळखली जाऊ लागली.

१९९३मध्ये मुंबई पोलिसांच्या अँटी नार्कोटिक्स सेलने (ANC) तिला पुन्हा एकदा अटक केली. तिला दीर्घकाळासाठी तुरुंगात पाठवता येईल, असा त्यांना विश्वास होता. ह्या वेळी आपली सुटका होणं फारच कठीण आहे, हे पापामणी जाणून होती. त्यामुळेच तिने नार्कोतज्ज्ञ वकील अयाज खानकडे धाव घेतली होती. फक्त अयाजच आपल्याला तुरुंगातून बाहेर काढू शकेल, ह्याची तिला खात्री होती. खरोखरच तिचा विश्वास सार्थ ठरला. एएनसीच्या आरोपपत्रातील त्रुटी अयाजने

बरोबर शोधून काढल्या आणि पापामणी जामिनावर सुटली.

पापामणी सायन-कोळीवाडा भागात अतिशय लोकप्रिय होती. तिथले रहिवासी तिला सर्वतोपरी सहकार्य करीत. प्रत्येक जण तिच्यापुढे ढालीसारखे उभे राहून तिचं रक्षण करीत असे. यावरून तिची लोकप्रियता सहज समजून येई. उदाहरणार्थ, तिला पळून जाणं, पोलिसांपासून निसटणं सोपं जावं, म्हणून झोपडपट्टीमध्ये पळवाटा तयार होत्या. ही झोपडपट्टी डोंगरउतारावर वसलेली आहे. सर्व झोपड्या एकमेकांना लगटून बांधलेल्या आहेत. त्यांच्यापर्यंत जायचा मार्ग अतिशय अरुंद आणि चक्रव्यूहाप्रमाणे चक्रावून टाकणारा आहे. पापामणीला निसटणं सुलभ जावं, म्हणून इथल्या रहिवाशांनी अनेक छोट्या गल्लीबोळांचं जाळंच उभारलं होतं. तिला लपण्यासाठी जागा, तसंच भुयारी मार्गिकाही बनवल्या होत्या. सारे मार्ग झोपडपट्टीच्या बाहेर नेऊन पोहोचवायचे. दरवेळी पापामणीला अटक करण्यासाठी पोलीस आले की, ही मंडळी तिला ह्या छुप्या रस्त्यांमधून अलगद बाहेर नेऊन सोडायचे.

पापामणी पोलिसांना पळवून लावण्यासाठी एक अतिशय विलक्षण कल्पना लढवायची. तिला अटक करणं त्यामुळे अधिकच कठीण होत असे. पोलिसांची फौज आल्यावर संपूर्ण झोपडपट्टीला छक्क्यांचा वेढा पडे. त्यांची अभेद्य भिंतच तयार होई. अन्य झोपडपट्टीवासियांपेक्षा हे छक्के कितीतरी पटीने अधिक ताकदवान असत. त्यांच्याकडे शेलक्या शिव्यांचा साठाही भरपूर असे. त्यामुळे पोलीस त्यांच्या फंदात पडत नसत.

अखेर नार्कोटिक्स कंट्रोल ब्यूरोला २००४मध्ये पापामणीला अटक करण्यात यश मिळालं. त्याची कहाणीही मनोरंजक आहे. अटक करण्यासाठी आलेल्या पथकामधील एका अधिकाऱ्याने वर्णन केल्यानुसार, 'पोलिसांनी अटक केल्यानंतर पापामणीच्या छक्क्यांच्या फौजेने ती असलेल्या जीपला घेराव घातला. तिला सोडावं ह्यासाठी त्यांनी आग्रह धरला होता. त्या अधिकाऱ्याचीच ती जीप होती. छक्क्यांचा घेराव तोडण्यासाठी शेवटी लाठीमार करावा लागला, तेव्हा कुठे त्याने कशीबशी जीप बाहेर काढली.'

लवकरच पापामणी देवेंद्रपासून विभक्त झाली. त्याची कोणतीही जबाबदारी घ्यायचं तिने टाळलं, पण आपल्या मुलांच्या भविष्याची तिला चिंता होती. आपल्या धंद्यात त्यांनी पडू नये, अशी तिची इच्छा होती. त्यामुळे तिने चौघा मुलांना सेलममधल्या प्रख्यात जे.आर. केंब्रिज बोर्डिंग स्कूलमध्ये टाकलं. त्यांनी चांगलं

शिकावं अशी तिची अपेक्षा होती, पण त्या कोणालाही शिकण्यात रस नव्हता. सतत चार वर्षं मुलं नापास होताहेत हे पाहून, शेवटी नाइलाजाने तिने त्यांना मुंबईत परत आणलं. तीन मुलींची मुंबईमध्येच लग्न लावून त्यांना संसारात अडकवून टाकलं. एकीचं लग्न पापामणीची धंद्यामधील गुरू सावित्री हिच्या मुलाशीच झालं.

साधारण त्याच सुमारास तिच्या वीस वर्षीय मुलीचं वस्तीतल्या एका गुंडाशी गुफ्तगू सुरू झालं. जयश्री तिचं नाव. नववीमध्ये तिने शाळा सोडली होती. विजय गुप्ता नावाच्या मवाल्याबरोबर तिचे संबंध चालू झाल्याने पापामणीची मान शरमेने खाली झुकली. एक तर तो परजातीचा, त्यात भर म्हणजे गुंड-मवाली म्हणून बदनाम झालेला होता. पापामणीला वस्तीमध्ये अतिशय मान होता. तिच्या मुलीने असं वागावं, हे पापामणीला आवडलं नाही.

पुढे 'नार्कोटिक्स कंट्रोल ब्यूरो'(NCB – एनसीबी)ला दिलेल्या कबुलीजबाबामध्ये 'जयश्रीकडे पुरेसं लक्ष देता आलं नाही, कारण मी मादक पदार्थांच्या धंद्यामध्ये अडकले होते. शिवाय अटक होऊ नये म्हणून कधीकधी फरारही व्हायचे. त्यामुळे मुलीकडे दुर्लक्ष झालं.' असं पापामणीने मान्य केलं होतं. दोघांचे प्रेमसंबंध तोडायचे तिचे प्रयत्न असफल झाल्यावर, पापामणीने गुप्तावर विनयभंगाची केस दाखल केली. लेकीला दूरवर राहणाऱ्या एका नातलगाकडे रवाना केलं. एवढं करूनही जयश्रीला त्याच्यापासून दूर करता आलं नाही. प्रेमप्रकरण चालूच आहे हे पाहून, पापामणीने जयश्रीला आपली वारसदार करायचा निर्णय घेतला. 'एवीतेवी ती बदनाम झालीच आहे, निदान आपला धंदा पुढे चालू ठेवील,' असा विचार त्यामागे होता. जयश्री सुरुवातीला पुड्या विकायची. हळूहळू पापामणीच्या गिऱ्हाइकांना मोठ्या प्रमाणात हेरॉइन विकण्याइतपत तिची प्रगती झाली.

१९ जुलै २००४च्या दुपारी एनसीबीने जयश्रीला अटक केली. त्या वेळी तिच्याजवळ चार किलो हेरॉइन सापडलं. त्यानंतर साधारण दहा दिवसांनी पापामणीलाही पकडण्यात आलं.

तपासाअंती पापामणीचे घासीराम सोलंकी ह्याच्याशी व्यावसायिक संबंध होते, असं आढळून आलं. हा सोलंकी भारतामधील मादक पदार्थांचा व्यापार करणाऱ्यांमध्ये अग्रेसर होता. एनसीबी त्याला पकडण्यासाठी अत्यंत आतुर होती. पापामणीकडून त्याची माहिती मिळेल, अशी त्यांना आशा होती; पण तिने 'मी त्याला ओळखत नाही', असा पवित्रा घेतला. पोलिसांपासून बचावण्यासाठी पापामणी फरार झाली असताना, लक्ष्मी कारपाई ह्या आपल्या मैत्रिणीच्या घरी लपली होती. ही लक्ष्मी हमीदा उर्फ आपा नावाच्या स्त्रीकडून मोठ्या प्रमाणात हेरॉइन खरेदी करत असे. हमीदा, सोलंकीकडून हेरॉइन घ्यायची असं पापामणीने सांगितलं.

एनसीबी पापामणीविरुद्ध पुरावे आणि साथीदारांच्या शोधात होते. पापामणीचा

नवरा देवेंद्रच्या मनात तिच्याविषयी राग होता. तिने आपल्याला वाऱ्यावर सोडलं असा आकस असल्याने, तो पापामणीच्या विरुद्ध साक्ष द्यायला तयार झाला. एनसीबीला ही आनंदाचीच बातमी होती.

कोर्टात साक्ष देताना देवेंद्रने पापामणीच्या मालकीच्या सेलम आणि मुंबईमधील महागड्या मालमत्तेविषयी माहिती पुरवली. हेरॉइन विकून कमावलेल्या पैशांमधूनच तिने ही मालमत्ता खरीदली, असं त्याने ठासून सांगितलं. "माझी बायको हेरॉइनचा धंदा करते आणि माझे तिच्याशी संबंध नाहीत," असंही तो म्हणाला. जयश्रीही आईवर नाराज होती. तिच्या प्रियकरापासून ताटातूट करायचे अनेक प्रयत्न पापामणीने केले होते. शिवाय जबरदस्तीने तिला मादक पदार्थांच्या व्यवसायात ढकललं होतं. ह्या गोष्टींमुळे रागावलेल्या जयश्रीनेदेखील आईच्या विरुद्ध साक्ष द्यायचा निर्णय घेतला.

अखेर पापामणीवर गुन्हे शाबीत होऊन २००४ साली तिला तुरुंगात टाकण्यात आलं. पापामणीने ज्या दोन व्यक्तींसाठी पैसा कमावला, तेच तिच्या विरुद्ध ठाकले, हा केवढा मोठा दैवदुर्विलास! तिचे सहकारी, मदतनीस अनेक होते; पण देवेंद्र आणि जयश्री तिचे कुटुंबीय असूनही त्यांनी तिला साथ दिली नाही.

तुरुंगात गेली तरी पापामणीची हुकूमत एवढी जबरदस्त होती की, सायन-कोळीवाड्यातील एकानेही तिच्याविरुद्ध ब्र काढला नव्हता. तिच्या नवऱ्याने ती हिंमत केली आणि त्याचे परिणामही त्याला भोगावे लागले.

२००७मध्ये देवेंद्रचा गूढ परिस्थितीमध्ये खून झाला. पोलिसांच्या अधिकृत नोंदीनुसार काही गर्दुल्ल्यांनी त्याला ठार मारून रेल्वेच्या रुळावर फेकलं; पण तिथल्या रहिवाशांच्या मते बायकोच्या विरुद्ध साक्ष दिली, त्या क्षणीच त्याचा अंत अशा रीतीने होणार, हे निश्चित झालं.

दोन वर्षांनंतर पापामणीची सुटका झाली. हा दोन वर्षांचा काळ तिच्या आयुष्यातील सर्वांत वाईट काळ होता. एनसीबी आणि मुंबई पोलिसांनी तिच्या सर्व बेनामी मालमत्ता जप्त केल्यामुळे तिची अवस्था दयनीय झाली. देवेंद्रच्या मृत्यूनंतर पापामणीची वारसदार जयश्री दुसऱ्या एका गुंडाचा हात धरून पळून गेली. करोडपती पापामणी अक्षरश: भिकेला लागली.

महाराणीशी आमना-सामना

अँटॉप हिलवरील गजबजलेल्या मार्केटच्या कोपऱ्यावर ती ग्रे रंगाची टाटा सफारी थांबली. मी गाडीतून उतरून चौकाच्या दिशेने चालायला सुरुवात केली. रस्त्याच्या दोन्ही बाजूला झोपड्या, फळभाज्यांची छोटी दुकानं, चहाचे ठेले आणि जुन्या फर्निचर विक्रीची दुकानं दाटीवाटीने उभी होती. बाजार गजबजलेला होता आणि प्रत्येक जण – दुकानदार, विक्रेते आणि रहिवासी – तमिळमध्ये बोलत होता. मध्य मुंबईत असलो, तरी तमिळनाडूमधील एखाद्या खेडेगावातील बाजारात असल्याचा भास होत होता.

हीच ती कुप्रसिद्ध सायन-कोळीवाडा झोपडपट्टी. ८०च्या सुमारास वरदाराजनच्या बेकायदेशीर दारूच्या भट्ट्या आणि नंतर महालक्ष्मी पापामणीच्या मादक पदार्थांच्या अड्ड्यांसाठी ही झोपडपट्टी कुख्यात होती. आज इथल्या बहुसंख्य रहिवाशांना रोजगारासाठी अन्य मार्ग सापडले असले, तरी दारू आणि मादक पदार्थांच्या मोठ्या प्रमाणात चालणाऱ्या व्यवहारांमुळे त्या वेळी अनेकांचं जीवन उद्ध्वस्त झालं होतं. झोपडपट्टी एका टेकडीवर वसली असून, माथ्यावर एक मंदिर आहे. इथल्या झोपड्या पाहून मला रे रोड येथील सोनापूर लेनची आठवण झाली. तिथेही अशाच असंख्य झोपड्या आहेत. ज्योती आदिरामलिंगमला भेटण्यासाठी तिथे गेले होते. आत्ता मी पापामणीला भेटण्यासाठी सायन-कोळीवाड्याच्या झोपडपट्टीत आले आहे.

त्या भागात पापामणी सर्वांनाच माहीत असल्याने, तिला शोधणं कठीण जाणार नाही असा माझा अंदाज होता, पण तो चुकीचा ठरला. तिच्याविषयी बोलणं तर सोडाच, तशी कोणी व्यक्ती अस्तित्वातच नसावी, असा सर्वांचा आविर्भाव होता.

असंख्य संदिग्ध उत्तरं, संशयित नजरा आणि दिशाभूल करणाऱ्या सूचना झेलल्यानंतर मी 'त्या' स्त्रीला विचारायचं ठरवलं. मी महालक्ष्मी पापामणीचा पत्ता विचारत हिंडत असताना, ती स्त्री सतत माझ्यावर पाळत ठेवून होती, हे माझ्या लक्षात आलं होतं.

"पापामणीविषयी तुला काय माहिती आहे?'' तिने मलाच प्रतिप्रश्न केला. आवाजात आक्रमकता होती.

"ती इथली 'अम्मा' आहे.'' मी काहीशी सांभाळूनच बोलले.

"मीच पापामणी आहे, असं सांगितलं तर?'' ती चेष्टेच्या सुरात म्हणाली.

एनसीबीच्या कागदपत्रांवरील पापामणीचे फोटो मी पाहिले होते. त्या स्त्रीचं त्याच्याशी काहीही साम्य नव्हतं.

"तू पापामणी नाहीस, हे मला माहिती आहे.'' मी विनम्रपणे म्हणाले.

ती छद्मीपणे हसून म्हणाली, "ती त्या चौकात बसलेली असते.''

मी आभारादाखल कसंनुसं हसले आणि तिने दाखवलेल्या दिशेने चालू लागले. चौकाच्या थोडं पुढे गेल्यानंतर हातगाडीजवळ बसलेली एक स्त्री माझ्या नजरेस पडली. मी तिला ओलांडून पुढे जातच राहिले आणि अचानक मागून आवाज आला, "तूच मला शोधते आहेस का?''

मी मागे वळून पाहिलं. त्या स्त्रीला नीट पाहिल्यानंतर मला आश्चर्याचा प्रचंड धक्काच बसला.

अरे देवा! ती तीच होती – पापामणी. महालक्ष्मी पापामणी. तिला पाहून मी मोठा आ वासला. ज्या स्त्रीविषयी फक्त ऐकीव माहिती होती, पोलीस आणि एनसीबीच्या कागदपत्रांमधून जिची ओळख झाली, ती साक्षात माझ्यासमोर होती. काळ्या साडीच्या पदराने वारा घेत शांतपणे बसली होती. तिच्याशी भेट होणं फार मुश्कील होईल, बहुधा ती सापडणारच नाही, अशा विचारात असतानाच ती अशी अचानक सहजपणे भेटली. जणूकाही माझीच वाट पाहत तिथे बसली असावी, असं वाटत होतं.

तिच्या भोवताली तिची छक्क्यांची सेना, चमचे कोणीच नाही हे पाहून मला आश्चर्य वाटलं.

"मला कशासाठी भेटायचं होतं?'' मी जवळ जाताच तिने विचारलं.

ज्योतीला थाप मारली होती, तशीच पुन्हा एकवार थाप मारली, "मी समाजसेवक आहे.''

"पण मला मदतीची गरज नाही. माझं ठीक चाललंय.''

"तुमच्यासाठी काही काम शोधता येईल,'' मी पिच्छा सोडला नाही.

"माझ्यासाठी काम? पण मला भरपूर कामं आहेत,'' तिने मला मध्येच तोडलं. मग हातगाडीकडे बोट दाखवून म्हणाली, "हे बघ, ह्यावर माझा उदरनिर्वाह चालतो. चांगले पैसे मिळतात.''

हातगाडीवर कांदा, बटाट्यांचे ढीग होते.

"मी भाज्या विकते. तुला हव्यात का?'' तिने तिरकसपणे विचारलं. आवाजात

उपरोध होता.

क्षणभर काय बोलावं, हेच मला समजेना. पण तिच्याशी कसंही करून संभाषण चालू ठेवायचं असल्याने मी घाईघाईने म्हणाले, "हो, हो, दोन्ही दोन किलो द्या.''

पापामणीला मी खरोखरच भाज्या विकत घेईन असं वाटलं नव्हतं, त्यामुळे तीही दचकली; पण मग स्वत:ला सावरून ती भाज्यांचं वजन करायला लागली.

"कधीपासून हा व्यवसाय करताय?'' मी विचारलं.

"दोन वर्षं झाली.''

"आणि तुमच्यावर पोलिसांनी खटले भरलेत, त्याचं काय झालं?''

"पोलिसांनी खटले केलेत?''

"हो, ड्रग्ज विकण्याच्या आरोपावरून...''

"त्या पोलिसांना माझा हेवा वाटतो, दुसरं काही नाही. सायन-कोळीवाड्यातल्या हजारो लोकांना मी पोटापाण्याला लावलं. भुकेल्या पोटांमध्ये माझ्यामुळे अन्न पडायचं, गरिबांची मुलं शिकली. मी समाजासाठी चांगलं काम करत होते.''

"मग हा भाजी विकायचा धंदा का सुरू केला?''

"माझा नवरा वारला. मुलगी कुणाचातरी हात धरून पळून गेली. आता कोणासाठी एवढा पैसा कमवायचा?'' असं म्हणताना तिने काळ्या प्लॅस्टिक बॅगेत भाज्या टाकल्या. "४५ रुपये झाले.'' मी झटकन पैसे दिले.

ती ते पैसे मोजत असताना पापामणी लोकांना लाखो रुपये वाटत असायची असं ऐकलं होतं, त्याची आठवण झाली. लाखो रुपयांशी खेळलेली पापामणी कुठे आणि आज ४५ रुपयांसारखी क्षुल्लक रक्कम काळजीपूर्वक मोजणारी पापामणी कुठे!

पैसे बरोबर आहेत ह्याची खात्री पटल्यावर, तिने समोर कोणालातरी खूण केली. ते पाहून मी सभोवताली नजर फिरवली. एव्हाना आमच्याजवळ लोक जमले होते. मी त्यांच्याकडे दुर्लक्ष करून, तिला पुन्हा बोलतं करायच्या प्रयत्नाला लागले.

"तुमची इच्छा असेल, तर मी अजूनही तुम्हाला मदत करायला तयार आहे.''

ह्यावर ध्यानीमनी नसताना ती म्हणाली, "मला ५००० रुपये हवेत.''

"कशाला?''

"माझं ऑपरेशन करायचंय. माझ्या जीवन-मरणाचा प्रश्न आहे.''

"आत्ता माझ्याकडे एवढे पैसे नाहीत.''

"कुठूनतरी आणून दे. मग आपण बोलू.''

तिची मागणी ऐकून मला धक्काच बसला. माझ्याकडून ती चक्क खंडणी मागत होती. शिवाय पाच-सहा धोकादायक दिसणाऱ्या तमिळ स्त्रियांनी आम्हाला

घेराव घालायला सुरुवात केली होती. हे पाहून परिस्थिती चिघळत चालली आहे, हे मला जाणवलं. 'काहीतरी गडबड आहे, आता पळावं हे बरं' असं ठरवून मी भाज्यांच्या दोन्ही पिशव्या उचलल्या आणि काही न बोलता निघालेच.

माझी भंबेरी उडालेली पाहून पापामणी हसून म्हणाली, ''माझ्याकडे खरेदीला येत जा.'' मीही मान डोलावली; पण मनामध्ये विचार आला, 'नेमकी कसली खरेदी? कांदा-बटाट्यांची की पुड्यांची?' अर्थात ज्योतीप्रमाणेच पापामणीनेही 'तो' धंदा कधीच बंद केल्याचा दावा केला होता. काही अंतर गेल्यानंतर पापामणीकडे अखेरची नजर टाकावी म्हणून मी वळून पाहिलं.

चौकाजवळ पापामणी नव्हतीच. तिच्या भाजीच्या ठेल्याजवळ एक तरुण पोरगा होता. त्याने पोत्यामध्ये सर्व भाज्या भरल्या आणि तोही दिसेनासा झाला. लोकही पांगले. काही मिनिटांमध्येच सारं काही सामसूम झालं. मी सफारीत बसले, पण मनात प्रचंड गोंधळ होता. पापामणी भेटली खरी; पण ती काय चीज आहे, हे कोडं सुटलं नव्हतं. काहीतरी गडबड आहे, हा विचार मनाला सतत कुरतडत होता. निदान तिथून सुखरूप, सहीसलामत परत आले; हेही नसे थोडके!

त्यानंतर काही दिवसांनी माझ्या एका खबऱ्याचा फोन आला. 'एनसीबीने पापामणीला अटक केली ती आपल्या मदतीमुळेच' असा त्याचा दावा होता.

''तुम्ही पापामणीला भेटलात असं ऐकण्यात आलं,'' तो म्हणाला.

''अरे, तुला कसं कळलं?'' मी आश्चर्याने विचारलं.

''त्या दिवशीच्या नाटकाची साऱ्या सायन-कोळीवाड्यात चर्चा चाललीय,'' तो सहजपणे म्हणाला.

''नाटक? कसलं नाटक? तुला काय म्हणायचंय?'' मी थक्क होऊन विचारलं.

''केवळ तुला फसवण्यासाठी पापामणीने तो नाट्यमय प्रसंग उभा केला होता. सारंकाही खोटं होतं. तुझी दिशाभूल करण्यासाठी ती हा खेळ खेळली.''

हे ऐकून मी अवाक् झाले. पण त्याच क्षणी पापामणीचं कोडंही सुटलं. म्हणजे तो सगळा देखावा, अभिनय, संवाद केवळ माझा गोंधळ उडावा, ह्या एकमेव हेतूने सादर करण्यात आला होता तर! भाजीवालीच्या भूमिकेतील पापामणी वास्तवातील पापामणीपासून कोसो दूर होती...

५

गँगस्टरची प्रिया

लिस्बनहून प्रयाण

रनवेवरून पोलिसी गाड्यांचा ताफा कर्कश्श सायरन वाजवत वेगाने आला. लिस्बनच्या विमानतळावर गर्दी-गोंगाट होता; पण एवढ्या बंदोबस्ताखाली कोणाला आणलंय, इकडे कोणीही लक्ष दिलं नाही. रायफलधारी रक्षकांनी वेढलेल्या पोलिसांच्या गाड्या चालत्या-फिरत्या किल्ल्यांसारख्या दिसत होत्या. करकचून ब्रेक लावून गाड्या थांबल्या. 'पोलिसिया ज्युडिसिया'चे अधिकारी खाली उतरले. त्यांच्याबरोबर काळा टी-शर्ट आणि ट्रॅक पँट घातलेला साधारण ३६ वर्षीय पुरुषही उतरला. तो पोक काढून चालत होता. चेहऱ्यावर ओढूनताणून आणलेलं हसू होतं. त्याचा ताबा घेण्यासाठी भारतीय अधिकाऱ्यांची तुकडी विमानतळावर हजर होती. त्यांच्या हाती सुपुर्द करण्यापूर्वी पोर्तुगीज पोलीस, कैद्याशी काहीतरी बोलले.

अधीरतेने त्याची वाट पाहणाऱ्या भारतीय अधिकाऱ्यांमधील डेप्युटी सुपरिटेंडंट ऑफ पोलीस, पोलीस टास्क फोर्सच्या देवेंद्र परदेसींचा आपल्या डोळ्यांवर विश्वास बसत नव्हता. त्यांनी आपल्या कारकिर्दीमध्ये अनेक कठीण प्रकरणं आणि पोहोचलेल्या गुन्हेगारांना हाताळलं होतं. त्यामुळेच पोर्तुगीज पोलिसांबरोबरच्या गुन्हेगाराला पाहून 'हाच तो मुंबईचा अत्यंत खतरनाक डॉन आहे', हे त्यांना खरंच वाटलं नाही. मुंबईच्या गुन्हेगारी इतिहासातील अतिशय भीषण आणि अमानुष हत्यांची नोंद त्याच्या नावावर होती. ह्या माणसाला 'डॉन, खुनी' ही विशेषणं लागू पडत नव्हती.

परदेसी आश्चर्याच्या धक्क्यातून जेमतेम बाहेर येत होते, तोच दुसऱ्या गाडीतून आणखी एक व्यक्ती खाली उतरली. एका पोलिसाने गाडीचं दार उघडून धरल्यानंतर एका स्त्रीचे पाय बाहेर आले. नाजूकपणे पावलं जमिनीवर टेकवून ती मोठ्या डौलदारपणे खाली उतरली. एखाद्या चित्रपटात शोभावं असं ते दृश्य होतं. दुपारच्या प्रखर उन्हामध्ये तिची गोरी, कोमल त्वचा पारदर्शक दिसत होती. उंच, सडपातळ बांधा; अत्यंत नाजूक नाक-डोळे. तिच्या देखण्या चेहऱ्यावर तणाव दिसत होता.

रक्षक कवच असावं, त्याप्रमाणे बायबलची प्रत तिने हातामध्ये पकडली होती. अंगासरशी होणारा टी-शर्ट आणि जीन्समधून तिची 'पतली कमर' आणि डौलदार, लांब पाय उठून दिसत होते.

ही मोनिका बेदी – माधुरी दीक्षित इतकी नसेल, पण तरीही खूप आकर्षक होती. डॉनची मैत्रीण होण्यायोग्य तिचं व्यक्तिमत्त्व आहे, असा विचार परदेसींच्या मनात चमकून गेला. ही साधीभोळी वाटणारी तरुणी अशी-कशी फसली, ह्याचं त्यांना आश्चर्य वाटलं. त्यांचे वरिष्ठ – डेप्युटी इन्स्पेक्टर जनरल ऑफ पोलीस सीबीआय – ओमप्रकाश छटवाल ह्यांनी सरकारी कागदपत्रांवर सह्या करून परदेसींना इशारा केला. तदनुसार ते काहीशा सावधगिरीने अबू सालेमजवळ गेले.

"तूच सालेम आहेस तर?" परदेसींनी त्याला विचारलं.

"तुम्ही क्राइम ब्रँचचे अधिकारी आहात का?" सालेमच्या आवाजातील भय लपत नव्हतं.

"नाही. आम्ही सीबीआयतर्फे आलो आहोत."

हे ऐकून सालेमचा जीव भांड्यात पडला. "साब, आपल्या देशात जायला निघायचं ना?"

धावपट्टीवर भारतीय हवाई दलाचं रशियन बनावटीचं मालवाहू विमान उभं होतं. त्या दिशेने हा वैविध्यपूर्ण व्यक्तींचा गट निघाला. अखेर सीबीआयला सालेम आणि मोनिकाला भारतदेशी नेण्यात यश आलं होतं. दोघांना लिस्बनहून मुंबईला नेण्याची ही कामगिरी अत्यंत गुप्तपणे पार पाडण्यात आली होती. आपले प्रयत्न हाणून पाडण्यासाठी राजकीय दबाव टाकण्यात येईल अशी भीती असल्याने, सीबीआयच्या अधिकाऱ्यांनी ही खबरदारी घेतली होती. भारतीय लोकसभेत कोणतीही गोष्ट गुप्त राखणं, ही गोष्ट केवळ अशक्य आहे.

गुप्ततेचं आणखीही एक कारण होतं. एका स्थानिक वाहिनीवरून मोनिकाची मुलाखत प्रसारित झाली होती. त्यानंतर पोर्तुगीजांमध्ये – विशेषत: नन्समध्ये – तिच्याविषयी सहानुभूतीची लाटच निर्माण झाली होती. लिस्बनच्या तुरुंगात मोनिकाने तीन वर्षं काढली होती. तेव्हापासूनच जनमत तिच्या बाजूला झुकलं होतं. तिच्या विरुद्ध कोणतीही कारवाई केली असती, तर पोर्तुगीज जनतेमध्ये क्षोभ निर्माण झाला असता, हे निश्चित. पोर्तुगीज सरकारला ते प्रकरण हानिकारक ठरलं असतं.

डॉन आणि मोनिका बेदीला भारतात परत नेण्यासाठी प्रवासी विमानाचा वापर न करण्यामागेही हेच कारण होतं. ज्या मालवाहतूक करणाऱ्या विमानातून त्यांना नेण्यात येणार होतं, ते मोठ्या पेटाऱ्याला पंख लावावेत तसं दिसत होतं. आत शिरल्यानंतर प्रचंड मोकळी जागा आणि दोन्ही बाजूला फिट बसवलेल्या धातूच्या खुर्च्यांच्या रांगा होत्या. छतापासून लोंबकळणाऱ्या दोऱ्या आणि सामान ठेवायच्या

जागेजवळ लहान क्रेनही होती. विमानात मुतारी होती, पण चांगलंसं स्वच्छतागृह मात्र नव्हतं.

सालेम आणि मोनिका विमानाचं एकंदर स्वरूप पाहून हादरलेच. ह्या विमानातून मायदेशी जायचं? पत्रकार आणि पोलिसांच्या तोफखान्याला तोंड द्यायचं? काळ्याकुट्ट भविष्याची जणू सूचनाच मिळाली आहे, अशा भावनेने ते दोघंही भयभीत झाले. विमानात परदेसींनी हातकड्या घालून सालेमला एका बाकड्याला जखडून टाकलं. त्याने स्वत:ला इजा करून घेऊ नये, म्हणून ती खबरदारी होती. न जाणो सालेमला प्रवासात काही झालं असतं, तर मानवाधिकारांच्या कार्यकर्त्यांनी पोलिसांना सळो की पळो केलं असतं!

"साब, मोनिकाला एकदाच, अखेरचं भेटता येईल का?" सालेमने विचारलं. दोघांमध्ये एक जाड पडदा होता.

"जराही हललास, तर याद राख." परदेसींनी दरडावलं.

अवाढव्य विमानाचं इंजीन सुरू झाल्यावर कानठळ्या बसवणारा आवाज आला. धावपट्टीवरून विमान पळू लागलं. खिडक्या नसल्यामुळे कैदी जोडीला त्या देशाचं अखेरचं दर्शन झालं नाही.

पडद्याच्या पलीकडे मोनिका शांतपणे बसली होती. तिने कोणाशीही बोलायची इच्छा व्यक्त केली नव्हती. ती बायबल वाचण्यात मग्न होती. परदेसी तिच्या शेजारी जाऊन बसले. त्यांच्याशी बोलायला लागू नये, म्हणून तिने डोळे बंद केले. हातामध्ये बायबल घट्ट पकडून ठेवलेलं होतं. जुन्या आठवणी आणि विचारांमध्ये ती पूर्णपणे गढून गेली.

विमान अधिकाधिक उंच जाऊ लागलं, तसा मोनिकाने सुटकेचा नि:श्वास सोडला. चार वर्षांपूर्वी जे मुंबई शहर तिला अत्यंत घाईने सोडावं लागलं होतं, तिथे ती परत निघाली होती. 'मुंबई नगरी आणि तिथले लोक आपलं कशा प्रकारे स्वागत करतील? आपल्याला सामावून घेतील? सिनेसृष्टीतील सहकारी आणि स्नेही पूर्वीप्रमाणे वागतील?' – तिच्या मनात प्रश्नांचं मोहोळ उठलं होतं.

चार तासांनंतर विमान कैरोच्या आंतरराष्ट्रीय विमानतळावर उतरलं. विमान इंधन भरण्यासाठी थांबणार होतं. छटवाल आणि परदेसी पाय मोकळे करण्यासाठी उतरले. सालेमला अर्थातच हलण्याची परवानगी नव्हती.

दोन तासांच्या मुक्कामानंतर विमान मुंबईकडे झेपावलं. एवढ्या लांबच्या एकत्रित प्रवासानंतर सालेम काहीसा मोकळेपणाने बोलायला लागला. विमानाच्या प्रचंड आवाजाची पर्वा न करता तो परदेसींबरोबर बऱ्याच गप्पा मारत होता. मोनिका,

त्याचा परिवार ह्या विषयांवरही तो बोलत होता. पडद्यापलीकडे बसलेली मोनिका मात्र काही न बोलता बायबलची पारायणं करीत होती. सकाळी साडेसात वाजता मुंबईच्या छत्रपती शिवाजी आंतरराष्ट्रीय विमानतळावर हवाईदलाचं IL-256 विमान उतरलं.

गँगस्टर अबू सालेम अखेर मुंबईत परतला. उत्तर प्रदेशातील आझमगढसारख्या मागासलेल्या गावातून आलेल्या सालेमला मुंबईनेच आसरा दिला होता. पुढे तो कुख्यात गँगस्टर बनला तो ह्याच मुंबईत. छटवाल आणि परदेसींनी सालेम आणि मोनिकाला परत आणलं होतं. ही दोघांच्याही कारकिर्दीमधील सर्वांत कठीण अशी कामगिरी होती. ती यशस्वीपणे पार पडली, ह्यामुळे दोघांनीही सुटकेचा भलामोठा नि:श्वास सोडला.

विमानतळावर इंटेलिजन्स ब्युरोच्या अधिकाऱ्यांनी सालेमला चौकशीसाठी थोड्या वेळासाठी ताब्यात घेतलं. त्याचवेळी परदेसी मोनिकाला घेऊन प्रतीक्षागृहात गेले. सीबीआयचे गुप्त पोलीस तिला ताब्यात घेण्यासाठी हैद्राबादहून येणार होते. २००१मध्ये आंध्र प्रदेशातील कुर्नुल येथून खोटं नाव आणि पत्ता धारण करून पासपोर्ट बनवल्याचा तिच्यावर आरोप होता. ह्यापूर्वीच इंडियन पिनल कोडच्या ४२०, ४७१ आणि ४६८ ह्या कलमांखाली तिच्यावर गुन्हे दाखल झालेले होते. त्याचबरोबर प्रिव्हेन्शन ऑफ करप्शन ॲक्ट 13 (1d) आणि पासपोर्ट ॲक्टच्या 12 (1B) याअंतर्गतदेखील तिच्यावर आरोपपत्र होतं.

परदेसी तिच्या कागदपत्रांवर नजर फिरवत असताना, ती बायबल हाताशी घेऊन मूकपणे बसून होती. ''तू ख्रिश्चन आहेस का?'' त्यांनी विचारलं. तिने मान डोलावली. तिच्यासारखी सुंदर अभिनेत्री सालेमसारख्या क्रूर आणि विधिनिषेधशून्य गँगस्टरच्या नादी का लागली असावी, ह्याचं त्यांना आश्चर्य वाटत होतं.

काही वेळाने न राहवून त्यांनी विचारलं, ''मला खूपच कुतूहल वाटतंय...'' हे ऐकून तिने त्यांच्याकडे नजर टाकली. ते पुढं म्हणाले, ''तो एक खतरनाक मुजरीम, निर्दयी, खुनी आहे हे सर्व माहीत असूनही तू त्याला साथ दिलीस. त्याचं कारण काय?''

''मी चुकले. त्याच्या प्रेमात पडायची फार मोठी चूक माझ्या हातून घडली...'' एवढं बोलून ती उन्मळून रडायला लागली.

स्वप्नं बॉलिवुडची

त्या एका फोनमुळे माझं संपूर्ण आयुष्यच बदलून गेलं.

अखेर माझी कारकिर्द मार्गी लागली होती. मला माझ्या व्यवसायात यश मिळायला लागलं होतं. त्यामुळे मी खूप आनंदात होते. जवळजवळ दहा वर्षं धडपड केल्यानंतर 'जानम समझा करो,' 'जोडी नं. १', 'प्यार, इश्क और मोहब्बत' यांसारख्या ए-ग्रेड बॉलिवुड चित्रपटांमध्ये मला कामं मिळाली होती. सलमान खान, संजय दत्त आणि अर्जुन रामपालसारख्या अभिनेत्यांबरोबर चित्रपटांमध्ये प्रणय करायची संधी मिळाली, ह्याचा अर्थ अखेर मलाही काही एक दर्जा प्राप्त झालाय, आता प्रथितयश चित्रपट निर्मात्यांकडून दर्जेदार चित्रपटांसाठी मला मागणी येईल ह्यात शंकाच नाही, अशा विचारांमुळे मी खूश होते.

सारं काही परिकथेप्रमाणे छान-छान चालू असताना 'तो' फोन आला आणि क्षणार्धात सारं चित्र पालटलं.

"पहिलं विमान पकडून दुबईला ये. तू फार मोठ्या संकटात आहेस," तो म्हणाला.

'संकटात आहेस' ह्या त्याच्या बोलण्याकडे मी फारसं लक्ष दिलं नाही, पण लगेचच दुबईचं तिकीट काढून, बॅगा भरून मी विमानतळावर गेले. सुदैवाने कोणतंही शूटिंग किंवा असाइनमेंट नसल्याने मी तत्काळ निघू शकले. त्याच्या स्वरामधील ताण जाणवूनदेखील मला फारशी चिंता वाटत नव्हती. काही गंभीर समस्या असेल, अशी शंकाही मनाला चाटून गेली नाही. कारण मी माझ्या प्रियकराला भेटायला चालले होते. त्याच्या प्रेमात मी इतकी आकंठ बुडाले होते की, मी मोठ्या संकटात सापडले आहे, हेही माझ्या लक्षात आलं नाही.

विमानात माझ्या जागेवर जाऊन बसले. मला ओळखून लोक माझ्याकडे रोखून पाहत होते. मी त्यांच्याकडे पाहून हसले. ही प्रसिद्धी आणि यश मला सहजासहजी मिळालं नव्हतं. अत्यंत प्रतिकूल परिस्थितीत जन्मलेल्या मुलीने अथक प्रयत्नांनी हे

यश आणि प्रसिद्धी खेचून आणली होती. माझी ही कहाणी इतरांना प्रेरणादायक ठरली असती, हे नक्की.

पंजाबमधील होशियारपूर ह्या शहराजवळ १५ किलोमीटरवर छाबेवाल हे लहानसं खेडेगाव आहे. तिथल्या एका मध्यमवर्गीय शीख कुटुंबात १८ जानेवारी १९७५ रोजी माझा जन्म झाला. आमच्या गावातील अनेक कुटुंब पाश्चात्त्य देशांमध्ये स्थलांतरित झाली होती. मी दहा महिन्यांची असताना माझ्या आई-वडिलांनीही नॉर्वेला जायचा निर्णय घेतला. माझे वडील – प्रेम बेदी हे डॉक्टर होते. आईचं नाव शकुंतला बेदी.

त्या काळी, म्हणजे १९७०च्या दशकामध्ये नॉर्वेमधील भारतीय लोकांची संख्या फार मोठी नव्हती. तिथले काही शेकडो भारतीय त्यामुळेच एकमेकांना धरून राहत. नॉर्वेमध्ये माझ्या बाबांनी डॉक्टरकी सोडून कपड्याचा व्यवसाय सुरू केला. नॉर्वेची राजधानी ओस्लोपासून ४५ किलोमीटर अंतरावर ड्रामन नावाचं शहर होतं. तिथेच त्यांनी हा व्यवसाय करायला सुरुवात केली. माझं बालपण अतिशय सुरक्षित, आनंदात गेलं. माझा भाऊ बॉबी आणि मला कोणत्याही प्रकारची उणीव भासू नये, ह्यासाठी माझे आई-बाबा प्रयत्नशील असत. तेव्हा जे काही हिंदी चित्रपट मी पाहिले ते व्हिडिओवर, घरच्या घरीच.

१९९२ साली, जेमतेम १७ वर्षांची असताना मी इंग्लंडला जायचा निर्णय घेतला. तिथे मला इंग्लिश वाङ्मयाचा अभ्यास करायचा होता. मी अभ्यासात हुशार होते. पण माझ्या आई-बाबांना माझा हा निर्णय आवडला नाही. मला स्वतंत्र, एकटीला राहायचं होतं; पण त्यांना मी अजूनही लहान आहे, असं वाटायचं. अखेर त्यांचा होकार मिळवण्यात मला यश आलं. इंग्लंड अतिशय सुंदर होतं. परदेशात एकटीने राहायचं स्वातंत्र्य मी मनापासून उपभोगत होते; पण काही काळानंतर इंग्लिश वाङ्मयातला माझा रस आणि उत्साह कमी झाला. पण आई-बाबांचा विरोध असूनही त्यांचं मन कसंबसं वळवलं होतं, त्यामुळे इथेच राहण्याशिवाय गत्यंतर नव्हतं.

इंग्लंडमध्ये काही महिने उलटले असताना एका छोट्या सुट्टीमध्ये मी मुंबईला गेले. ती भेट अविस्मरणीय ठरली, कारण तेव्हाच माझ्या आयुष्याने वेगळं वळण घेतलं. जुन्या जमान्यातील हिंदी चित्रपट अभिनेते मनोजकुमार ह्यांच्याशी माझी भेट झाली. त्यानंतर माझं आयुष्यच बदलून गेलं. पुढे माझ्या हातून जे काही घडलं, त्याची सुरुवात तेव्हाच झाली.

मुंबईला गेले असताना मी कथक शिकण्यासाठी गोपीकृष्ण ह्यांच्या नृत्यवर्गात नाव नोंदवलं होतं. एके दिवशी मनोजजी तिथे आले – 'रोटी, कपडा और मकान' आणि 'उपकार'सारख्या चित्रपटांचे नायक. पहिल्यासारखी शान राहिली नसली, तरी

त्यांच्या व्यक्तिमत्त्वातील जादू अजूनही दिसत होती.

मनोजजी अखंडपणे हिंदी चित्रपटसृष्टीविषयी बोलत होते. त्यांनी माझंही खूप कौतुक केलं. 'जुन्या काळातील अभिनेत्रींसारखं तुझं रूप आहे आणि आजच्या भारतीय चित्रपटांना तुझ्यासारख्या वेगळ्या चेहऱ्याची गरज आहे,' अशासारखे प्रशंसोद्‌गार ऐकून मी भारून गेले. प्रसिद्धी आणि झगमगती चंदेरी दुनिया मला खुणावू लागली.

खूप विचार केल्यानंतर माझा निर्णय झाला. अभिनेत्री व्हायचं. आई-बाबांना फोन करून मी माझा हा निर्णय त्यांना सांगितला. सुरुवातीला ते काहीसे नाखूश होते. मला परावृत्त करायचा त्यांनी खूप प्रयत्नही केला. शेवटी मी ऐकत नाही, हे पाहिल्यानंतर, त्यांनी नाइलाजाने परवानगी दिली. मी निर्णय तर घेतला, पण त्याची फार मोठी किंमत मोजावी लागली. शिक्षण आणि बॉलिवुड ह्यांमध्ये एकाचीच निवड करायची होती. सिनेसृष्टीच्या झगमगत्या दुनियेपुढे मला दुसरं काही दिसत नव्हतं. अर्थातच मी शिक्षण सोडलं. मुंबई मला संपूर्ण अनोळखी असल्याने, माझी आई नॉर्वे सोडून माझ्यासोबत राहायला आली. हिंदी सिनेसृष्टीत स्थान निर्माण करण्यासाठी माझा संघर्ष सुरू झाला.

सर्वप्रथम मी माझा पोर्टफोलिओ बनवून घेतला. छोटी-मोठी कामं मिळू लागली; पण लवकरच मुंबई नगरीचा झपाटा, वेग मला झेपेनासा झाला. इथली सिनेसृष्टी भुकेल्या महासागराप्रमाणे आहे. समुद्रात पडल्यानंतर तळाशी जायचं नसेल, तर कसंही करून तरंगत राहावंच लागतं. मीही खूप धडपडत होते, हात-पाय मारत होते. बॉलिवुडमध्ये कामं मिळवण्यासाठी, एक तर महत्त्वाच्या लोकांबरोबर झोपायची तयारी ठेवावी लागते किंवा निर्माते, दिग्दर्शक ह्यांच्याशी ओळख वाढवावी लागते, असं कळलं. त्यांच्या नजरेत भरण्यासाठी मग मी 'फिल्मी इव्हेंट'ना जायला लागले.

एकदा बॉलिवुड दिग्दर्शक सुभाष घई ह्यांच्या होळी पार्टीला गेले होते. अशा ठिकाणी अनेक दिग्दर्शक भेटतात, ओळखीने लहान-मोठी भूमिका मिळून जाते ह्या आशेने खूपशा नवोदित तारका ह्या पार्ट्यांना हजेरी लावत. तेव्हा मी फारच नवखी होते. सिनेसृष्टीत फारसं कोणाला ओळखतही नव्हते. त्या पार्टीत मला राकेश रोशन भेटले. लहानपणी त्यांचे काही चित्रपट पाहिले असल्याने ते एक अभिनेता आहेत, हे माहीत होतं; परंतु ते निर्माता-दिग्दर्शकसुद्धा आहेत, ह्याची मला अजिबात कल्पना नव्हती. राकेशजींनी त्यांच्या आगामी 'करण-अर्जुन' ह्या चित्रपटात मला भूमिका देऊ केली – तीही बॉलिवुडच्या हृदयाची धडकन असलेल्या सलमान खानच्या हिरॉइनची. 'त्या भूमिकेसाठी मला नवीन चेहरा हवा आहे. लवकरच चित्रीकरणास सुरुवात होईल' असंही ते म्हणाले. 'ऑफिसमध्ये येऊन भेट' असं म्हणून त्यांनी फोन नंबर

आणि ऑफिसचा पत्ताही दिला; पण मला दुसरीच शंका सतावत होती. 'ते तर अभिनेता आहेत. मग त्यांच्या चित्रपटात मला भूमिका कशी काय देताहेत?' अशा विचाराने मी गोंधळून गेले. शेवटी त्यांना भेटायला गेलेच नाही आणि ती भूमिका ममता कुलकर्णीकडे गेली! मी फारच साधीसरळ होते. चित्रपट उद्योगाची मला काहीही माहिती नव्हती. केवळ ह्या कारणामुळे मोठ्या चित्रपटात काम करण्याची उत्तम संधी मी गमावून बसले.

मकर राशीच्या स्त्रिया दृढनिश्चयी आणि महत्त्वाकांक्षी असल्या, तरी काहीशा लाजाळू आणि अबोल असतात, असं म्हटलं जातं. ते खरं असावं, कारण मी त्याचं ज्वलंत उदाहरण आहे. माझा सर्वांत मोठा दोष म्हणजे लोकांकडे जाऊन काम मागायची मला प्रचंड लाज वाटे. ते माझ्या स्वभावातच नव्हतं. माझ्यात अहं होता असं नाही, पण कोणाच्याही पुढे हात पसरणं मला जमत नसे. चित्रपटातील भूमिका मागणं तर फार दूरची गोष्ट झाली...

अर्थात अनेक महिने प्रयत्न करूनही मला काम मिळालं नाही. मी फारच निराश झाले. मनात नसतानाही आईसह होशियारपूरला राहायला गेले. एके दिवशी फार मोठा घाला पडला. छाबेवालच्या आमच्या घरावर दरोडेखोरांनी हमला केला. माझ्या आजी-आजोबांची अत्यंत क्रूरपणे हत्या करण्यात आली. आईही गंभीररीत्या जखमी झाली. ह्या घटनेने आई अत्यंत घाबरली. दिल्लीला तिच्या भावाकडे राहायला गेली. नॉर्वेला जायचीही तिची तयारी नव्हती. माझे बरेचसे नातेवाईक एव्हाना नॉर्वेत स्थायिक झाले होते. तरीदेखील आईला तिथे जायचं नव्हतं. काही काळानंतर बरीच समजूत घातल्यानंतर अखेरीस ती नॉर्वेला गेली.

१९९५ साली मी मुंबईला परतले. ह्या वेळी आई सोबतीला नव्हती. एकटीने राहायचं, साऱ्या जबाबदाऱ्या पार पाडायच्या असल्याने माझा लाजाळू स्वभाव बदलायला हवा, ह्याची मला जाणीव झाली होती. मिळतील त्या लहान-मोठ्या भूमिका मी स्वीकारायला लागले. त्याच काळात निर्माते मुकेश दुग्गल ह्यांच्याशी ओळख झाली. त्यांच्या 'सुरक्षा' ह्या चित्रपटात मला नायिकेचं काम मिळालं. सैफ अली खान आणि सुनील शेट्टीसारखे आघाडीचे नट असूनही तो चित्रपट आपटला.

असं असलं, तरी मी हिंमत हारले नव्हते. दुग्गलजींबरोबर मी बरेच चित्रपट केले. परिणामत: आमचे संबंध आहेत, अशा अफवा पसरल्या. सुरुवातीला मला ह्या गोष्टीचा त्रास व्हायचा, पण हळूहळू तिकडे दुर्लक्ष करायला शिकले. तुमच्याविषयी उलटसुलट बातम्या यायला लागल्या, चर्चा व्हायला लागली, ह्याचा अर्थ तुमचं नाव झालंय असा घ्यायचा, हे एव्हाना मी समजून चुकले होते.

दुर्दैवाची गोष्ट म्हणजे, १९९७ साली दुग्गलजींची गोळ्या झाडून हत्या करण्यात आली. हे काम अंडरवर्ल्डचं होतं. पुन्हा एकदा मला फार मोठा धक्का

सहन करावा लागला. बॉलिवुडमधील माझे एकमेव सल्लागार होते ते. माफियाने त्यांचा बळी घेतला. पुढे ह्याच माफियाशी माझं नशीब जोडलं जाणार आहे, ह्याची मला तेव्हा जराही कल्पना नव्हती.

माझे सर्व चित्रपट धडाधड कोसळत होते. तेलुगू चित्रपटांमध्येही काम केलं. ते दर्जेदार चित्रपट होते आणि माझ्या कामाची प्रशंसासुद्धा झाली. पैसे कमावण्यासाठी मुंबईमध्ये नृत्याचे कार्यक्रमदेखील केले.

एके दिवशी दुबईमधील एका व्यावसायिकाचा फोन आला. त्याने 'अर्सलान अली' अशी स्वतःची ओळख करून दिली. 'दुबईमध्ये नृत्याचा एक कार्यक्रम आयोजित केला असून, त्यात मीही नृत्य करावं' अशी त्याने मला विनंती केली. मी होकार दिला. 'सर्व तयारी झाल्यानंतर पुन्हा फोन करीन' असं तो म्हणाला. म्हटल्यानुसार काही दिवसांनी त्याचा फोन आलाच. ह्या वेळी आम्ही जुनी मैत्री असावी, अशा खूप वेळ गप्पा मारल्या. त्याला इंग्लिश अस्खलितपणे बोलता येत नव्हतं, ते माझ्या लक्षात आलं. मी बोलता-बोलता मध्येच इंग्रजीत बोलायला सुरुवात करायची, पण त्याचं इंग्रजी 'हॅलो' आणि 'थँक्यू'च्या पुढे गेलं नाही. अर्थात त्या वेळी माझं हिंदीही फारसं चांगलं नव्हतं. त्यामुळे त्याच्या वाईट इंग्लिश बोलण्याला माझी हरकत नव्हती. नंतर त्याचे वारंवार फोन यायला लागले. मलाही तो मित्रापेक्षाही जास्त जवळचा वाटायला लागला. गमतीची गोष्ट म्हणजे, मी त्याला भेटलेही नव्हते. फक्त फोनवर संभाषण करून आमची जवळीक वाढली होती.

त्याच्याशी बोलायला मला अतिशय आवडायचं. त्याच्या फोनची मी अति आतुरतेने वाट बघत असायची. सकाळी जाग यायची तेव्हापासूनच त्याच्या फोनची ओढ वाटायला लागे आणि झोपताना त्याच्याशी वार्तालापाचेच विचार मनात घोळत असायचे. अचानक त्याने माझं अंतरंग पूर्णपणे व्यापून टाकलं. ध्यानी, मनी, स्वप्नी तोच असे. त्याला प्रत्यक्ष न पाहताच मला त्याच्याविषयी असं अनावर आकर्षण निर्माण झालं, ही आश्चर्याची गोष्ट होती.

पुढच्या काही महिन्यांच्या कालावधीत आम्ही फारच जवळ आलो – अर्थात फोनवरूनच. प्रत्यक्ष न पाहताच मी त्याच्या प्रेमात आकंठ बुडाले आहे, हे मला उमगलं.

अखेर आम्ही दुबईमध्ये भेटलो. आमची पहिली भेटदेखील अतिशय संस्मरणीय ठरली. त्याने मला लग्नाची मागणी घातली आणि मी क्षणाचाही विचार न करता 'हो' म्हणाले. माझ्यावर खरंखुरं प्रेम करणारा, माझी मनापासून चिंता वाहणारा माझ्या आयुष्यात आल्याने मी सुखावले. त्यानंतरही एकदा मी त्याला भेटण्यासाठी दुबईला गेले. तिसऱ्यांदा त्याने बोलावल्यानंतर मात्र मी त्यालाच मुंबईला यायचं आमंत्रण दिलं, पण त्याने काहीतरी कारण सांगून टाळलंच.

अर्सलान मुसलमान असल्याने माझ्या आई-बाबांना त्याच्याविषयी कसं सांगावं, अशा द्विधा मनस्थितीत मी होते. शेवटी 'संजय' नावाच्या व्यक्तीशी माझी जवळीक वाढली आहे, अशी थाप मी मारली. मला चांगला जोडीदार मिळाला ह्याचा त्यांनाही आनंद झाला.

सुरुवातीच्या काळात तो नेमका कसा आहे, हे समजणं कठीण जायचं. आमच्या भेटीगाठी फार कमी असायच्या. दुबईला मी फक्त दोन-तीन दिवसांसाठी जात असे. अर्थात त्या अवधीत तो माझ्याशी खूपच चांगला वागायचा. त्याची फक्त चांगली बाजूच मला दिसायची. माझी कामं मिळवण्यासाठी चाललेली धडपड त्याला माहीत होती. 'चित्रपटसृष्टीत माझ्या चांगल्या ओळखी आहेत. मी तुला उत्तम भूमिका मिळवून देण्यासाठी मदत करीन' असा दिलासा त्याने दिला आणि त्याप्रमाणे तो वागलाही. त्याने शब्द टाकल्यामुळेच मला अनेक चित्रपटांमधून कामं मिळायला लागली. सलमान खान आणि उर्मिला मातोंडकरची प्रमुख भूमिका असलेल्या 'जानम समझा करो' ह्या चित्रपटात मी साहाय्यक अभिनेत्रीची भूमिका केली. तो चित्रपट तुफान चालला नसला, तरी निदान माझ्या पूर्वीच्या चित्रपटांप्रमाणे आपटला तरी नाही. पुढील दोन वर्षांत मला महत्त्वाच्या भूमिका मिळत गेल्या. त्यापैकी एक विनोदी चित्रपट दिग्दर्शक डेव्हिड धवन ह्यांचा 'जोडी नंबर वन' हा होता. त्यामध्ये संजय दत्त माझा नायक होता. तो चित्रपट खूप चालला. माझा पहिला यशस्वी चित्रपट. राजीव राय ह्यांच्या 'प्यार, इश्क और मोहब्बत'मध्येही मला महत्त्वाची भूमिका होती. उभरता कलाकार अर्जुन रामपाल माझा हिरो होता. ह्या भूमिका अर्सलानमुळेच मला मिळाल्या, हे मी जाणून होते. चित्रपटसृष्टीत आपलं वजन वापरून त्याने सूत्रं हलवली असावीत. 'मला प्रमुख भूमिका मिळाल्या, त्या अंडरवर्ल्डशी संबंध असल्यामुळेच' अशा तऱ्हेच्या बातम्या प्रसारित करून मीडियाने माझं यश झाकोळण्याचा प्रयत्न केला. मी ह्या अफवांचा स्पष्ट शब्दात इन्कार केला. खूप झगडून मिळवलेल्या यशामुळे माझे पाय जमिनीवर टेकत नसल्याने, अशा बातम्यांकडे मी फारसं कधी लक्षही दिलं नाही. माझ्या आयुष्यातील सर्वोच्च आनंदाचा काळ होता तो. मला खूप खूश ठेवणारा जोडीदार आणि उत्तमोत्तम चित्रपटांत भूमिका, यापेक्षा अधिक काय हवं? माझी सारी स्वप्नं साकार होत होती आणि तेव्हाच तो फोन आला...

दुबईच्या आंतरराष्ट्रीय विमानतळावर अर्सलान माझ्या स्वागतासाठी आलाच होता. चेहऱ्यावर ताण दिसत होता. काहीसा पश्चात्तापदग्धही वाटत होता. गाडीतही फारसा बोलला नाही. मला दुबईला एवढ्या तातडीने का बोलावलं, ह्या माझ्या प्रश्नाला उत्तर देणंही त्याने टाळलं. घरी पोहोचल्यानंतरच त्याने तोंड उघडलं.

''तुला मुंबईला कधीच परत जाता येणार नाही.'' त्याचे हे शब्द ऐकून मी थक्क झाले. मी सारंकाही – माझे कपडे, घर, गाडी, सर्वकाही सोडून आले होते. दुबईला फार तर दोन आठवडे राहून परतायचं, असं ठरवून मी दुबईला आले होते आणि अर्सलान म्हणत होता की, माझ्या स्वप्ननगरीमध्ये कधीही परत जाणार नाही.

''असं का म्हणतोस?'' मी विचारलं.

''पोलीस तुला माझ्याविषयी विचारतील. मी कोण आहे, हे सांगायला भाग पाडतील.''

''म्हणजे काय?'' मी प्रचंड गोंधळले होते.

अखेर त्याने सत्य सांगितलं. त्याचं खरं नाव अबू सालेम असून, तो दुबईला व्यवसाय वगैरे काही करत नसून अंडरवर्ल्डशी संबंधित गँगस्टर आहे. माझे त्याच्याशी संबंध आहेत हे पोलिसांना समजलं असून, ते कोणतंतरी कलम लावून मला अटक करतील, ह्या भयापोटी त्याने मला तडकाफडकी मुंबई सोडायला सांगितलं, हे ऐकून मी हादरलेच. खरं पाहता प्रथम भेटीतही त्याने 'मी अबू सालेम' असं सांगितलं असतं, तरी मला काही कळलं नसतं. दाऊद इब्राहिम, छोटा शकील ह्या गँगस्टरची नावं मी ऐकली होती; पण अबू सालेम हे नाव आत्ता, प्रथमच माझ्या कानांवर पडलं होतं.

हा धक्का पचवतेय तोच त्याने पुढे जे सांगितलं, त्यामुळे मी शतशः विदीर्ण झाले. त्याचं पूर्वीच समीरा जुमानी हिच्याशी लग्न झालं असून, तिच्यापासून झालेलं एक मूलही आहे असं सालेमने सांगताच, माझं मन दुःखाने भरून आलं. 'पण माझं फक्त तुझ्यावरच प्रेम आहे. आपण आयुष्याला नव्याने सुरुवात करू या.' असंही तो म्हणाला. मला रडू फुटलं. ह्यापूर्वी मी कधीच एवढी रडले नव्हते. 'एका मॉबस्टरची मैत्रीण' हीच माझी ओळख... नशिबाने मला काय बनवलं, हे पाहून मला रडू आवरेना.

निर्वासित

११ सप्टेंबर २००१ रोजी 'अल कायदा'च्या आत्मघातकी हल्लेखोरांनी वर्ल्ड ट्रेड सेंटरसारख्या जगप्रसिद्ध टॉवरवर विमानं आदळली. टॉवरबरोबरच कैक हजार अमेरिकन लोकांचं जीवनही उद्ध्वस्त झालं. त्यानंतर अमेरिकेत दहशतवाद आणि इस्लाम ह्याविरुद्ध फार मोठा क्षोभ उसळला. तिथल्या प्रत्येक मुस्लीम स्त्री-पुरुषाच्या मनामध्ये भीती निर्माण झाली. आपला जीव मुठीत धरून तिथे राहणाऱ्या अनेक दक्षिण आशियाई मुस्लीम लोकांमध्ये सालेम आणि मीही होतो.

भारतीय पोलिसांना सालेमबरोबरच्या माझ्या संबंधांचा सुगावा लागल्यानंतर थोड्याच दिवसांत आम्ही दुबईहून अमेरिकेला निसटलो होतो. सीबीआयने माझ्या मुंबईतल्या घरावर कब्जा केलाय, तसंच माझी बँकेतील सारी खाती गोठवली आहेत, हे मला दुबईत असतानाच समजलं होतं. माझी चोहोबाजूंनी कोंडी झाली होती. ह्यामधून सुटण्यासाठी सालेमशिवाय अन्य पर्यायच नव्हता.

सालेमने त्याचा खरा रंग दाखवला, तेव्हा मी अक्षरशः खचून गेले होते. पूर्वी दाऊदच्या टोळीत होता आणि संगीतसम्राट गुलशन कुमार, हिंदी अभिनेत्री मनीषा कोईराला हिचा सेक्रेटरी अजित दिवानी, बिल्डर ओमप्रकाश कुकरेजा ह्यांच्या हत्या, तसेच अन्य ५० गुन्ह्यांसाठी त्याच्यावर आरोप ठेवले आहेत, असंही तो म्हणाला.

मुळात आमच्या प्रेमसंबंधाचा पायाच असत्य आणि लबाडीवर आधारलेला असल्याने आमच्यामध्ये काही दुवा उरलाय की नाही, ह्याची मला शंका यायला लागली. सालेम माझ्याशी कधीही वाईट वागला नव्हता, हेही खरं होतं. त्याची दुसरी बाजू मला एकदाही दिसली नव्हती. त्याची 'दयाळू, लोकांना मदत करणारा' अशी प्रतिमाच माझ्यासमोर होती. त्याच्याशी माझं नातं हा माझा अत्यंत वैयक्तिक प्रश्न होता. तो गँगस्टर आहे, त्याचे माफियांशी संबंध आहेत, ह्याच्याशी माझं काहीही देणं-घेणं नव्हतं. माफियामधील कोणालाही मी कधी भेटलेही नव्हते.

त्याच्या जीवनातील तो भाग मला आतापर्यंत संपूर्णत: अनोळखी होता. तो माझ्याशी खोटं बोलला, त्याने मला फसवलं, हे समजल्यानंतरदेखील माझं त्याच्यावरील प्रेम कमी झालं नाही. ही जाणीव झाल्यानंतर त्याला आणखी एक संधी द्यायची, असं मी ठरवलं. हेच आपल्या नशिबात आहे, असं म्हणून मी परिस्थितीचा स्वीकार केला.

मधल्या काळात मीडियातील बातम्यांमुळे आई-बाबांना माझं हे प्रकरण समजलं. त्यात भर म्हणून 'सालेम आणि मी २० नोव्हेंबर २००० रोजी गुप्तपणे विवाहबद्ध झालो' अशीही बातमी आली. तो तर माझ्या परिवाराला मोठाच धक्का होता. त्याच वेळी माझ्या आईला पक्षाघाताचा जोराचा झटका आला. त्यामुळे ती बिछान्याला खिळली. मला तिच्याशी बोलायचं होतं, पण सालेमने मला रोखलं. 'पोलिसांनी फोन टॅप केला असणार. मी फोन केल्यास न केवळ मला, पण माझ्या परिवारालाही धोका आहे' असं त्याने बजावल्यामुळे मी माझं मन आवरलं. माझे कुटुंबीय वारंवार संपर्क साधायचा प्रयत्न करत होते, तरीही मी प्रतिसाद दिला नाही. माझ्या मूर्खपणामुळे त्या कोणालाही त्रास होऊ नये, अशी माझी इच्छा होती.

२००१ साली आम्ही 'फौझिया आणि डानिश बेग' ह्या नावाखाली अमेरिकेला प्रयाण केलं. आम्ही तिथे सुरक्षित असू, असं सालेमला वाटत होतं. काही आठवड्यानंतर मलाही तसंच वाटायला लागलं. सालेमजवळ 'नॉन-इमिग्रंट वर्क व्हिसा' होता. त्यावर लिहिल्याप्रमाणे तो एका मरीन इंजिनिअरिंग कंपनीमध्ये मेंटेनन्स मॅनेजर म्हणून कामाला होता! तो आणि त्याची पहिली पत्नी समीरा जुमानी ह्यांनी अमेरिकेत बराच पैसा कमावला होता. कोट्यवधींच्या मालमत्ता, दोन स्क्रीन असलेलं सिनेमागृह, गॅस स्टेशन आणि लठ्ठ बँक बॅलन्स त्यांच्या नावे जमा होता. हळूहळू सारं पूर्वीप्रमाणे नियमित होत असतानाच ९/११ची घटना घडली. अचानक सारीच उलथापालथ झाली. अतिसुरक्षित वाटणारी अमेरिका सर्वांत जास्त धोकादायक वाटू लागली. दक्षिण आशियाई लोकांवर सतत होणारे हल्ले आणि एफबीआयतर्फे होणाऱ्या धरपकडींमधून अमेरिकी जनतेचा क्रोध आणि तिरस्कार स्पष्ट दिसून येत होता.

सभोवतालच्या वातावरणाबरोबरच आमचं जीवनही बदललं. ९/११नंतर सालेम फारच चिंताग्रस्त आणि भयभीत झालेला होता. त्याला अमेरिकेत अतिशय असुरक्षित वाटायला लागलं. तो कायम घाबरलेला असे. कधीही एफबीआयची थाप दारावर पडेल आणि आपल्याला पकडून नेतील, ह्या विचाराने अस्वस्थ असायचा. इंटरपोलनेही आमच्या विरुद्ध नोटीस जारी केल्याने सालेमच्या चिंतेत भर पडली. त्याची ही अशी अवस्था पाहून एरवी अतिशय धीरोदात्त वगैरे वाटणारा सालेम वास्तविक किती भित्रा आहे, हे लख्ख दिसून आलं. अनेक तास फोनला कान लावून आणि इंटरनेटमध्ये

डोकं खुपसून तो पुढे काय करायचं, ह्याच्या योजना आखत बसे.

दोन-तीन दिवसांच्या सहवासात कोणीही चांगलंच वागतं, तसा तोही पूर्वी वागत असे. पण दीर्घकाळ एकत्र राहिल्यानंतर आमचं पटणं कठीण आहे, हे माझ्या लक्षात आलं. आमच्या स्वभावात, विचारात जमीन-अस्मानाचा फरक होता. सर्वच बाबतीमध्ये आम्ही वेगळे होतो. एकत्र राहाणं जमणार नाही, हे उमजल्यानंतर मी त्यालाही तसं सांगून टाकलं. आपणा दोघांत महदंतर आहे, आपलं जमणार नाही हे समजावून सांगण्याचा मी वारंवार प्रयत्न करायची, पण दरवेळी तो मला गप्प बसवायचा.

एके दिवशी 'मी तुला जगाच्या सफरीवर घेऊन जाणार' असं त्याने जाहीर केलं. ह्यापूर्वी एकमेकांसोबत वेळ घालवणं जमलं नाही, त्याची आता भरपाई करायची आहे, असं तो म्हणाला. काहीतरी गडबड आहे, असं मला वाटलं; पण अटक व्हायची टांगती तलवार डोक्यावर असल्याने मीही तयार झाले. सालेमच्या पत्नीला – समीराला सालेमने टेक्सासमध्ये घर घेऊन दिलं होतं. तिला ही जगप्रवासाची कल्पना पसंत नव्हती. जेमतेम १७ वर्षांची असताना समीराने त्याच्याबरोबर पळून जाऊन लग्न केलं होतं. त्यांना एक मुलगाही होता. नंतर त्यांचे संबंध बिघडले. आता ते सुधारण्याच्या पलीकडे गेले आहेत. अजूनही तिच्या मनात सालेमविषयी थोड्याफार भावना शिल्लक आहेत, हे मला माहीत होतं. त्याच्या प्रवासयोजनेला तिने कडाडून विरोध केला. दोघांची प्रचंड वादावादी झाली, पण अखेरीस तिने परवानगी दिली. ती अजूनही सालेमची कायदेशीर पत्नी आहे, ही गोष्ट मी विसरू शकत नव्हते. मी तिच्यापुढे मैत्रीचा हात पुढे केलाही, पण साहजिकच तिने तो झिडकारला होता.

अखेरीस आम्ही जगप्रवासाला निघालो. खूप ठिकाणांना भेटी दिल्या, नवनवीन लोकांशी ओळखी झाल्या. इथे कोणीही आमच्याकडे 'पळपुटे गुन्हेगार' ह्या नजरेने पाहत नव्हतं. आम्हीही त्यांच्याचप्रमाणे सर्वसामान्य लोक होतो. प्रवासात आम्ही दोघं एकमेकांच्या खूप जवळ आलो. आमचे दुरावलेले संबंध सुधारले. आमची सहा दिवसांची ॲम्स्टरडॅमची ट्रिप मला अजूनही आठवते. सालेम आधीच तिथे गेला होता. मी काही दिवसांनंतर गेले, तेव्हा तो सुरेख गुलाबपुष्पांचा गुच्छ घेऊन विमानतळावर हजर होता. नंतर रेस्टॉरंटमध्येही सतत माझ्या कानाशी लागून, गोड-गोड बोलून त्याने मला खूश केलं. सुंदर नाइट गाउन भेट दिला. हॉटेलच्या रूममध्ये आमचा प्रणय रंगला होता. त्याने मला सर्व दृष्टीने सुखावून टाकलं. अचानक त्याचं असं उफाळलेलं प्रेम पाहून मी काहीशी चकित झाले. त्याच्यासारखी व्यक्ती असं उत्कट प्रेम करू शकेल, हे मला स्वप्नातही वाटलं नव्हतं. मला पुन्हा एकदा प्रेमात पाडण्यासाठी त्याची धडपड चालली होती. त्या काळात तो खूप रोमँटिक वागायचा.

माझ्या बाबतीत खूप स्वामित्व दाखवायचा, पण मला तितकाच मानही देत असे. मला खूश ठेवण्यासाठी धडपडणारा, माझी मर्जी राखणारा, उत्कट प्रेमिक सालेम मला खूप आवडायला लागला. अखेर दुरावा सोडून पुन्हा एकदा मी त्याच्या प्रेमात पडले.

जगाच्या पाठीवर विविध जागी अनुभवलेले ते अविस्मरणीय दिवस संपले. आम्ही पोर्तुगालमधील लिस्बन इथे गेलो. इथे आमचं अतिशय आनंदमय सहजीवन चालू होतं. अखंड मधुचंद्राचे दिवस होते ते. माझे आई-बाबाही भेटायला आले. त्यांनाही सालेम मनापासून आवडला. माझा जिवलग – सालेम. सारंकाही इतकं स्वप्नवत चालू होतं की, इंटरपोल आमच्या शोधात आहे, हे मी संपूर्णपणे विसरून गेले होते.

आणि... २० सप्टेंबर २००२च्या सकाळी दाराची बेल वाजली. आमच्याकडे सहसा कोणी येत नसे आणि येणार असेलच, तर त्याची पूर्वकल्पना आम्हाला असायची. कोण आलंय ते बघायला सालेमने मलाच पाठवलं. प्रदीर्घ – पाच वर्षं – दु:स्वप्नाला दार उघडून मी घरात घेते आहे, ह्याची मला कल्पनाही नव्हती. पोलीस अधिकाऱ्यांची मोठी फौजच दारात उभी होती. आमच्या घराला त्यांनी वेढा घातला होता. सालेमने प्रतिकार करण्याचा प्रयत्न केला, पण अखेर शरण जाण्याशिवाय आम्हाला गत्यंतर नव्हतं.

अटकेनंतर आम्हाला वेगवेगळ्या कोठड्यांमध्ये ठेवलं होतं. आठवड्यातून फक्त एकदाच भेटायची परवानगी असे. माझे सुरुवातीचे काही दिवस अतिशय खडतर गेले. तुरुंगातील अन्य कैद्यांमुळे मी अत्यंत अस्वस्थ, घाबरलेली असायची. मी सोडून बाकी सारेच अट्टल गुन्हेगार होते. आक्रमक, भांडखोर. मी त्यांच्यापासून दूरच राहायची. मला सालेमची खूप चिंता वाटायची. अटक झाल्यामुळे तो पार कोसळला असणार, हे मला माहीत होतं. तुरुंगात जायची त्याला नेहमीच अतिशय भीती वाटायची. त्या कल्पनेनेच तो घाबरत असे. सुदैवाने लिस्बनच्या तुरुंगामध्ये फोनची सोय होती, त्यामुळे काही नियम असले, तरी आम्ही दोघं एकमेकांच्या संपर्कामध्ये होतो. त्याचं औदासीन्य घालवण्यासाठी मी त्याला प्रेमपत्रंही लिहायची. त्याला मी 'बाबू' म्हणायचे. त्याच नावाने पत्रं लिहायची. मी त्याची 'गुडिया' होते. ह्या पत्रांमुळे माझ्यामधील सर्जनशीलतेलाही वाव मिळायचा. त्याला मी सुंदर कविता, कधी आम्हा दोघांची सुरेख रेखाचित्रं काढून पाठवायचे.

२० नोव्हेंबर २००२ रोजी मी त्याला एक खास पत्र लिहिलं. तो दिवस महत्त्वाचा होता – आम्हा दोघांच्या लग्नाचा दुसरा वाढदिवस. या खास दिवशी आम्ही एकमेकांपासून दूर आहोत, ह्या विचाराने मला रडू कोसळलं. पत्र लिहिताना माझ्या गालांवरून अश्रू ओघळत होते. एकमेकांच्या बाहुपाशात असण्याऐवजी

आम्ही तुरुंगात, वेगवेगळ्या कोठड्यांमध्ये खितपत पडलोय हे आठवून मी खिन्न झाले. माझं त्याच्यावर किती प्रेम आहे, त्याचं माझ्या हृदयात, आयुष्यात काय स्थान आहे, हे त्याला सांगण्यासाठीच मी पत्र लिहीत होते. सध्याच्या कठीण परिस्थितीमध्ये मला त्याच्याशिवाय कोणाचाच सहारा नव्हता.

आम्ही तुरुंगात असताना आम्हाला अटक झाल्याची खबर भारत सरकारला कळवण्यात आली. आम्हाला भारत सरकारकडे सुपुर्द करण्यासाठी वाटाघाटी सुरू झाल्या. माझ्या कुटुंबीयांनाही कळवण्यात आलं. मला सोडवण्यासाठी माझा भाऊ आणि बाबा मोठ्या तातडीने लिस्बनला आले. तथापि, इथे आल्यानंतर माझी सुटका होण्यासाठी कैक वर्षं लागतील, हे त्यांना कळून चुकलं.

२००३मध्ये एका पोर्तुगीज न्यायालयात आमचा खटला चालला. बनावट कागदपत्रांच्या साहाय्याने पोर्तुगालमध्ये प्रवेश केल्याच्या आरोपावरून मला दोन वर्षं तुरुंगवासाची शिक्षा ठोठावण्यात आली. त्याच आरोपावरून सालेमलाही तीन वर्षांची शिक्षा झाली. शिवाय अटक करण्यास विरोध आणि पोलिसाला जखमी केल्याच्या आरोपावरून दोन आणि खोटी साक्ष देण्याबद्दल एक, अशी एकूण सहा वर्षांची शिक्षा ठोठावण्यात आली.

ह्या घटनेमुळे माझे बाबा अत्यंत अस्वस्थ झाले. माझ्यावर खूप रागावलेले असल्याने ते माझ्याशी बोलायलाही तयार नव्हते; पण अखेर पित्याची माया त्यांना स्वस्थ बसू देईना. माझी परिस्थिती पाहून ते विदीर्ण झाले. दु:खाने त्यांना रडू कोसळलं. माझ्या वागण्यामुळे परिवाराची मान शरमेने खाली झुकली होती. माझ्या कृत्याचं समर्थन करायला माझ्याकडे शब्द नव्हते. पण परिणाम तर भोगायला हवेच होते. लिस्बनमधील तुरुंगवासाची ती दोन वर्षं मानसिक आणि भावनिकदृष्ट्या अत्यंत तणावपूर्ण गेली. शांत झोप लागणं अशक्य झालं होतं. एकाकी राहावं लागत असल्याने अतिशय बेचैन वाटायचं. असे दिवस काढायचे, ह्या कल्पनेने मी झुरत असायची. माझ्या कुटुंबीयांनी 'सालेमला विसरून जा' असं बजावून सांगितलं होतं, तरीही मी त्याला पत्र पाठवणं थांबवलं नाही. आमच्या एकमेकांवरील प्रेमामुळेच थोडीफार मन:शांती मिळत होती, हे त्यांना समजावणं कठीण होतं. तथापि, सतत एकटी राहून मी कमालीची अस्वस्थ, अशांत झाले होते. काहीच सुचेनासं झाल्याने आधार शोधत असतानाच मला मार्ग दिसला.

तुरुंगातील कैद्यांचं परिवर्तन करण्याच्या उद्देशाने तुरुंगाधिकारी आठवड्यातून तीन वेळा ख्रिश्चन नन्सना आमंत्रित करायचे. त्यांची प्रवचनं मी कधीही चुकवत नसे. अशाच एका सभेच्या वेळी माझा अतीव खिन्न चेहरा पाहून, एका ननने ख्रिश्चन धर्माचा मार्ग दाखवला. तिने मला बायबलमधील काही उतारे वाचायचा सल्ला दिला आणि खरोखरच ते वाचल्यानंतर माझ्या मनाला शांती लाभली. त्यामुळे मी

बायबलच्या शिकवणीकडे जास्तच आकर्षित झाले. ख्रिश्चन धर्माकडे माझा कल वाढत चालला आहे, ही गोष्ट मी सालेमला कळवली नाही. सालेम मुस्लीम आहे आणि त्याने मलाही त्याचा धर्म स्वीकारायचा आग्रह पूर्वी केला होता. त्यामुळेच ख्रिश्चन धर्माच्या माझ्यावरील वाढत्या प्रभावाविषयी सांगून मला त्याच्या भावना दुखवायच्या नव्हत्या. हळूहळू मी त्याला पत्र लिहिणं कमी केलं. आमच्यामध्ये अंतर वाढत गेलं. बायबलने माझ्या आयुष्यात एक नवी दिशा, एक नवा मार्ग दाखवला आणि त्यानंतर मी सालेमपासून दूर गेले.

त्याच सुमारास एक अनपेक्षित घटना घडली. तुरुंगातील कैद्यांच्या जीवनावर एक टीव्ही कार्यक्रम झाला होता. त्यामध्ये माझी मुलाखत घेण्यात आली होती. त्यांना मी माझी कहाणी सांगितली होती. मला विनाकारणच तुरुंगवास सहन करावा लागतो आहे, असंही त्या मुलाखतीमध्ये मी सांगितलं होतं. ती मुलाखत स्थानिक वाहिनीवर दाखवण्यात आली आणि काय होतंय हे समजायच्या आतच असंख्य लोकांनी मला पाठिंबा आणि सहानुभूती दर्शवायला सुरुवात केली. तेव्हाच बॉबीने – माझा भावाने – 'थोड्याच महिन्यांत आम्हाला भारत सरकारच्या स्वाधीन करण्याची शक्यता आहे' अशी बातमी दिली. सर्व नन्स 'आम्ही तुझ्यासाठी प्रार्थना करतो' असं मला म्हणत असत. आम्हा सर्वांच्याच प्रार्थनांना परमेश्वराने प्रतिसाद दिला, असं मला वाटायला लागलं.

भारतामध्ये जायला मिळणार म्हणून मी आनंदित झाले असले, तरी सालेमला मात्र ते नको होतं. 'भारतामध्ये मी अल्पसंख्यांक धर्मियांमध्ये मोडत असल्याने मला लक्ष्य बनवण्यात येईल, माझा छळ होईल' अशी कैफियत त्याने पोर्तुगीज न्यायालयात मांडली होती. ह्या विषयावर १० जुलै २००५ ह्या दिवशी माझं त्याच्याशी प्रचंड भांडण झालं. आम्ही खूप दिवसांनंतर न्यायालयाच्या बाहेर भेटलो होतो. गेल्या काही महिन्यांपासून मी त्याच्याशी ज्या तऱ्हेने वागत होते, त्यामुळे तो आधीच चिडलेला होता. पत्र लिहायचं थांबवलं होतं. त्याच्याशी कोणत्याही तऱ्हेचा संपर्क साधायची मी सतत टाळाटाळ करत होते. एवढंच नव्हे, तर भेटल्यानंतर त्याला 'सलाम' म्हणायचंसुद्धा बंद केलं होतं. ह्या सर्व गोष्टींमुळे मी बदलल्याचं त्याच्या लक्षात आलं होतं. त्याने त्याबद्दल माझी उलटतपासणी घ्यायला सुरुवात केली.

मला काय झालं कोणास ठाऊक, मीही प्रचंड भडकले. मोठमोठ्याने त्याच्याशी भांडायला लागले. समीराचं नावही भांडणात ओढलं. ती अजूनही त्याची कायदेशीर पत्नी आहे, ह्यावरून त्याला झाडलं. दोघांनीही एकमेकांवर जहरी वाग्बाण सोडले. घायाळ होऊन मी रडतच माझ्या कोठडीत गेले. तो माझ्या आयुष्यातील अतिशय दुःखदायक दिवस होता. रात्रीपर्यंत माझा राग मावळला. सालेमला पत्र लिहून माझ्या वागण्याबद्दल माफी मागितली. 'त्याच्याशी भांडायची मला मुळीच इच्छा नव्हती,

पण शब्दाने शब्द वाढत गेला आणि माझा तोल सुटला,' असं पत्रात लिहिलं.

त्याच पत्रामध्ये 'ख्रिश्चन धर्माकडे माझा कल कसा वाढत चालला आहे' हेदेखील कळवलं. पत्रांमधून 'अल्ला'चा उल्लेख टाळण्याचंदेखील तेच कारण आहे. बायबलमधील उतारे माझ्या मनाला मोहून टाकतात. त्यांची पारायणं केल्याने मला शांती मिळते. 'तूदेखील परमेश्वराची करुणा भाक. त्याला शरण जा', असं बरंचकाही मी पत्रात लिहिलं होतं. पत्राची अखेरही मी भक्तिभावाने केली होती. 'बाबू, परमेश्वर तुला साद घालतो आहे.' हे त्याला माझं अखेरचं पत्र आहे, हे माझं अंतर्मन जाणून होतं.

त्यानंतर बायबलवर मी पूर्णतया विसंबून राहू लागले. ते माझ्या नेहमीच हातात असायचे. दिवस-रात्र प्रार्थना, क्षमायाचना, दयेची भीक मागायची, मदत कर म्हणून करुणा भाकायची. अखेर माझ्या प्रार्थनेला देवाने प्रतिसाद दिला. २००५ साली नोव्हेंबर महिन्याच्या पहिल्या आठवड्यात 'भारतामध्ये परत पाठवण्यात येत आहे. सामानाची आवराआवर कर' असं मला सांगण्यात आलं. भारत सरकार आणि पोर्तुगीज अधिकारी ह्यांच्यामध्ये कायदेशीर मुद्द्यांवरून बरीच वादावादी झाली. अखेर कारावासाची शिक्षा दिली जाणार नाही, अशी ग्वाही भारत सरकारने दिल्यानंतरच हा निर्णय घेण्यात आला. देवाचे मी मनापासून आभार मानले. मी अखेर मायदेशी परत जाणार तर...

छोट्या पडद्यावरील भूमिका

अर्ध्या तासाच्या उलटतपासणीनंतर इंटेलिजन्स ब्युरोने सालेमला सीबीआयच्या हवाली केलं. अशा अनेक उलटतपासण्या इंटेलिजन्स ब्युरोने नंतरही केल्या.

'मोनिकाला एकटीलाच भेटायचं आहे, शेवटचं एकदाच भेटू द्या,' म्हणून सालेम सीबीआयच्या अधिकाऱ्यांची वारंवार मनधरणी करत होता. एव्हाना हैद्राबाद सीबीआयच्या महिला अधिकारीही येऊन पोहोचल्या होत्या. सालेमची केविलवाणी अवस्था पाहून परदेसी द्रवले. त्याची शेवटची इच्छा पूर्ण करायची असं त्यांनी ठरवलं, पण दोघांनाही एकांतात भेटायची परवानगी मात्र नाकारली.

शेवटी हैद्राबादला रवाना होण्यापूर्वी मोनिकाला भेटण्याची अखेरची संधी त्याला मिळाली. भेटीची उत्सुकता फक्त सालेमलाच होती. तोच मोनिकाशी बोलायला धडपडत होता. मोनिका मात्र त्याबाबत उदासीनच होती, ही गोष्ट परेदसींच्या लक्षात आली. 'गुडबाय' म्हणून निरोप घेण्याव्यतिरिक्त ती फारसं काही बोलली नाही. तिचा एकूण रागरंग पाहिल्यानंतर तिने आपल्याबरोबरचे सर्व संबंध संपवले, हे कटू सत्य सालेमला पचवावंच लागलं.

मोनिकाला इंडियन एअरलाइन्सच्या विमानाने हैद्राबादला नेण्यात आलं. तिथे कोटी भागात सीबीआयचं कार्यालय होतं. तिथेच तिने ती रात्र घालवली. दुसऱ्या दिवशी न्यायालयात नेण्यात आलं. आंध्रप्रदेशमधील कुर्नुल जिल्ह्यामधून बनावट नावाखाली पासपोर्ट बनवल्याच्या आरोपाखाली तिला न्यायालयीन कोठडीत रवाना केलं गेलं.

भारतामध्ये आल्यानंतर आपल्यामागील शुक्लकाष्ठ संपेल, असं मोनिकाने गृहीत धरलं होतं. भारतीय अधिकारी आपल्याला ताब्यात घेतील आणि न्यायालयीन निकालानंतर पुन्हा एकदा तुरुंगात रवानगी होईल, ह्याची तिला जराही कल्पना नव्हती.

सुरुवातीचे दहा महिने तिला हैद्राबाद येथील चंचलगुडा तुरुंगात ठेवलं होतं. जामिनासाठी तिने वारंवार अर्ज केले, पण कोर्टाने ते फेटाळून लावले होते. नातेवाईक आणि वकिलांनाही तिला भेटायची परवानगी नव्हती. सप्टेंबर २००६मध्ये हैद्राबाद येथील सीबीआयच्या विशेष न्यायालयाने तिला पाच वर्षं सक्तमजुरीची शिक्षा दिली. दोन महिन्यांनंतर २५ नोव्हेंबरला तिला भोपाळच्या सेंट्रल जेलमध्ये हलवण्यात आलं. तिथूनही तिने बोगस पासपोर्ट बनवल्याचा आरोप होता. आत्तापर्यंत मोनिकाने ब्रदेखील काढला नव्हता. कोणत्याही प्रकारे निषेध वा विरोध नोंदवला नव्हता.

पोर्तुगालमधून भारतात आल्यानंतर तब्बल १७ महिन्यांनी तिने अखेर मौन सोडलं. सेंट्रल जेलमधून तिने न्यायालयाला पत्र लिहिलं. 'मी निरपराध आहे' असा दावा तिने केला होता. 'मी त्या वेळी वयाने लहान आणि अननुभवी होते. साधीसुधी, निष्पाप. मुंबईमध्ये मला सांभाळणारं, संरक्षण देणारं कोणीही नव्हतं. एक कलाकार म्हणून मला नाव कमवायचं होतं; पण इथे मला योग्य मार्गदर्शन करणारं कोणी नव्हतं. मुंबईमध्ये अनेक वाईट प्रवृत्तीचे लोक आहेत. त्यांच्यापासून स्वतःचं संरक्षण कसं करावं, हेही मला समजत नव्हतं. माझ्या अजाण आणि साध्या स्वभावामुळे भारतामध्ये असा त्रास देण्यात येईल, ह्याची मला कल्पनाही नव्हती.' असं तिने पत्रामध्ये लिहिलं होतं.

त्यानंतर दोन महिन्यांनी १६ जुलै २००७ रोजी नव्याने पासपोर्ट खटल्याचा निकाल लागून, भोपाळ न्यायालयाने तिला निर्दोष मानून सर्व आरोप मागे घेतले. परंतु हैद्राबादच्या विशेष सीबीआय न्यायालयाने जामीन न दिल्याने त्या दिवशी तिची सुटका होऊ शकली नाही. २४ जुलै २००७ ह्या दिवशी मोनिकाला जामीन मिळाला आणि ती तुरुंगातून बाहेर पडली. भारतीय तुरुंगातील अनुभव ह्या विषयावर मोनिकाने प्रसिद्धी माध्यमांशी विस्तृत चर्चा केली – ''आयुष्यात प्रथमच गरिबी आणि अन्याय म्हणजे काय ह्याचा विदारक अनुभव मिळाला. न केलेल्या गुन्ह्याची शिक्षा भोगत तुरुंगात खितपत पडलेल्या अनेक स्त्रिया पाहिल्या आणि केलेल्या गुन्ह्यांविषयी उघडपणे शेखी मिरवणारे गुन्हेगार मात्र आरामात सुटतात, हेदेखील दिसून आलं. एक सुखद अनुभवही आला. तो म्हणजे, माझे तुरुंगातील साथीदार माझ्यावर खूप प्रेम करायचे. जेवण बनवणं, माझी छोटी-मोठी कामं करणं यांसारख्या गोष्टी माझ्यासाठी आनंदाने करीत. मी त्यांना नृत्य शिकवायचे, सौंदर्यसाधनेविषयक सल्ले द्यायचे. एक चित्रपटतारका आपल्यामध्ये आहे, ही घटना अन्य स्त्रियांना फारच रोमांचक वाटायची.'' असे बरेच अनुभव मोनिकाने सांगितले.

सालेमला एव्हाना तिच्या भावनांचा अंदाज आलाच होता; पण 'मला आता त्याच्याविषयी काहीही वाटत नाही' असं उघडपणे जाहीर करून तिने त्याला

जबरदस्त धक्का दिला. ''मी एकेकाळी त्याच्यावर प्रेम केलं, पण त्याने माझी फसवणूक केली. तो माझ्याशी अतिशय स्वार्थीपणाने वागला. ह्यापुढे सालेम प्रकरण कायमचं संपलं,'' असं ती म्हणाली. कटू भूतकाळ संपूर्णपणे विसरून आयुष्याला नव्याने सुरुवात करायची, असा मोनिकाने निश्चयच केला होता, हे तिच्या वक्तव्यावरून स्पष्ट दिसून येत होतं. सालेम अजूनही आर्थर रोड तुरुंगात खितपत पडला होता, हे तिच्या पथ्यावरच पडलं होतं.

परंतु बॉलिवुडच्या ह्या विवाद्य अभिनेत्रीमागच्या कटकटी अजूनही संपल्या नव्हत्या. मुक्ततेनंतर बरोबर एक महिन्याने टीव्ही आणि वृत्तपत्रांमधून मोनिकाचे – असा त्यांचा दावा होता – नग्न फोटो प्रसिद्ध झाले. सेंट्रल जेलमध्ये छुप्या कॅमेऱ्यांनी ते फोटो काढले होते. 'हे फोटो पाहून मला अतिशय खेद आणि भय वाटलं', अशी मोनिकाने प्रतिक्रिया दिली. 'प्रतिष्ठेने जगायच्या माझ्या हक्काची पायमल्ली झाली' असंही तिने प्रतिपादन केलं. त्यावर भारतीय उच्चतम न्यायालयाने तिच्या बाजूने निकाल देऊन प्रसिद्धी माध्यमांना तिचे ते नग्न फोटो छापण्यास, तसंच टीव्हीवरून दाखवण्यास प्रतिबंध केला.

त्याच दरम्यान मोनिकाने मुंबईच्या उपनगरात, मुलुंड येथे एक छोटा फ्लॅट भाड्याने घेतला आणि विसकटलेल्या आयुष्याला मार्गी लावायला सुरुवात केली. मुंबईमध्ये गमावलेलं सारं वैभव, प्रसिद्धी, नावलौकिक पुन्हा मिळवायचं असा तिने दृढनिश्चय केला होता. लोकांची सहानुभूती आणि पाठिंबा मिळवण्यासाठी प्रसिद्धी माध्यमांना मुलाखती देण्याचा तिने सपाटा लावला. सुटका होऊन एक वर्ष उलटून गेलं, पण मोनिकाला अजूनही आशेचा किरण दिसत नव्हता. नावलौकिक, पैसा ह्यापैकी काहीही हाती लागलं नव्हतं. अचानक २००८मध्ये 'बिग बॉस टू'च्या रूपाने मोनिकाला हवी तशी संधी चालून आली. युकेमधील 'बिग ब्रदर'च्या कार्यक्रमासारखंच बिग बॉसचं स्वरूप होतं. बॉलिवुड अभिनेत्री शिल्पा शेट्टीने २००७मध्ये 'सेलिब्रिटी बिग ब्रदर' ही स्पर्धा जिंकली. त्यापूर्वीच हा शो भारतात 'बिग बॉस' ह्या नावाने सुरू झाला होता. निर्मात्यांनी बिग बॉसच्या घरात वास्तव्य करण्याची संधी मोनिकाला देऊ केली आणि तिने क्षणाचाही विलंब न लावता होकार दिला.

शो सुरू झाला. थोड्याच भागांच्या प्रसारणानंतर मोनिकाने अन्य १४ प्रतिस्पर्धी आणि प्रेक्षकांची मनं जिंकली. एका भागामध्ये मोनिकाला भावनावेगाने रडू कोसळलं. सर्वांसमोर मन मोकळं करताना ती म्हणाली, ''मी अत्यंत कठीण परिस्थितीमधून जाते आहे. मोनिका बेदीकडे खूप पैसे आहेत असा लोकांचा समज आहे, पण ते खरं नाही. मला पैशांची अतिशय गरज आहे. मला घर घ्यायचं आहे. एक तर मला भाड्याने घर द्यायला लोक घाबरतात. प्रसिद्धी माध्यमांनी माझी जी वाईट प्रतिमा

निर्माण केलीय, ती मला बदलायची आहे. मोनिका खरी कशी आहे, हे मला लोकांसमोर आणायचंय. लोकांना वाटतंय तेवढी मी वाईट नाही, हे मला दाखवून द्यायचंय. स्वत:पेक्षाही माझ्या आई-बाबांसाठी, त्यांना बरं वाटावं म्हणून मला हे करायचंय. माझ्यामुळे त्यांना खूप त्रास सहन करावा लागला. सर्वांपुढे त्यांची मान शरमेने खाली गेली. माझी चूक मला सुधारायची आहे.'' हे बोलताना मोनिका हुंदके देऊन रडत होती.

मोनिकाचा राष्ट्रीय टीव्हीवरचा हा भावपूर्ण उद्रेक पाहून लाखो प्रेक्षकांची अंत:करणं हेलावली. बिग बॉसमधील एक प्रतिस्पर्धी – काँग्रेस पक्षाचे लोकसभेतील सदस्य – संजय निरुपम ह्यांनासुद्धा तिच्याविषयी सहानुभूती वाटली. अंधेरी येथील लोखंडवाला ह्या उच्चभ्रू वस्तीमध्ये तिला फ्लॅट द्यायचं त्यांनी आश्वासनही दिलं. बिग बॉस शोमधून मोनिका काही आठवड्यांनंतर बाद झाली, पण पुढे 'वाइल्ड कार्ड' मिळून ती परतलीसुद्धा.

त्यानंतर बिग बॉसच्या घरात जे काही प्रकार घडले, त्यामुळे प्रसिद्धी माध्यमांना चघळण्यासाठी चमचमीत खाद्य मिळालं. राहुल महाजन – राजकीय वारसदार आणि विविध गोष्टींसाठी कुप्रसिद्ध – ह्या प्रतिस्पर्ध्याबरोबर मोनिकाचे प्रेमप्रकरण सुरू असल्याच्या बातम्या यायल्या लागल्या. 'मी रंगेल आहे' असं तो स्वत:च मोठ्या प्रौढीने म्हणायचा. तो मोनिकाच्या आवतीभवती कायम पिंगा घालताना, प्रेमचेष्टा करताना दिसू लागला. त्याने तिला आडवळणाने लग्नाची मागणीही घातली. 'तुझं चुंबन घेऊ का' असंही प्रच्छन्नपणे विचारलं! मोनिकाही त्याच्याशी तासन्‌तास गप्पा मारायची. त्या दोघांचे चाळे लाखो लोकांनी टीव्हीवर पाहिले.

सालेम अजूनही तुरुंगात होता; पण त्याला तिथेही हे प्रकरण समजलं. त्याने तिला कायदेशीर नोटीस पाठवली – 'तू (मोनिका) एक विवाहित स्त्री आहेस. तुला अन्य कोणाशी लग्न करायचं असेल, तर त्यापूर्वी माझ्याशी (सालेम) घटस्फोट घ्यावा लागेल.'

नोव्हेंबर महिन्यामध्ये मोनिका पुन्हा एकदा शोमधून बाहेर पडली. त्यानंतर तिने 'राहुल हा माझा फार जवळचा मित्र असून, त्याला होकार देण्यापूर्वी मला विचार करण्यासाठी थोडा वेळ हवा आहे', असं जाहीररीत्या प्रतिपादन केलं. ती असं म्हणत असली, तरी बिग बॉसच्या घरातून बाहेर आल्यानंतर राहुलने सारा मामला साफ केला. तिच्याशी लग्न करणार असल्याचा स्पष्ट शब्दात इन्कार केला. 'मी तिच्याशी विवाहबद्ध होणार नाही. ती माझी प्रिय मैत्रीण आहे आणि मी नेहमी तिच्या पाठीशी राहीन. लोकांनी तिला आदराने वागवावं, एवढीच माझी इच्छा आहे.' असं तो म्हणाला होता. त्याच्या ह्या वक्तव्यामुळे मोनिका अतिशय अस्वस्थ झाली. पण आश्चर्याची गोष्ट म्हणजे तिने कोणतीही प्रतिक्रिया व्यक्त केली नाही. त्यानंतर

काही आठवड्यांनी तिने मौन सोडलं आणि 'राहुलशी माझं जुळणार नाही. आम्ही दोघं खूप वेगळे आहोत,' असं जाहीर केलं.

बिग बॉसमुळे मोनिकाच्या आयुष्यामध्ये थोडेबहुत बदल घडून आले, हे खरं आहे. बॉलिवुडमध्ये अजूनही तिचा जम बसलेला नाही, पण भारतीय टीव्ही क्षेत्रात तिला बरंच काम मिळालं. बिग बॉसनंतर ती अनेक टीव्ही शोमध्ये चमकली. 'झलक दिखला जा' हा त्यापैकीच एक. नृत्यकौशल्यावर आधारित कार्यक्रम होता तो. २००९मध्ये मोनिकाचा भक्तिसंगीतावरील अल्बम प्रसिद्ध झाला – 'एक ओंकारा' त्यामध्ये तिने गुरू ग्रंथ साहिबमधील कवनांचं पठण केलं आहे. मोनिका जन्माने शीखधर्मीय. नंतर इस्लाम आणि ख्रिश्चन धर्मांकडे ती आकर्षित झाली होती आणि अखेरीस ती शीख धर्मालाच शरण गेली. तिची धर्मनिष्ठा अशी वारंवार बदलली ह्या गोष्टींचं समर्थन करताना ती म्हणते, "मी आध्यात्मिक असल्याने सर्वच धर्मांकडे माझा ओढा आहे. मला गाता येत नाही; परंतु गुरू ग्रंथ साहिबमधील कवनांचं पठण केल्याने मला आध्यात्मिक समाधान मिळालं."

हिंदी चित्रपटसृष्टीत मोठं नावलौकिक आणि पैसा मिळवण्याची स्वप्नं पाहणाऱ्या मोनिकाचं स्वतःचंच आयुष्य एखाद्या मसाला चित्रपटासारखं आहे, ही गोष्ट फारच विरोधाभास दर्शवणारी म्हणता येईल. मोनिकाने आयुष्यात खूप धक्के खाल्ले, बरेच चढ-उतार पाहिले; पण तिची स्वप्नं अजूनही साकार झालेली नाहीत, हे तिचं दुर्दैवं म्हणावं लागेल.

उपसंहार

'**उ**शीर झाल्याबद्दल माफ करा' असं म्हणून ती समोरच्या सोफ्यावर बसली. तिची पब्लिसिस्टही तिच्याजवळ स्थानापन्न झाली. "हा शो फारच स्पर्धात्मक आहे... दिवसभर माझ्या नृत्य-दिग्दर्शकाबरोबर सराव करीत होते. त्यातच वेळ गेला. पुन्हा एकदा क्षमा मागते." ती म्हणाली.

हिरव्या रंगाचा टी-शर्ट आणि निळ्या जीन्समध्ये मोनिकाचा सडपातळ बांधा खुलून दिसत होता. वळणदार, सोनेरी तपकिरी रंगाचे स्ट्रीक असलेले केस मोकळे सोडलेले होते. ओठांवर ग्लॉस होता, पण त्याव्यतिरिक्त चेहऱ्यावर कोणतीही रंगरंगोटी नव्हती. काही लोकांनी तिला ओळखलं, पण त्यांच्या नजरांकडे दुर्लक्ष करून मोनिका वेताच्या छोट्या कोचावर आरामात बसली होती.

यापूर्वी भेटीगाठीसाठी मोनिकाला अनेकदा फोन केले, निरोप पाठवले; पण तिने प्रतिसाद दिला नव्हता. तिची पब्लिसिस्ट श्रद्धा हिला वारंवार विनंती केल्यानंतर, आज अखेर आम्ही जे. डब्ल्यू. मॅरियट हॉटेलमध्ये कॉफीसाठी भेटत होतो. ठरल्या वेळेपेक्षा मोनिका बऱ्याच उशिरा आली – जवळजवळ ४५ मिनिटं; पण त्याबद्दल तिने वारंवार दिलगिरी व्यक्त केली. प्रसिद्ध व्यक्ती सहसा माफी वगैरे मागत नाहीत, असा अनुभव असल्याने हा बदल स्वागतार्ह होता. 'झलक दिखला जा' ह्या शोचं तिसरं पर्व होतं. २००९च्या एप्रिल महिन्यात, दुसऱ्या आठवड्यामध्ये त्याचं प्रसारण सुरू होणार होतं. त्यामध्येच मोनिकाने भाग घेतला होता. 'जबरदस्त स्पर्धा आहे...' हे सांगताना मोनिका बरीच चिंताग्रस्त दिसत होती.

तिला भेटण्याचं एकमेव कारण म्हणजे ह्या पुस्तकासाठी तिला बोलती करणं हे होतं; पण ती काहीशी दोलायमान मनाने म्हणाली, "मला नाही बोलावंसं वाटत... गेले काही महिने माझं खूप छान चाललं आहे. नशिबाने साथ दिली आहे. म्हणूनच भूतकाळ उकरून काढावा असं वाटत नाही."

"पण काही गोष्टींचं निराकरण करावं, असं तुला वाटत नाही का?"

"मला त्याची गरज वाटत नाही. माझा पूर्वेतिहास विसरून लोकांनी मला स्वीकारलं आहे. बिग बॉसमध्ये मला त्याचं प्रत्यंतर आलं.'' ब्लॅक कॉफीचा घोट घेत ती बोलत होती. संभाषणामध्ये सालेमचा विषय ती जाणूनबुजून टाळते आहे, हे आमच्या लक्षात आलं.

तिची अनिच्छा पाहूनही आम्ही प्रयत्न सोडला नाही. पुस्तक लिहिण्यामागील प्रयोजन तिला विस्तारपूर्वक सांगितलं. मोनिका लक्षपूर्वक ऐकत होती. क्षणभर तिची जिज्ञासाही जागृत झाली असावी, कारण तिने प्रश्न केला, "समजा मी होकार दिला, त्यानंतर मी काय करायचंय?''

"तुझ्या आयुष्यात काय घडलं, याची खरीखुरी कहाणी आम्हाला सांगायची. त्यासाठी थोडा वेळ द्यावा लागेल.''

हे ऐकून ती विचारात पडली. "अच्छा... ह्यापूर्वीही माझ्या जीवनावर आधारित चित्रपट काढायची इच्छा काही लोकांनी व्यक्त केली होती; पण मी नकार दिला.''

"का?''

"माझा भूतकाळ खूपच भयंकर, दु:खदायक होता. मला सारं विसरायचंय.''

"पण तुझी कहाणी खूपच चित्तथरारक, रंजक आहे.''

"हो, मला माहित्येय ते. पण रंजक, थरारक वगैरे इतरांसाठी असेल, माझ्यासाठी नाही. मी माझ्या जीवनकहाणीचे हक्क विकतच घेतले आहेत.''

"कॉपी राइट घेतलेत? असं कसं करता येईल? प्रसिद्धी माध्यमं, पोलीस अहवाल... तुझी कहाणी तर जगजाहीर झाली आहे.'' आम्ही असं म्हणताच ती काही वेळ मूकपणे विचार करत होती. नंतर म्हणाली, "अं... याचा निर्णय घेण्यापूर्वी मला आई-बाबांशी बोलावं लागेल. माझ्यासाठी सारे निर्णय तेच घेत असतात.''

ह्या गोष्टीला आम्हीही संमती दर्शवली. नंतर आम्ही तिच्याशी इतर विषयांवर बोलायला सुरुवात केली. उदाहरणार्थ, रिॲलिटी टीव्ही शोवरील तिचं पुनरागमन, राहुल महाजनबरोबर असलेले तिचे तथाकथित संबंध, भक्तिसंगीताचा अल्बम प्रसिद्ध करायची तिने अलीकडेच केलेली घोषणा वगैरे वगैरे. प्रश्न काहीसे अडचणीचे वाटले, तरी तिने सर्वांची उत्तरं मोठ्या सावधगिरीने का होईना; पण दिली. कॉफीचा शेवटचा घोट घेऊन ती उठली. आम्ही हस्तांदोलन करून निरोप घेतला. दोन दिवसांत तुमच्याशी संपर्क साधते, असं तिने जाता-जाता कबूल केलं.

त्यानंतर दोन दिवसांनी तर नाहीच, पण कधीही तिचा फोन आला नाही... आणि आम्ही केलेले फोनही तिने घेतले नाहीत. ते प्रकरण तिथेच संपलं. ∎

६

हिंदू डॉन्सच्या सहधर्मचारिणी

प्रस्तावना

पुरुषापेक्षा स्त्री अधिक धोकादायक असते.

– रुडियार्ड किपलिंग

किपलिंगने १०० वर्षांपूर्वी लिहिलेल्या कवितेमधील ह्या पंक्तींचा नेमका अर्थ काय असावा, ह्यावर आजही चर्चा आणि विवाद घडत असतात. मुंबई माफियांच्या इतिहासात मात्र 'स्त्री पुरुषापेक्षा जास्त खतरनाक आहे' हे सिद्ध झालेलं दिसून येतं. अनपेक्षित घटनेमुळे डॉनच्या पत्नीला सूत्रं हाती घ्यावी लागली असताना, 'हम भी कुछ कम नहीं' असं तिने वादातीतपणे दाखवून दिलं आहे.

१९९०मध्ये दहशतवाद फारच वाढला. मुंबई आणि आंतरराष्ट्रीय पोलिसांनी अंडरवर्ल्डविरुद्ध अतिशय कठोर पावलं उचलल्यामुळे मुंबई माफियांचं कंबरडं साफच मोडलं, निदान पोलिसांना तसं वाटलं होतं. वस्तुत: कायद्याच्या तडाख्यात सापडू नये, तसंच पोलिसांचं लक्ष दुसरीकडे वेधावं ह्या उद्देशाने माफिया डॉननी आपल्या 'व्यवसाया'ची सूत्रं आपल्या विश्वासू सहकाऱ्यांकडे सोपवली होती.

तथापि, विश्वासू माणसं मिळणं अतिशय मुश्कील ठरू लागलं. दुसऱ्या गँगला जाऊन मिळण्याचं प्रमाण वाढत चाललं होतं. त्यामुळे आपल्याच माणसांवरचा विश्वास उडू लागला. 'व्यवसाय' सुपुर्द करण्यासाठी विश्वसनीय माणसं मिळणं अशक्यप्राय झालं. अशा संशयित मन:स्थितीमधील अनेक डॉननी आपल्या बायकोचा पर्याय निवडला. आत्तापर्यंत ह्या सौभाग्यवती पतिदेवाचे रक्तरंजित कारनामे दूरवरून बघत असत. घरकाम आणि देवघरात देवांची पूजाअर्चा करणं, एवढ्यापुरतंच त्यांचं आयुष्य सीमित होतं. अचानक ह्या गृहिणींवर फार मोठी जबाबदारी येऊन पडली. घर सांभाळता-सांभाळता पूर्ण गँग सांभाळण्याचं जोखमीचं काम ह्या साध्यासुध्या स्त्रियांना करावं लागलं.

पोहोचलेल्या गुंडांना सांभाळणं हे आपल्या घरात मुलाबाळांना सांभाळण्याइतकं

सोपं नाही, हे लवकरच त्यांच्या ध्यानात आलं. तरीदेखील पतिरक्षणार्थ सदैव तलवार उपसून तयार अशी आदर्श भारतीय नारी असल्याने, प्रत्येकीने गुन्हेगारी जगतामध्ये मोठ्या धडाडीने जम बसवला. 'साधीसुधी, अबला गृहिणी अत्यंत सहजतेने' महत्त्वाकांक्षी, आक्रमक, पाताळयंत्री आणि हुशार गँगलीडरच्या भूमिकेत शिरली. पुढे त्यांचं महत्त्व इतकं वाढलं की, त्यांच्याविना काम करायची कल्पनाही पतिदेव डॉनच्या डोक्यात आली नाही.

ह्या गृहिणी अत्यंत थंडपणे धमक्या, खूनखराबा, वेगवेगळ्या प्रकारचे गुन्हे आपल्या गँगकडून करवून घेत. पद्मा ही राजनचा सहकारी रवी पुजारीची महत्त्वाकांक्षी पत्नी. नंतर पुजारीने स्वत:ची गँग बनवली. आपल्या नवऱ्याच्या गँगची सारी सूत्रं पद्मा मोठ्या अक्कलहुशारीने, पण पडद्यामागून हलवायची. पतिदेवाच्या गँगची रक्तरंजित कृष्णकृत्यं बिनबोभाट चालावी ह्यासाठी पैशांची नियमित आवक होत राहावी, या सद्हेतूने काही पतिव्रता राजकारणात उतरल्या. काही जणी समाजकार्य, तर काही चक्क नोकऱ्याही करत. उदाहरणार्थ, फरारी डॉन छोटा राजनची पत्नी सुजाता निकाळजे हिने नवऱ्याची बेकायदेशीर कृत्यं कायदेशीर करण्याच्या उद्देशाने रियल इस्टेटचा मोठा व्यवसाय सुरू केला. डॉन अरुण गवळी अंडरवर्ल्ड सोडून राजकारणात पडला. त्याची बायको आशा गवळी ही भक्तिसंगीत गायिका होती. तिने पतीला राजकीय पक्ष स्थापण्यास मदत केली. बनावट चकमकींपासून त्याचं संरक्षण करण्यात हा राजकीय पक्ष फारच उपयुक्त ठरला. ह्याउलट नीता नाईकने आपल्या लंडनमध्ये शिकलेल्या इंजिनिअर नवऱ्याला गुन्हेगारी जगात येण्यास उद्युक्त केलं. अश्विन नाईक पुढे अट्टल गँगस्टर झाला आणि त्याच्या कृष्णकृत्यांना संरक्षण मिळावं, म्हणून नीता राजकारणात पडली.

गँगची सूत्रं अशी स्त्रियांच्या हाती आल्याने, अंडरवर्ल्डचा नायनाट करण्याचा चंग बांधलेल्या पोलीस खात्याला चांगलंच गोंधळवून टाकलं. शक्तिकेंद्रामध्ये असा अनपेक्षित बदल – थोड्या काळाकरता का होईना – घडल्याने पोलिसांचं तपासकार्य मंदावलं.

गुन्हेगारी जगात झपाट्याने 'प्रगती' करत ह्या गृहिणी छोटे-मोठे गुंड आणि अट्टल गँगस्टरच्यासुद्धा 'मम्मी' आणि 'नानी' बनल्या, तेव्हा पोलीस खातं साफच हडबडून गेलं होतं. अशाच काही गृहिणींच्या – आशा गवळी, नीता नाईक, सुजाता निकाळजे आणि पद्मा पुजारी यांच्या ह्या कथा आहेत.

◆

आशा गवळी

मुंबईमधल्या भायखळा भागातील एक झोपडपट्टीबाहेर लहानसा घोळका जमलाय. बहुसंख्येने वृद्ध आणि मध्यमवयीन मुसलमान पुरुष घोळक्यात आहेत. एक उंचेपुरे, पण सर्वसामान्य दिसणारे वयस्कर गृहस्थ त्या घोळक्याजवळ येत आहेत. उजव्या हाताने लांब, पांढरीशुभ्र दाढी कुरवाळणं चालू आहे. घोळक्याजवळ गेल्यावर हळू आवाजात कुजबुजणाऱ्या साऱ्यांनी ७० वर्षीय सद्गृहस्थाचं प्रेमाने स्वागत केलं. ते येणाऱ्या-जाणाऱ्यांनाही आपल्यामध्ये सामील होण्यासाठी बोलावताहेत.

अखेर त्यांची प्रतीक्षा संपली. आतुरतेने सारे जण ज्या गाडीची वाट पाहत होते, ती झोपडपट्टीच्या समोर येऊन थांबली. शुभ्र दाढीवाल्यासह सारे गाडीजवळ गेले. उजवा हात उंचावून सारे एक साथ घोषणा देत होते, 'मम्मी झिंदाबाद! मम्मी झिंदाबाद!'

हिरव्या रंगाची साडी परिधान केलेली 'मम्मी' गाडीतून खाली उतरली. उत्साहपूर्ण स्वागत पाहून तिने सर्वांकडे हसून प्रतिसाद दिला. काळेभोर केस, वयाच्या खुणा दाखवणाऱ्या सुरकुत्याही फारशा नव्हत्या, जेमतेम पन्नाशीची वाटणारी – अशा तिचं बुजुर्ग मुसलमान पुरुष प्रेमादराने स्वागत करताहेत, तिला 'मम्मी' म्हणजेच 'आई' म्हणून तिचा जयजयकार करताहेत – एखाद्या अनोळखी व्यक्तीला हा सर्व प्रकार चमत्कारिक वाटला असता. वयामुळे अथवा ती मुस्लीम असल्याने तिला हा मान आणि प्रेम मिळतंय, असं अजिबात नाही. हिंदू डॉन अरुण गवळी ह्याची ती पत्नी आहे आणि वस्तीमधील लोक त्याला 'डॅडी' म्हणतात.

आज ती डॅडींसाठी प्रचार करायला आली आहे. राजकीय वर्तुळामध्ये नगण्य म्हणता येईल, अशा एका पक्षाचा डॅडी उमेदवार आहे. राज्यसभेत आपल्या पतीला पुन्हा एकदा निवडून देण्यासाठी त्याला मत द्यावं, अशी ती मोठ्या नम्रपणे विनंती करते आहे. जमावदेखील लक्षपूर्वक तिचं बोलणं ऐकतो आहे.

कपाळावर कुंकू आणि मंगळसूत्र घातलेली आशा गवळी आदर्श हिंदू पत्नीची मूर्तिमंत प्रतिमा दिसते आहे. 'समाजकार्य करणाऱ्या तिच्या पतीला पोलिसांनी खोट्या आरोपांवरून विनाकारण तुरुंगात डांबलं आहे. तिची दयनीय परिस्थिती पाहून लोकांना तिच्याविषयी अनुकंपा वाटावी' असाच तिचा एकूण आविर्भाव आणि बोलणं आहे. पोलीस रेकॉर्डमध्ये मात्र आशा गवळीचं फारच वेगळं चित्र बघायला मिळतं.

पोलिसांच्या खोट्या चकमकी आणि कारवाईपासून पतीचं रक्षण करण्याचं संपूर्ण श्रेय आशालाच जातं. 'अखिल भारतीय सेना' हा पक्ष स्थापण्यासाठी तिनेच त्याला मदत केली. तिच्याच प्रयत्नांमुळे अरुण अखेर महाराष्ट्राच्या विधिमंडळाचा

सभासद होऊ शकला. पत्नीच्या रूपात असा खंबीर साथीदार मिळाल्याने मुंबई पोलीस आणि महाराष्ट्र सरकारच्या नाकावर टिच्चून, मुंबईमध्येच राजकारण आणि गुन्हेगारी अशा दोन्ही क्षेत्रांमध्ये जम बसवणारा अरुण गवळी हा एकमेव डॉन आहे, ह्यात आश्चर्य नाही.

झुबेदा मुजावर उर्फ आशाबरोबर लग्न केलं, तेव्हाच अरुण एक जानामाना गँगस्टर होता. वयाच्या २०व्या वर्षी आपल्या पित्याप्रमाणे महालक्ष्मी येथील शक्ती मिल्समध्ये अरुण नोकरीला लागला. कांजुरमार्ग येथील क्रॉम्प्टन ग्रीव्ह्ज लिमिटेड ह्या कंपनीत लागल्यानंतर मात्र त्याचं सरळमार्गी आयुष्य बदललं. अंडरवर्ल्डशी तेव्हाच त्याचा संबंध आला. जुना मित्र आणि शाळासोबती रामा नाईक ह्याच्याशी हातमिळवणी केल्यानंतर दोघंही अनेक स्थानिक टोळीयुद्धांमध्ये गुंतले होते. साथीदार नाईक आणि बाबू रेशीम नावाचा आणखी एक गँगस्टर (हा माझगाव डॉकच्या कँटीन कामगारांचा नेता होता) ह्यांच्या मदतीने अरुणने पारसनाथ पांडे ह्या मटका किंग आणि बेकायदा दारूचा धंदा करणाऱ्या गुन्हेगाराचा १९८०मध्ये काटा काढला. ह्या घटनेनंतर गवळी प्रसिद्धीच्या झोतामध्ये आला. मध्य मुंबईमधील मटका आणि दारूमध्ये मिळणाऱ्या पैशांवर कब्जा करण्यासाठी ह्या त्रिकुटाने पांडेचा खून केला होता.

त्यानंतर 'नॅशनल सिक्युरिटी ॲक्ट'खाली अरुणला अटक झाली, पण एक महिन्याच्या तुरुंगवासानंतर त्याला सोडण्यात आलं. सुटकेनंतर त्याचा प्रभाव आणि शक्ती अधिकच वाढली. ह्याच काळात १७ वर्षांच्या झुबेदाशी त्याची ओळख झाली. तीही भायखळ्यालाच राहायची. अरुण तिच्या प्रेमात पडला. झुबेदाचं तेव्हा एका मुस्लीमधर्मीय मुलाशी लग्न ठरलं होतं, पण अरुणने मागणी घातल्यानंतर तिने मोठ्या आनंदाने होकार दिला. भिन्नधर्मीय आहेत ह्या मुद्द्यावरून नाईक आणि रेशीमने ह्या लग्नाला विरोध केला. हिंदू महाराष्ट्रीय अरुण एका मुस्लीम मुलीबरोबर लग्न करतोय, ह्या कल्पनेने दोघंही कमालीचे चकित झाले होते. अरुण आपल्या निर्णयावर ठाम राहिला आणि अखेर त्याने झुबेदाशी लग्न केलंच. लग्नानंतर धर्म बदलून ती हिंदू झाली – आशा. तिच्या रूपाने दगडी चाळीतील त्याचं घर चालवणारी पत्नी तर त्याला मिळालीच; पण एक विश्वासू, भरवशाची सहकारीही सापडली.

आशाला पाच मुलं झाली. (गीता, महेश, योगिता, योगेश आणि अस्मिता) आरंभी ती नवऱ्याच्या बेकायदेशीर उद्योगांपासून दूरच राहायची. मुलांचं संगोपन, त्यांचं शिक्षण ह्यामध्येच तिचा वेळ जायचा. अरुणची रक्तरंजित माफियागिरी चिंतित मनाने, मूकपणे बघणं याव्यतिरिक्त त्याच्या कामांमध्ये तिचा सहभाग नव्हता.

तथापि, अरुण वारंवार सरकारी पाहुणा बनून तुरुंगात जात असल्याने, तिला बघ्याची भूमिका सोडून सूत्रं हलवावयाची जबाबदारी उचलावीच लागली. ते काम तिने अतिशय कर्तबगारीने निभावलं. पतीला पोलिसांपासून वाचवण्यासाठी ती बऱ्याच शकला लढवत असे. पकडवॉरंट घेऊन आलेल्या पोलिसांना अरुण घरामध्ये कधीच सापडायचा नाही. त्याला लपून बसण्यासाठी आशाने घरामध्ये चक्क खड्डे बनवले होते. पोलिसांच्या सांगण्यानुसार एक खड्डा तर गॅससिलिंडर ठेवण्याच्या जागेखालीच खणलेला होता.

थोड्याच अवधीत गँगमधील तिचं महत्त्व कमालीचं वाढलं. ती अरुणची 'सर्वांत विश्वासू सहकारी' बनली. काहीशी लाजाळू, पुराणमतवादी आशा पाहता-पाहता अतिशय आक्रमकतेने आणि कावेबाजपणे गँगची प्रकरणं हाताळायला लागली. गँगमधले सारे अरुणला 'डॅडी' म्हणत. साहजिकच ते आशाला 'मम्मी' म्हणायला लागले.

१९९६मध्ये अरुण कोल्हापूर जेलमध्ये होता. 'टेररिस्ट अँड डिसरप्टिव्ह ॲक्टिव्हिटीज ॲक्ट' (TADA) खाली त्याला अटक करण्यात आली होती. मी लेखासाठी चर्चा करण्यासाठी, त्याला तिथे भेटलो होतो. त्या वेळीच 'पुढे-मागे राजकारणात पडायचंय' असं तो ओझरतं बोलला होता. त्याचं कारणही सांगितलं – पोलीस एन्काउंटरपासून संरक्षण मिळविण्यासाठी! त्याच्या मागच्याच वर्षी आशा महानगरपालिकेच्या निवडणुकीसाठी उभी राहिली होती. त्यामुळे आपल्याला राजकीय वजन प्राप्त होईल आणि पतीला पोलिसांपासून वाचवता येईल असा तिचा होरा होता; पण तिचा फार मोठा पराभव झाला. धडा शिकल्यानंतर तिने नवऱ्याच्या राजकीय कारकिर्दीकडे लक्ष केंद्रित केलं. १९९७मध्ये पत्नीच्या प्रोत्साहन आणि पाठिंब्याच्या आधारे अरुण गवळीने 'अखिल भारतीय सेना' ह्या पक्षाची स्थापना केली. तो स्वत: पक्षाध्यक्ष होता आणि आशा महिला शाखेची धुरा सांभाळायची. पोलीस चकमकी आणि अटकेपासून बचाव करण्यासाठी डॉन, ह्याच महिला शाखेचा ढालीसारखा उपयोग करायचा. दगडी चाळीतून बाहेर पडताना अरुणच्या सभोवताली कायम महिलांच्या गराडा असे. सदैव बायकांच्या घोळक्यामध्ये वावरतो म्हणून इतर डॉन त्याची खिल्लीही उडवत असत; पण हे डावपेच यशस्वी ठरले. एक म्हणजे बायकांच्या घोळक्यात लपलेला अरुण पोलिसांना दिसायचाच नाही. शिवाय महिलांवर हिंसाचार करणंही अशक्य असे. ह्या दोन्ही कारणांमुळे तो अनेकदा पोलिसांच्या जाळ्यातून सहीसलामत निसटला होता.

१९९८मध्ये स्वत: आशालाच मनीष शहा खून-खटल्यामध्ये अटक झाली.

शहा हा उद्योजक वल्लभ ठक्करचा भागीदार होता. २ फेब्रुवारी १९९८ रोजी मलबार हिल येथील सागर महाल ह्या त्याच्या घराजवळ त्याची हत्या करण्यात

आली. अरुणच्या सांगण्यावरून त्याच्या चौघा अनुयायांनी गोळ्या झाडून शहाला ठार मारलं, असं पोलीस तपासात आढळून आलं. हत्या झाली त्या वेळी अखिल भारतीय सेनेचे अध्यक्ष अमरावती सेंट्रल जेलमध्ये होते. 'महाराष्ट्र प्रिव्हेन्शन ऑफ डेंजरस ॲक्टिव्हिटी ॲक्ट'च्या अंतर्गत गवळीला अटक झाली होती. पोलिसांनी दगडी चाळीमधील अरुणच्या घरावर धाड टाकली असताना काही चिठ्ठ्या सापडल्या. त्यापैकी एक मनीष शहाच्या संबंधी होती – 'आशा, राजाला सांगून बंड्याकडून मनीष शहाचं काम लवकर करून घे.' असं त्या चिठ्ठीत म्हटलं होतं.

पतीच्या बेकायदेशीर कृत्यांमध्ये आशाचीही छुपी मदत असते, हे उघडकीस आणणारे अनेक लेख आणि वृत्तान्त 'एक्स्प्रेस न्यूजलाइन'ने छापले. अरुणची कसून उलटतपासणी केल्यानंतर त्याने कबुलीजबाब दिला. १९९८च्या जानेवारी महिन्यात तुरुंगात असताना, त्यानेच आशाला ती चिठ्ठी लिहिली होती. आशा नंतर जामिनावर सुटली. तिला अडवण्याइतका पुरावा मिळाला नव्हता, पण त्या घटनेनंतर पोलीस तिच्यावर बारीक नजर ठेवायला लागले.

सुटकेनंतर आशाने एका सनसनाटी नियतकालिकाला मुलाखत दिली. त्यामध्ये ती म्हणाली, "अरुण गुन्हेगार आहे, हे मला माहीत आहे; पण तरीही मी त्याला साथ देते, कारण माझं त्याच्यावर प्रेम आहे. मलाही सर्वसामान्य जीवन जगावंसं वाटतं, पण तसं घडणं कदापिही शक्य नाही, हेही मला माहिती आहे. अरुणवर माझं प्राणांतिक प्रेम आहे. त्याच्याशिवाय सारं व्यर्थ आहे. मी त्याच्यासाठी काय वाटेल ते करीन." तिने समारोप केला.

२००२मध्ये अखिल भारतीय सेनेने बृहन्मुंबई महानगरपालिकेच्या निवडणुका लढवल्या आणि पहिल्याच प्रयत्नात पक्षाचे दोन उमेदवार चक्क निवडून आले – अरुणची सर्वांत थोरली मुलगी गीता गवळी आणि सुनील घाटे – हा एके काळी खून करण्यासाठी सुपाऱ्या घ्यायचा. आशाने अरुणच्या राजकीय पक्षाचं सुनियोजन आणि व्यवस्थित देखरेख केल्याने अखेर अरुण भायखळा मतदारसंघातून आमदार म्हणून निवडून आला. त्याच वर्षी आशाला पुन्हा अटक करण्यात आली. एका स्त्रीवर हल्ला केल्याचा आरोप तिच्यावर होता. अर्चना काटे आणि भावना पाटील ह्या आशाकडे घरकामाला होत्या. २० डिसेंबर २००४ रोजी ह्या तिघींनी सुषमा सावंत नावाच्या महिलेवर लाठीहल्ला केला. तिघींचीही अटक केल्यादिवशीच प्रत्येकी ३००० रुपये जामिनावर सुटका करण्यात आली. घडलं ते असं – आपल्या मुलीचे दागिने चोरीला गेले, अशी तक्रार आशाने नोंदवली होती. चोरीचा आरोप सुषमाच्या मुलावर केला होता. त्याच्याविषयी चौकशी करण्यासाठी तिने सुषमाला आपल्या घरी बोलावलं. बोलाचाली वाढत जाऊन प्रकरण हाणामारीवर गेलं. आशाने घरकामाच्या बायकांच्या मदतीने सुषमाला मारलं होतं.

पतीच्या प्रोत्साहन आणि पाठिंब्यामुळे आशाने एक संगीत कंपनी सुरू केली होती. भक्तिसंगीताचे अनेक अल्बम ह्या कंपनीने बाजारात आणले. विक्री झाली नाही; तरीदेखील तिच्या कंपनीला– 'आई म्युझिक सर्व्हिस'ला – भरपूर फायदा होताना दिसून येत होता. दोन वर्षांपूर्वी आयकर खात्याने 'व्हॉलन्टरी डिसक्लोजर ऑफ इन्कम स्कीम' (VDIS) खाली करमाफी जाहीर केल्यानंतर डॉनने वार्षिक उत्पन्न एक कोटीच्यावर दाखवलं होतं. २००४मध्ये निवडणुका लढवण्यापूर्वी त्याने उत्पन्नाचं निवेदन सादर केलं. त्यानुसार त्याच्या म्युझिक कंपनीचं उत्पन्न चक्क दोन कोटी झालं होतं.

विधानसभेच्या २००९ सालच्या निवडणुकांना दोन वर्षं असतानाच गवळी पुन्हा एकदा तुरुंगात गेला. ह्या वेळी त्याला 'महाराष्ट्र कंट्रोल ऑफ ऑर्गनाइज्ड क्राइम ॲक्ट' (MCOCA) खाली पकडण्यात आलं होतं. *(टाडा रद्द केल्यानंतर महाराष्ट्र सरकारने १९९८मध्ये MCOCA – मोका हा अतिशय कडक कायदा जारी केला होता. संघटित बेकायदेशीर कृत्यं रोखण्यासाठी भक्कम कायदा नसल्याने, सरकारने हा कोणत्याही पळवाटांना जागा नसणारा कायदा तयार केला होता. पुढे गुजरात आणि दिल्ली सरकारांनीसुद्धा संघटित गुन्हेगारी रोखण्यासाठी ह्याच कायद्याचा आधार घेतला होता.)* अशा कडक कायद्याखाली अरुणला तुरुंगात डांबण्यात आलं, तरीही आशाने धीर सोडला नाही. तिने त्याच्या नावाने उमेदवारीचा अर्ज भरला आणि गीताला, तिच्या मुलीला बरोबर घेऊन मोठ्या धडाडीने त्याचा प्रचार करायला सुरुवात केली. 'एशियन एज'मध्ये जिग्ना व्होराचा निवडणूक पूर्व वृत्तान्त छापून आला होता. 'अग्नी' ह्या सेवाभावी संस्थेने 'अरुणने विधिमंडळाचा सदस्य असताना फार चांगली कामगिरी केली, तो सर्वांत जास्त कार्यक्षम होता' असे गौरवोद्गार काढले होते. असं ह्या वृत्तान्तामध्ये नमूद केलं. वास्तविक पाहता अरुणने सदस्यत्वाचा बहुतांश कालावधी तुरुंगामध्येच व्यतीत केलेला होता. आशाच स्थानिक लोकांच्या समस्या आणि तक्रारींचं निवारण करीत असे. लोकांना खूश ठेवलं, तरच आपला नवरा पुन्हा निवडून येणं शक्य आहे, हे ती जाणून होती. प्रचार करताना ती नवऱ्याच्या गँगचे पैसे वापरायची. लोकांची मर्जी राखणं, ह्या एकमेव उद्देशाने ती काम करत होती; परंतु एक महत्त्वाचा मुद्दा त्यांनी विचारात घेतला नव्हता. स्वत: अरुणची अनुपस्थिती. दुसरी गोष्ट म्हणजे विधिमंडळाच्या अधिवेशनामध्ये तो गैरहजर होता हे राजकीय निरीक्षकांच्या ध्यानी आलं होतं. त्याच्या मतदारसंघातील लोकांनी मतं न दिल्यामुळे अरुण निवडणुकीत अयशस्वी ठरला. असं असलं, तरी मम्मी ह्यामुळे निराश झालेली नाही, अनेक वेळा कायद्याच्या कचाट्यात सापडूनसुद्धा अरुण सुरक्षित आहे, पोलिसांच्या चकमकींपासून बचावला आहे, हीच गोष्ट तिच्यासाठी सर्वांत जास्त महत्त्वाची आहे. पोलिसांच्या एन्काउंटरमध्ये अनेक बडे

डॉन – अरुण नाईक, सदा पावळे, नारी खान – मृत्युमुखी पडले. इतकंच नव्हे, तर छोटे-मोठे गुंडही पोलिसांच्या एन्काउंटरपासून सुटले नाहीत. गवळी पोलिसांच्या गोळ्यांपासून अजूनही बचावला, चक्क आमदार झाला. त्याची मुलगी आणि काही पक्ष कार्यकर्ते नगरसेवक बनले, ह्याचं बहुतांश श्रेय त्याच्या पत्नीला जातं. आपल्या किल्लेवजा घरातून अरुण गवळी फार क्वचितच बाहेर पडतो. त्याची बाहेरची सर्व कामं आशा करते. निवडणूक प्रचार असो, कोर्टामध्ये कज्जे-खटले असोत किंवा पोलीस स्टेशनांच्या आणि मंत्र्यांच्या कार्यालयाबाहेर धरणं धरायचं असो – आशा सर्व आघाड्या सांभाळते.

आशाच्या प्रचारसभांना गर्दी करणाऱ्या लोकांचा भरघोस पाठिंबा मिळतोय तोपर्यंत मम्मी आणि डॅडी कायदा आणि सुव्यवस्था राखणाऱ्या यंत्रणांना सुखनैव चकवत राहतील, हे निश्चित.

◆

नीता नाईक

'माझ्या प्रत्येक श्वासामध्ये अश्विन भरलेला आहे. मला जगण्यासाठी अन्नपाणी नसलं, तरी चालेल. त्याच्या सुखद आठवणींवर मी आयुष्य काढू शकेन,' फरारी गँगस्टर अश्विन नाईकची पत्नी नीता नाईक मला म्हणाली. १९९७मध्ये मी तिची मुलाखत घेतली, तेव्हा तिने हे उद्‌गार काढले होते. भायखळ्यातील सुभाषनगरमधील भपकेदार सजावट असलेल्या तिच्या खोली नं. १४४मध्ये आम्ही बसलो होतो. एका अत्यंत खंबीर मनाच्या राजकारणी आणि प्रभावी नगरसेविकेच्या तोंडून अशा प्रकारचं मनस्वी विधान ऐकायला मिळावं ह्या गोष्टीचं मला काहीसं नवल वाटलं.

मला तिचं हे विधान, तिचे खोल गेलेले डोळे आणि हॉलिवुड तारका मॅगी जिलेनहाल हिच्यासारखे अति उंच गालफडं, ह्या सर्वांची आठवण त्यानंतर तीन वर्षांनी आली होती – नीताचा तिच्या पतीने खून केला ही बातमी समजली तेव्हा...

पत्नीच्या एकनिष्ठतेविषयी शंका असल्याने अश्विनने आपल्याच टोळीमधल्या लोकांकडून नीताची हत्या करवली होती. परिकथेतील राजा-राणीच्या प्रेमकथेची अशी भीषण अखेर झाली होती. दोघांनीही एकमेकांवर अपार प्रेम केलं. त्यासाठी अनेक दिव्यं पार केली आणि शेवटी त्या प्रेमाचा अंत असा शोकात्म झाला होता.

१९८० साली नीता-अश्विनच्या प्रेमकहाणीला सुरुवात झाली. नीता ब्रीच कँडी ह्या दक्षिण मुंबईच्या उच्चभ्रू वस्तीत राहणारी, कॉन्व्हेंट शाळेत शिकणारी गुजराती मुलगी, तर अश्विन महाराष्ट्रीय होता. भाजी विक्रेता ते डॉन असा प्रवास केलेल्या

अमर नाईकचा भाऊ. नीता आणि अश्विन एकमेकांच्या प्रेमात आकंठ बुडाले होते. नीताच्या कुटुंबीयांना ह्या प्रकरणाची कुणकुण लागल्यानंतर त्यांच्या प्रेमप्रकरणाला काहीशी खीळ बसली.

नीताने सोफाया कॉलेजमधून कला शाखेतून पदवी प्राप्त केली. अश्विन इलेक्ट्रिकल इंजिनिअरिंग करण्यासाठी लंडनला गेला. प्रेमी युगुलामध्ये इतकं अंतर असूनही त्यांचे प्रेमसंबंध चालूच होते. अश्विन लंडनहून परतल्यानंतर दोघांनीही पळून जाऊन लग्न केलं. नीताच्या जुन्या विचारांच्या गुजराती परिवाराच्या प्रखर विरोधाला न जुमानता हे लग्न झालं. सुरुवातीची काही वर्षं दोघांचं वैवाहिक जीवन फारच आनंदात गेलं. 'डॉनचा भाऊ' हा कलंक पुढे अश्विनला सहन होईनासा झाला, त्यामुळे त्याने मुंबई सोडायचा निर्णय घेतला. चेन्नईला स्थायिक व्हायचं ठरवून, तिथे घर शोधण्यासाठी नीता आणि अश्विन एक-दोनदा चेन्नईलाही जाऊन आले. १९९१मध्ये चेन्नईहून परतत असताना, दोघांचाही मृत्यूशी सामना झाला. त्या एका घटनेने त्यांचं आयुष्य संपूर्णपणे बदलून गेलं.

मुंबईतील सांताक्रूझ विमानतळावरून घरी जात असताना, अश्विनच्या गाडीवर गोळीबार करण्यात आला. छोटा राजनच्या गँगने हा हल्ला केला होता. नीता आणि तिचे सासरे अश्विनच्या मागच्या गाडीत होते. साधारण २० माणसांनी अश्विनच्या गाडीवर धडाधड गोळ्या झाडायला सुरुवात केल्यावर, खेरवाडी हायवेवर एकच गोंधळ उडाला. आपला पती नि:शस्त्र आहे, हे नीताला माहीत होतं. आपल्या गाडीतून खाली उतरून ती मोठमोठ्याने आरडाओरडा करू लागली. किंचाळणं ऐकून कोणीतरी पोलिसांना फोन करील, अशी तिला आशा वाटत होती. एव्हाना अश्विन कसाबसा गोळ्या चुकवून निसटण्यात यशस्वी झाला होता. ''त्याप्रसंगी मला कळून चुकलं की, माझ्या पतीच्या जिवाला धोका आहे. तू मला जिवंत, जीता-जागता हवा आहेस. तुझं निर्जीव शरीर बघायची मला इच्छा नाही, असं मी अश्विनला सांगितलं. त्यासाठी त्याने भावाशी हातमिळवणी करून संघटित गुन्हेगारीचा मार्ग धरला असता, तरीही मला चाललं असतं. कसंही करून त्याने सुरक्षित राहावं, हीच माझी इच्छा होती.'' नीताने आपल्या मुलाखतीत मला सांगितलं होतं.

पत्नीने अतिशय जोर दिल्यामुळे अश्विन अखेर अंडरवर्ल्डमध्ये सामील होण्यास तयार झाला. मुंबईच्या माफिया वर्तुळामध्ये तो पहिला उच्चशिक्षित गँगस्टर ठरला.

लवकरच अतिशय काटेकोर योजना आणि शिस्तबद्ध संघटन कौशल्य यांसाठी अश्विनचं नाव झालं. कल्याण लोकल ट्रेनमध्ये तान्या कोळी आणि महालक्ष्मीला टेक्स्टाइल टायकून सुनित खटाव यांच्या अत्यंत योजनाबद्ध रीतीने झालेल्या हत्यांसाठी आजही अश्विनचं नाव घेतलं जातं. अश्विनला नंतर टाडाखाली अटक करण्यात आली, पण त्यामुळे त्याचे उद्योग बंद झाले नाहीत. छोटा राजन आणि

दाऊदमध्ये बेबनाव होऊन दोघं वेगळे झाल्यानंतर अश्विन दाऊदला जाऊन मिळाला. त्यामुळे गुन्हेगारी जगात त्याचं वजन फारच वाढलं. या सर्व काळात नीता त्याच्यामागे खंबीरपणे उभी होती. ती त्याची अतिशय जवळची, विश्वासू सहचर आणि व्यक्तिगत सल्लागार होती.

पण १९९२मध्ये त्यांच्या आदर्श विवाहामध्ये तडे पडायला सुरुवात झाली. अश्विनच्या इच्छेविरुद्ध नीताने बाळ ठाकरेंच्या शिवसेनेत प्रवेश करायचा आणि नगरपालिकेच्या निवडणुकीमध्ये उभं राहायचा निर्णय घेतला.

राजकारण वाईट आहे, असं नीता म्हणत असे. तरीही त्यामध्ये पडायचा निर्णय तिने घेतला, कारण तिला स्वत:चं वेगळं अस्तित्व निर्माण करायचं होतं. शिवाय राजकीय वजन वापरून आपल्या नवऱ्याच्या कृत्यांना कायदेशीर स्वरूप देता येईल, अशी शक्यताही तिला वाटत होती. निवडणूक ती प्रचंड मताधिक्याने जिंकली, यात नवल नाही. अर्थात नवऱ्याला घाबरून असल्यामुळेच लोकांनी आपल्याला मतं दिली हे जाणून असल्यामुळे, तिने आपल्या यशाचं सारं श्रेय पतीला दिलं. कार्यक्षम नगरसेविका बनून चांगलं नाव कमवायचं, हे मात्र तिने पक्कं ठरवलं होतं. राजकारणी आणि गँगस्टरची पत्नी, असं दुहेरी आयुष्य ती जगायला लागली.

मधल्या काळात दाऊदबरोबर केलेल्या हातमिळवणीमुळे अश्विनची ताकद बरीच वाढली. दाऊदचा प्रतिस्पर्धी अरुण गवळी याला त्यामुळे हादरे बसू लागले. १९९४मध्ये गवळीच्या माणसांनी अश्विनवर गोळ्या झाडल्या. त्या हल्ल्यामध्ये त्याचे प्राण वाचले, पण जायबंदी झाल्यामुळे त्याला जन्मभर व्हीलचेअरवर खिळून बसावं लागलं. शत्रू आणि पोलिसांचा वेढा आवळत चाललेला पाहून जीव वाचवण्यासाठी अश्विन प्रथम कॅनडा, तिथून साउथ आफ्रिका आणि नंतर सिंगापूर इथे पळाला. पत्नी आणि दोन मुलांना मुंबईमध्येच ठेवलं होतं. त्याच्या पलायनानंतर पतिपत्नीने एकमेकांशी संपर्क ठेवला नव्हता. हा निर्णय नीताने जाणीवपूर्वक घेतला. आपला फोन टॅप केलेला आहे, आपल्यावर करडी नजर ठेवली जात आहे, याची तिला कल्पना होती. कोणत्याही परिस्थितीत आपल्या राजकीय कारकिर्दीवर परिणाम होऊ नये, यासाठी ती अतिशय दक्षता घेत होती. अश्विनच्या गँगमधील प्रत्येकाला ती नावानिशी ओळखायची; पण त्यांच्या खंडणी, धमक्या वगैरे प्रकरणांमधून ती संपूर्णपणे दूर राहायची. राजकारणात पडल्यापासून ती अधिकच काळजीपूर्वक वागत असे.

पोलिसांकडे तिच्याविषयी विशेष माहिती नव्हती. ती स्वत: गुन्हेगार नसल्यामुळे तिचं पोलीस रेकॉर्डही नव्हतं. स्पेशल ब्रँचमध्ये नीताविषयी एक छोटीशी फाइल होती. 'पती परागंदा झाला असताना ती त्याच्याशी संपर्क साधून होती आणि त्याचे

आर्थिक व्यवहार तिने थोड्या काळासाठी हाताळले होते,' असं त्या फाइलमध्ये नमूद केलं होतं. नीताने मात्र ह्याबाबतीत आपल्याला काहीही माहीत नाही, असं म्हणून अज्ञान प्रकट केलं. स्वत:विषयी 'मी एका मार्ग चुकलेल्या माणसाची पत्नी असून, मला एकटीला सर्वांशी झगडावं लागत आहे,' असं चित्र निर्माण केलं.

अश्विन फरारी झाल्यानंतर नीता नव्याने मिळालेल्या स्वातंत्र्याचा आनंद घेऊ लागली. त्या वेळी शिवसेनेमध्ये स्त्रियांना स्थान मिळणं कठीण असायचं, पण नीताने आपलं अस्तित्व सर्वांना जाणवून दिलं. लोकांशी संपर्क साधताना तिचं कॉन्व्हेंटमधील शिक्षण खूप उपयोगी पडायचं. बॉम्बे म्युनिसिपल कॉर्पोरेशनच्या स्थायी समितीच्या बैठकींमध्ये ती प्रभावी भाषणं करायची, त्यामुळे तिची चांगलीच छाप पडत होती. तिचा राजकारणातील मुत्सद्दीपणा आणि महत्त्वाच्या व्यक्तींशी असलेले संबंध, ह्यामुळे नीता लोकप्रिय झाली. त्याच कारणांमुळे १९९५ साली ती महानगरपालिकेच्या निवडणुकीत पुन्हा एकदा निवडून आली. त्याचवेळी तिची जाऊ अंजली नाईक (अमर नाईकची पत्नी) आणि आशा गवळी (अरुण गवळीची पत्नी) या दोघीही निवडणुकीच्या रिंगणात होत्या; पण फक्त नीताच यशस्वी झाली होती.

पती फरारी असल्याने हा विजय मी स्वत:च्या बळावर मिळवत आहे, हे नीताने स्पष्ट केलं. सुशिक्षित, धूर्त आणि सर्व काही झटपट आकलन करणारी नीता शिवसेनेसाठी एक बहुमोल सदस्य ठरली होती. आता दुसऱ्यांदा निवडून आल्यानंतर सेनाप्रमुख बाळ ठाकरे ह्यांच्या बांद्रा येथील 'मातोश्री' ह्या घरात नीताला सहज प्रवेश मिळू लागला. नीताला स्वत:च्या कर्तबगारीची जाणीव होत गेली, तशी ती आणि अश्विनमधील दरीही रुंदावत गेली. दोघांचे संबंध अधिकच बिघडले. दोघांना विभक्त होऊनही बरीच वर्षं लोटली होती. नीताला फारच एकटेपणा जाणवू लागला. दोन्ही मुलांना गुन्हेगारीच्या जगतापासून दूर राखण्यासाठी दोघांनीही खूप प्रयत्न केले होते. मुलांना कटाक्षाने उत्तम शिक्षण दिलं होतं; पण आता एकटीने सर्व आघाड्या सांभाळणं नीताला जड जाऊ लागलं. आधारासाठी तिला भक्कम खांदा हवा होता आणि तो तिला शरीररक्षक लक्ष्मी झिमन ह्याच्या रूपाने सापडला.

१९९९च्या ऑगस्ट महिन्यात अश्विनला पोलिसांनी अटक केली. तो बांगलादेशाची हद्द पार करून भारतामध्ये प्रवेश करण्याच्या तयारीत होता. त्याला तिहार जेलमध्ये ठेवण्यात आलं. त्यानंतर एका आठवड्यानंतर नीताने एका सनसनीखेज बातम्या छापणाऱ्या नियतकालिकाला मुलाखत देताना म्हटलं, ''अश्विनचं पुनरागमन ही फारशी आनंददायक घटना नाही. पुन्हा एकदा मी फक्त अश्विन नाईकची पत्नी म्हणून ओळखली जाणार. लोकांना कसं सामोरं जावं, हेच मला समजत नाही. मला यापुढे झगडत राहायची शक्तीच उरलेली नाही... अश्विन नाईकची पत्नी आहे, ह्याचा मला पश्चात्ताप नक्कीच नाही; पण मला माझं हे जीवनच असह्य झालंय... त्याला

भेटून भविष्यात काय करायचं, ह्या विषयाचा सोक्षमोक्ष लावून टाकायचाच.''

नीताच्या तथाकथित विवाहबाह्य संबंधाविषयी प्रसिद्धी माध्यमांमध्ये बरंचकाही छापून आलं होतं. झिमानशी तिचे संबंध होते, ही गोष्ट अश्विनला अर्थातच आवडली नव्हती. तो कमालीचा पझेसिव्ह असल्याने, नीताचं असं वागणं त्याला सहन होत नसे. पूर्वीदेखील एकनाथ खानविलकर नावाच्या इलेक्ट्रिकल कॉन्ट्रॅक्टरचा अश्विनने खून करवला होता. एकनाथने काही काळ त्याच्या घरात कामं केली होती. त्या वेळी नीता नाईकशी त्याची घसट फारच वाढली होती, हे अश्विनच्या कानावर आलं, तेव्हा त्याने एकनाथचा काटा काढला होता. आपल्या माणसांकरवी त्याने नीता आणि झिमनचे एकत्र असतानाचे फोटो काढले होते. ते पाहिल्यानंतर त्याच्या सहनशक्तीचा कडेलोट झाला.

१३ नोव्हेंबर २००० या दिवशी नीता आपल्या भायखळ्यातील घरी परतली. दुपारचे साधारण १२ वाजले असतील. ती दरवाजा उघडत असताना दोघांनी – त्यांची नावं नंतर समजली – एक मनोज भालेकर आणि दुसरा सुनील जाधव – अत्यंत निष्ठुरपणे गोळ्या झाडून तिची हत्या केली. परळ येथील के.ई.एम. हॉस्पिटलमध्ये तिला तातडीने नेण्यात आलं. दुसऱ्या दिवशी तिचा मृत्यू झाला.

प्रसिद्धी माध्यमांनी नीताच्या हत्येला ठळक प्रसिद्धी दिली. तिला असं भयंकर मरण आलं, ह्याचं कारण तिचे विवाहबाह्य संबंध हेच आहे, असं लिहून आलं होतं. दुर्दैवाने तिला मृत्युदंड देणारा तिचा पतीच होता. त्याहूनही मोठा दैवदुर्विलास म्हणजे, तिच्या प्रोत्साहनामुळेच तो गुन्हेगारी करण्यास प्रवृत्त झाला होता.

नीताच्या खून प्रकरणी पाच लोकांना अटक करण्यात आली. नंतर त्यापैकी दोघांची सुटका झाली. भालेकर, नीलरतन मुखर्जी आणि जाधव ह्यांच्यावर गुन्हा शाबीत झाला. जाधव पुढे एका एन्काउंटरमध्ये मारला गेला. भालेकर आणि मुखर्जींनी दिलेल्या कबुलीजबाबाच्या आधारे अश्विनवर पत्नीच्या खुनाचा आरोप ठेवण्यात आला. अश्विन तेव्हाही तुरुंगातच होता. स्पेशल मोका लावून अश्विनवर आरोपपत्र ठेवलं गेलं. पोलिसांच्या अहवालानुसार अश्विन तिहार जेलमध्ये असताना, तिथूनच त्याने नीताच्या हत्येचा कट रचला होता.

३१ जानेवारी २००९ रोजी विशेष मोका न्यायालयाने पुराव्याअभावी अश्विनची पत्नीच्या खुनाच्या आरोपातून मुक्तता केली. अश्विन-नीताच्या सुंदर प्रेमकहाणीचा अखेर असा भयानक अंत झाला.

◆

सुजाता निकाळजे

दहा वर्षांपूर्वी टिळकनगर ह्या मुंबईतील एका उपनगरामधील भागाचं स्वरूप सर्वसामान्य, कनिष्ठ-मध्यमवर्गीय चाळी, मोडकळीस आलेली सरकारी घरं असं होतं. एका महत्त्वाकांक्षी स्त्रीला टिळकनगरचा पूर्ण चेहरा-मोहरा बदलून तिथे शहरातील अति उच्चभ्रू लोकांसाठी अद्ययावत घरं बांधायची होती. या स्त्रीचं नाव सुजाता निकाळजे उर्फ नानी. स्व-घोषित देशभक्त डॉन राजेंद्र सदाशिव निकाळजे ऊर्फ छोटा राजन ह्याची पत्नी. व्यवसायाच्या नावाखाली पतीच्या बेकायदेशीर कृत्यांवर पांघरूण घालण्याच्या आरोपावरून मोका लावण्यात आलेली सुजाता ही एकमेव डॉन पत्नी होय.

बांधकाम व्यवसायाची जराही माहिती नसताना सुजाता निकाळजेने २००० साली एक बांधकाम कंपनी सुरू केली. त्या वेळी छोटा राजन फरारी झालेला होता. त्यानेच काळे धंदे करून मिळवलेल्या पैशांवर तिने ह्या व्यवसायाचा आरंभ केला. नवलाची गोष्ट म्हणजे, लवकरच टिळकनगरचा कायापालट करण्याच्या चढाओढीत तिची कंपनी आघाडीवर पोहोचली. ह्या कंपनीच्या आड सुजाता आपल्या नवऱ्याची आर्थिक व्यवस्थापक आणि बँकर म्हणून काम करते आहे, ह्याचा सुगावा काही काळातच पोलिसांना लागला.

'डिरेक्टोरेट ऑफ रेव्हेन्यू इंटेलिजन्स', 'मुंबई पोलीस क्राइम ब्रँच', 'एन्फोर्समेंट डिरेक्टोरेट' आणि 'इन्कमटॅक्स डिपार्टमेंट ऑफ इंडिया' अशांसारख्या संस्था तिच्या हालचालींवर नजर ठेवून आहेत, ही बातमी पसरल्यामुळे सुजाताचा दरारा खूपच वाढला.

सुजाता आणि राजन एकाच वस्तीत राहत. तिथेच त्यांचं प्रेम जुळलं. सुजाता टिळकनगरमधील सरकारी चाळीत राहायची. राजन मूळचा सातारा जिल्ह्यातील लोणार ह्या गावचा.

टिळकनगरमध्ये तो सहकार सिनेमाजवळ राहायचा. पाचवीनंतर त्याने शाळा सोडली आणि सहकार सिनेमाबाहेर तिकिटांचा काळा बाजार करणाऱ्या टोळक्यात सामील झाला.

तिकिटांचा काळाबाजार थांबवण्यासाठी प्रयत्न करणाऱ्या टिळकनगर पोलीस ठाण्याच्या अधिकाऱ्यांवर हल्ला करणाऱ्यांचा पुढारी राजनच होता. त्या घटनेनंतर तो प्रकाशझोतात आला. त्यानंतर तो स्थानिक गँगस्टर राजन नायर उर्फ बडा राजन ह्याच्या टोळीत सामील झाला. नायरचा खून झाल्यानंतर राजनने सारी सूत्रं हाती घेतली. 'बडा' राजनचा वारसदार म्हणून ह्याचं नाव 'छोटा' राजन असं पडलं. पुढे छोटा राजन अंडरवर्ल्ड डॉन दाऊद इब्राहिमला जाऊन मिळाला आणि त्याच्याच

सांगण्यावरून डी गँगची मुंबईमधील सर्व कामं छोटा राजन करायला लागला.

साधारण याच सुमारास राजन आणि सुजाताचं प्रेमप्रकरण सुरू झालं. तो एक कुख्यात गुंड – टिळकनगरचे रहिवासी त्याला घाबरत आणि ती सर्वसामान्य, कनिष्ठ मध्यमवर्गीय मराठी मुलगी. खतरनाक गँगस्टर म्हणून त्याची ख्याती वाढत चालली, तशी सुजाता त्याच्याजवळ अधिकच खेचली गेली. अखेर दोघांचं जुळलं. मुंबई पोलीस अटक करतील ह्या भीतीने राजनने मुंबई सोडली आणि बॉस दाऊदजवळ दुबईला निघून गेला. त्या काळात त्यांचं प्रकरण ठप्प झालं, पण नशिबाने हा दुरावा थोड्याच काळासाठी होता.

१९८७ साली दुबईला गेल्यानंतर वर्षाच्या आतच राजनने सुजाताला तिथे बोलावून घेतलं. दाऊदने त्यांच्या विवाहाची सर्व तयारी केली होती. तिथेच दोघांचं शुभमंगल झालं. तेव्हा घेतलेले फोटो भारतीय वृत्तपत्रांतून ठळकपणे प्रसिद्ध झाले. नवविवाहित राजन आणि सुजाता आणि त्यांच्याजवळ उभे असलेले दाऊद आणि त्याची पत्नी माहजबीन यांचा तो फोटो होता. दाऊद आणि राजन त्या काळात एकमेकांच्या खूप जवळ होते. पुढे त्यांच्या गहिऱ्या संबंधांवर आधारित एक चित्रपटही निघाला होता. बॉलिवुड दिग्दर्शक राम गोपाल वर्मांचा 'कंपनी'.

१९९३ साली राजनने डी कंपनीची साथ सोडली आणि दक्षिणपूर्व आशियामध्ये गुप्त ठिकाणी निघून गेला. सुजाता आपल्या तिन्ही मुलींसह – अंकिता, निकिता आणि खुशी – भारतात परतली. राजनने खंडणी उकळणं, प्रॉपर्टीचे सौदे, चित्रपटसृष्टी, जुगार आणि सट्टेबाजी, वेश्या व्यवसाय, घोड्यांच्या शर्यती अशी अनेक बेकायदा कृत्यं यशस्वीपणे चालवून मोठं साम्राज्य उभं केलं. सुरुवातीच्या त्याच्या विश्वासू सहकाऱ्यांनी भारतामध्ये सर्वत्र पसरलेले त्याचे उद्योग सांभाळले. तथापि, पोलीस एन्काउंटर आणि शत्रुगँगच्या गोळ्यांना त्यांपैकी काही बळी पडले. त्यामध्ये त्याचा सर्वोत्तम नेमबाज आणि अर्थव्यवहार सांभाळणारा रोहित वर्मा हादेखील होता. हळूहळू अशी परिस्थिती निर्माण झाली की, राजनजवळ एकही विश्वासू सहकारी उरला नाही. मुंबईतच त्याचे बरेच आर्थिक आणि दहशतीने पैसे उकळणं वगैरे उद्योग फैलावलेले होते. ते सांभाळण्यासाठी त्याला एकनिष्ठ माणसाची नितांत आवश्यकता भासत होती. स्वत:च्याच तथाकथित विश्वासू माणसांनी पाठीत खंजीर खुपसण्याचे अनेक अनुभव आल्याने, तो कोणालाही जवळ करायला तयार नव्हता. अखेर असा सहकारी त्याला आपल्या घरामध्येच सापडला – त्याची पत्नी. आत्तापर्यंत गृहिणी आणि तीन मुलींची आई ही भूमिका निभावणारी सुजाता, पतीच्या अवैध कारवायांमध्ये ओढली गेली.

टिळकनगरच्या घराच्या चार भिंतींमध्ये राहूनच सुजाता राजनच्या अवैध साम्राज्याचा धिम्या गतीने; परंतु अत्यंत खंबीरपणे विस्तार करत होती. त्यानंतर सारेच तिला

'नानी' ह्या नावाने ओळखू लागले. ती आजी वगैरे झाली नव्हती. तरीही तिला हे टोपणनाव पडायचं कारण, ती राजन ऊर्फ नानाची पत्नी होती. नानाची पत्नी नानी हे ओघानेच आलं.

पोलिसांनी दिलेल्या माहितीनुसार आर्थिक व्यवहार, व्यवसाय ह्या गोष्टींचं सुजाताला अजिबात ज्ञान नव्हतं. त्यामुळे तिने सुरुवातीला विशेष सल्लागारांची मदत घेतली. नवऱ्याच्या आर्थिक परिस्थितीचा आढावा घेण्यासाठी, तसंच त्याच्या अवैध कामांना कायदेशीर स्वरूप देण्यासाठी काय करता येईल, हे तिने त्यांच्याकडून जाणून घेतलं. त्यांनी बॉलिवुड आणि रिअल इस्टेटमध्ये काळा पैसा गुंतवता येईल, असा सल्ला दिला; पण त्याच सुमारास सुजाताच्या दिरावर – दीपक निकाळजेवर भावाचे पैसे चित्रपट बनवण्यासाठी वापरल्याचा आरोप करण्यात आला होता. १९९९मध्ये 'वास्तव' हा हिंदी चित्रपट प्रकाशित झाला होता. संजय दत्त नायक होता. त्याचा निर्माता दीपक असल्याची चर्चा झाली. 'वास्तव' खूप यशस्वी झाला, तेव्हा प्रसिद्धी माध्यमांनी याविरुद्ध बराच गाजावाजा केला. गँगस्टर भावाने दीपकचा ढालीसारखा उपयोग करून चित्रपटासाठी काळा पैसा वापरला, असा आरोप करण्यात आला. चित्रपट निर्माण करण्यासाठी भावाचा नव्हे, तर स्वत:चाच पैसा खर्च केला, हे शाबीत करण्यासाठी दीपकला फारच त्रास झाला होता. याच गदारोळामुळे सुजाता चित्रपट निर्मितीमध्ये पैसे गुंतवायला नाखूश होती. भावावर आरोप करणारे पत्नीला तर अजिबातच सोडणार नाहीत, हे तिला चांगलं माहीत होतं. याच कारणामुळे ती रिअल इस्टेट या दुसऱ्या पर्यायाकडे वळली.

१९९०च्या अखेरीस मुंबईमध्ये रिअल इस्टेट आणि घरभाड्याचे भाव गगनाला भिडायला लागले. बांधकाम व्यावसायिक मुंबईबाहेर मोकळी जागा शोधायला लागले. टिळकनगर त्या वेळी मुंबईचं एक उपनगर होतं – जुन्या चाळी आणि इमारती, मोठमोठ्या मोकळ्या जागा – पुनर्विकास करण्यासाठी अत्यंत आकर्षक पर्याय. बांधकाम व्यावसायिक एव्हाना त्या भागामध्ये रस दाखवायला लागलेही होते. जुन्या, मोडकळीस आलेल्या चाळी, इमारतींच्या जागी नवीन बांधकामं सुरूही झाली होती. आणि बहुधा प्रत्येक वेळी सुजाताच्या मध्यस्थीची गरज भासत असेच. 'नानी' म्हणवून घेणारी, गँगस्टरची पत्नी म्हणून प्रसिद्ध असलेली सुजाता चाळीतील रहिवाशांना चांगल्या किमतीवर घरं विकायला भाग पाडायची.

बांधकाम व्यवसायात मिळणारा प्रचंड नफा पाहून सुजाताने स्वत:चीच बांधकाम कंपनी सुरू केली. 'खुशी डेव्हलपर्स प्रायव्हेट लिमिटेड'. 'खुशी' हे तिच्या सर्वांत धाकट्या मुलीचं नाव. व्यवसाय सुरू करण्यापूर्वी तिने कंपनीचे आर्थिक व्यवहार सांभाळण्यासाठी कुशल चार्टर्ड अकाउंटंटची फौजच नेमली. टिळकनगरचं महागड्या आणि सुंदर उपनगरीमध्ये परिवर्तन करण्याची व्यवस्थित योजनाच तिने त्यांच्या

मदतीने आखली. जुन्या चाळी, पडक्या इमारती जमीनदोस्त करून त्या जागी भव्य मॉल, गगनचुंबी इमारती आणि ऑफिसं बांधण्याचं काम मोठ्या जोमाने सुरू झालं. सुजाता 'कॉर्पोरेट डॉन-पत्नी' म्हणून मिरवू लागली. दिवसभर बांधकाम व्यावसायिकांना भेटायचं आणि करोडो रुपयांचे व्यवहार पार पाडायचे, असा तिचा दिनक्रम बनला.

राजनला ती वेळोवेळी ह्या व्यवहारांची खबर टेलिफोनद्वारे देत होती. त्याच्याच सल्ल्यावरून व्यवहार आपल्या फायद्याचे व्हावेत, म्हणून ती गँगमधल्या माणसांचीही मदत घेई. बऱ्याच वेळा राजनचे गुंड धमक्या देऊन, जबरदस्तीने जमिनींचा कब्जा घेऊन बांधकाम व्यावसायिकांना घाबरवत. राजनच्या गँगने असं जबरदस्त दहशतीचं वातावरण निर्माण केल्याने, सुजाताचा व्यवसाय फारच सुरळीत चालू होता. तथापि, हा मधुचंद्र फार काळ टिकला नाही.

पोलिसांनी सुजाताचे फोन टॅप केले होते. सुजाता आणि राजनच्या संभाषणावरून जमिनी बळकावणं, जमिनीचे मोठमोठे व्यवहार असे प्रकार होत आहेत, ह्याची माहिती पोलिसांना मिळाली. काहीतरी काळंबेरं आहे हे जाणवून, तिला अटक करण्याचा निर्णय पोलिसांनी घेतला. त्याचवेळी चेंबूर येथील एका बिल्डरने पोलिसांकडे तक्रार नोंदवली. एका बिल्डिंग कॉंट्रॅक्टरच्या व्यवहारामध्ये राजन गँगने आपल्याला धमक्या दिल्या, असे त्याने तक्रारीत म्हटलं होतं. साक्षीदार मिळाल्याने पोलिसांची केस मजबूत झाली.

बिल्डरची तक्रार आणि पोलिसांच्या माहितीच्या आधारे सुजाता आणि तिचे तीन साथीदार – सुरेश शामराव शिंदे उर्फ डॉन, हरविंदर सिंग बेदी उर्फ कुक्कू दारूवाला आणि राकेश सूरवर ह्यांना मोकाखाली १४ डिसेंबर २००५ ह्या दिवशी अटक करण्यात आली. छोटा राजनच्या संघटित गुन्हेगारी टोळीच्या कारवायांना मदत आणि प्रोत्साहन देण्याचा आरोप त्यांच्यावर ठेवण्यात आला. २७ डिसेंबर २००५पर्यंत सुजाताला पोलीस कोठडीत ठेवलं होतं. तपासामध्ये प्रगती करणं पोलिसांना फारच जड जात होतं; याचं कारण एव्हाना सुजाता खूप बदलली होती. साध्या गृहिणीचं कठोर, अत्यंत दुराग्रही 'नानी'मध्ये रूपांतर झालं होतं. पोलीस कोठडीत असताना सुरुवातीचे १६ दिवस काहीही खाणं, पाणी पिणंसुद्धा तिने निग्रहाने नाकारलं होतं.

पोलिसांना विविध बँकांमध्ये सुजाताची तब्बल ३७ खाती तपासाअंती आढळून आली. स्टँडर्ड चार्टर्ड, स्टेट बँक ऑफ इंडिया, सांगली बँक, कॅनरा बँक, द युनियन बँक ऑफ इंडिया अशा अनेक बँकांमध्ये तिने पैसा ठेवला होता. खाती तिच्या तिन्ही मुलींच्या नावे होती. खात्यांमधील पैसे भारत आणि परदेशातूनसुद्धा खंडणीदाखल मिळाले असावेत, असा पोलिसांचा संशय होता. अर्थात मुलींना ते पैसे सदिच्छा भेट म्हणून मिळालेत, असं दाखवण्यात आलं होतं. सिंगापूर, अबूधाबीसारख्या देशांमधून १३ लाख रुपये परकीय चलनाच्या स्वरूपामध्ये जमा झाले होते. उद्योजक आणि

हिंतचिंतक स्नेह्यांनी हे पैसे स्वेच्छेने दिले आहेत, असा दावा सुजाता करत आली, तरी पोलिसांना तो मान्य नव्हता. परिणामत: तिची सारी खाती गोठवण्यात आली.

ज्या पद्धतीने देशात विविध बँकांमध्ये पैसे सुरक्षितपणे ठेवण्यात आले होते, त्यावरून सुजाताने कोणा तज्ज्ञाची मदत घेतली असावी, असा पोलिसांनी निष्कर्ष काढला. अधिक तपास केल्यानंतर खुशी डेव्हलपर्सच्या रिअल इस्टेट प्रोजेक्टचे आर्थिक व्यवहार एक प्रथितयश चार्टर्ड अकाउंटंट हाताळत आहेत, असं आढळून आलं. त्यांचं नाव भरत दुधानी. सुजाताने दुधानींना दोन करोड रुपये (राजनने दिलेले) दिले. ते त्यांनी अन्य आठ कंपन्यांना दिले. त्या पैशातून सुजाताच्या कंपनीचे शेअर्स खरेदी करण्यात आले. तपास करताना सापडलेल्या कागदपत्रांतील नोंदींवरून सुजाताची बँकांमधली खाती शोधण्यात पोलीस यशस्वी ठरले. दुधानींच्या बांद्रा ऑफिसमध्ये मिळालेल्या १४ फायलींचीसुद्धा त्या कामी मदत झाली.

या टप्प्यावर पोहोचल्यानंतर, ही केस फारच गुंतागुंतीची होत चालली आहे हे ध्यानी आल्यामुळे, मुंबई पोलिसांनी अन्य संस्थांची मदत घेतली. डिरेक्टोरेट ऑफ रेव्हेन्यू इंटेलिजन्स, मुंबई पोलिसांची क्राइम ब्रँच, एन्फोर्समेंट डिरेक्टोरेट आणि द इन्कम टॅक्स डिपार्टमेंट ऑफ इंडिया यांच्या सहकार्याने पोलिसांनी केस तयार केली. पुरेसा पुरावा मिळाल्यानंतर २००६ साली सुजातावर मोका अंतर्गत आरोपपत्र ठेवण्यात आलं.

सुजाताने तुरुंगामध्ये दोन वर्षं काढली. अखेर तिच्यावरील आरोप सिद्ध करण्यात पोलिसांना अपयश आल्याने, तिची १२ सप्टेंबर २००७ रोजी एक लाख रुपयांच्या जामिनावर सुटका झाली. तेव्हापासून तिच्याविरुद्ध 'एकही पळवाटेला जागा राहू नये' अशी केस तयार करण्यामध्ये पोलीस गुंतले आहेत. तिकडे सुजातादेखील आपली केस लढवण्यासाठी कुशल वकिलांची फौज घेऊन तयारच आहे.

२००८मध्ये सुजाताने हाँगकाँग आणि सिंगापूरला जाण्यासाठी न्यायालयाकडे परवानगी मागितली. तिची मुलगी अनिता हिला तिथल्या युनिव्हर्सिटीमध्ये प्रवेश घ्यायचा होता, तसंच शिक्षणासाठी पैशांची गरज असल्याने बँकेची गोठवलेली खाती खुली करावी, अशी विनंतीही तिने केली होती. एन्फोर्समेंट डिरेक्टोरेटने तिच्या दोन्ही मागण्यांना विरोध केला. 'ह्या केवळ सबबी असून तिला देशातून पलायन करून राजनजवळ राहायला जायचं आहे' असा मुद्दा त्यांनी उपस्थित केला होता. 'मनी लाँडरिंग ॲक्ट'खाली सुजाताविरुद्ध चौकशी चालू असून, तिचं काम अंतिम टप्प्यावर पोहोचलं आहे, असंही त्यांनी नमूद केलं. अखेर तिचा अर्ज फेटाळण्यात आला.

सध्या सुजाता कायद्याच्या कचाट्यात सापडू नये ह्यासाठी फारच काळजीपूर्वक

वागते आहे. असं असलं, तरी टिळकनगरची 'नानी' म्हणून तिला अजूनही मान मिळतो. हा मान मिळतोय तोपर्यंत तिला आणि तिच्या पतीलाही चिंता करायचं कारण नाही...

◆

पद्मा पुजारी

प्रश्न : एक सुशिक्षित, हुशार, महत्त्वाकांक्षी स्त्री, करोडो रुपयांची स्वप्नं पाहणारी. तिचं लग्न कर्मधर्मसंयोगाने एका अतिसामान्य, भुरट्या चोराबरोबर झालं, तर अशा वेळी तिने काय करावं?

उत्तर : तिने आपली बुद्धी, शिक्षण, धूर्तपणा वापरून आपल्या सर्वसामान्य नवऱ्याचा संपूर्ण कायापालट करावा. ज्या शहरात त्याला कोणी विचारत नव्हतं, तिथेच त्याच्या नावाच्या नुसत्या उच्चारानेही सर्वांचा थरकाप उडावा, श्रीमंत लोकांनी त्याचा धसका घ्यावा असा खतरनाक गँगस्टर बनवावं...

पद्मा पुजारी – पूर्वाश्रमीची खन्ना – ही मध्यमवर्गीय शीख कुटुंबात जन्मली. मुंबईचं एक उपनगर – अंधेरीमधील कॉन्व्हेंट शाळेत शिकायची. तिथेच तिची रवीशी ओळख झाली. सहार एअरपोर्ट कॉलनीमध्ये ही शाळा होती.

रवी मूळचा कर्नाटकमधील मंगलोरचा. शिक्षण अर्धवट सोडून तो वाममार्गाला लागला. सुरुवातीपासूनच त्याला गुन्हे, अवैध कृत्यं, अंडरवर्ल्ड ह्यांचं जबरदस्त आकर्षण होतं. छोटी-मोठी बेकायदा कामं करता-करता तो अंडरवर्ल्डमध्ये भराभर वर चढत गेला. प्रतिस्पर्धी बाळा झाल्टेचा काटा काढल्यानंतरच त्याला हे स्थान मिळालं. पुढे तो स्वयंघोषित देशप्रेमी डॉन छोटा राजनच्या गँगला जाऊन मिळाला. राजन दाऊद इब्राहिमचा साथीदार होता; पण काही काळानंतर त्यांच्यामध्ये फूट पडली. आता राजन मुंबईच्या अंडरवर्ल्डमध्ये स्वत:चा जम बसवण्याच्या खटपटीत होता. साधारण त्याच सुमारास रवी दीर्घ काळपासूनची प्रिय सखी पद्माशी विवाहबद्ध झाला.

लग्न होईपर्यंत रवीच्या अवैध धंद्यांचा पद्माला पत्ताच नव्हता. त्याचं खरं स्वरूप काय आहे हे समजल्यानंतर, तिच्यासमोर दोन पर्याय होते – एक तर त्याला सोडून जायचं किंवा नवरा गँगस्टर आहे, हे सत्य पचवून त्याच्याबरोबर राहायचं. दुसऱ्या पर्यायात भरपूर पैसा मिळायची संधी होती. त्याचा मोह पडून पद्माने त्याच्याबरोबर राहायचा निर्णय घेतला. अर्थात त्याचे परिणाम तिने लक्षात घेतले नव्हते, हे उघड आहे.

रवी राजनची बारीकसारीक; पण महत्त्वाची कामं करीत असे. राजनच्या आज्ञेनुसार तो हॉटेलमालक, व्यापारी यांच्याकडून पैसे उकळायचा. पुढील काही वर्षांमध्ये पुजारी राजनचा आवडता शिष्य बनला. बॉसची कामं करण्यासाठी तो दुबई, दक्षिणपूर्व आशिया अशा ठिकाणीही जात असे. पद्मा त्या वेळी पुढे येत नव्हती. अंधेरीच्या शेर-ए-पंजाब कॉलनीत भाड्याच्या घरात ती मुलांसह राहत असे.

रवी मुंबईच्या बाहेर असताना त्याचे पैशाचे व्यवहार पद्मा सांभाळायची. असं असूनही पोलिसांना ह्या गोष्टीची कानोकान खबर नव्हती. 'गृहिणी आणि बँकर' अशा दोन्ही भूमिका ती अतिशय कौशल्याने निभावत होती. पोलिसांना ह्या गोष्टीचा सुगावा लवकर लागला नाही, ह्याचं कारण ती अंधेरीसारख्या उपनगरात, साध्याशा भाड्याच्या घरात राहायची, हे असू शकेल. एक गृहिणी अवैध कृत्यांमध्ये सामील असेल, हे त्यांच्या ध्यानीमनीही नव्हतं.

त्याच काळात पद्माने शीख धर्माचा त्याग केला. ख्रिश्चन धर्म स्वीकारून तिने आपल्या मुलांचाही बाप्तिस्मा केला. असं करण्याचं नेमकं कारण अजूनही कळलेलं नाही.

२००० सालच्या आरंभीच्या काळात रवी राजनचा अतिशय जवळचा सहकारी झाला होता. तथापि, 'राजनच्या गँगमध्ये आहे' ह्याव्यतिरिक्त त्याचं स्वतःचं काहीही कर्तृत्व नव्हतं. रवीला अंडरवर्ल्डमध्ये स्वतःचं विशिष्ट स्थान निर्माण करायचं होतं. त्यामुळेच आपण राजनच्या साम्राज्यात केवळ एक प्यादं आहोत, हा विचार रवीला अतिशय त्रास देऊ लागला.

त्याच्या अशा मनःस्थितीतच पद्माने राजन गँगपासून अलग व्हायचा सल्ला रवीला दिला, असं पोलिसांनी दिलेल्या माहितीवरून समजतं. स्वतःचा व्यवसाय चालू करायचा, इतकंच नव्हे; तर बॉलिवुड आणि मुंबईतील बडे उद्योजक, मोठे व्यावसायिक यांच्यावर लक्ष केंद्रित करायचं, असंही तिने रवीला सुचवलं. त्यांच्याकडूनच अफाट पैसा मिळायचा संभव आहे, असं तिचं म्हणणं होतं. पत्नीचा अमूल्य सल्ला मानून रवीने राजन गँगला रामराम ठोकला. तो स्वतः दक्षिण पूर्व आशियामधूनच सारी सूत्रं हलवत होता. तिथूनच त्याने मुंबईमध्ये काही लोकांना कामावर ठेवलं आणि त्याची गँग कार्यरत झाली. श्रीमंत, बड्या लोकांना पैशांसाठी धमकीवजा फोन जाऊ लागले. रवीच्या मागणीला भीक न घातल्यामुळे २००६मध्ये रवीच्या गँगमधील माणसांनी बॉलिवुड दिग्दर्शक महेश भटच्या ऑफिसमध्ये गोळीबार केला होता. दिल्लीस्थित व्यावसायिक संजय कपूर – बॉलिवुड अभिनेत्री करिष्मा कपूरचा पती – यालादेखील ५० करोड रुपयांसाठी धमकी देण्यात आली होती. त्यामागेदेखील पुजारीचा हात होता.

पुजारी गँगच्या अवैध धंद्यांपासून पद्मा अत्यंत धूर्तपणे लांबच राहायची.

त्यामुळेच बराच काळ पोलिसांच्या नजरेत धूळ टाकण्यात ती सहज यशस्वी झाली होती. अखेर बनावट रेशनकार्ड आणि स्कूल लिव्हिंग सर्टिफिकेट सादर करून पासपोर्ट बनवण्याच्या आरोपावरून पद्मा कायद्याच्या कचाट्यात सापडली. हा पासपोर्ट तिने १९९५मध्ये बनवला होता; पण प्रकरण २००५मध्ये, म्हणजे चक्क १० वर्षांनी उघडकीस आलं. मुलांचे पासपोर्ट बनवण्यासाठी, तसंच स्वत:च्या पासपोर्टचं नूतनीकरण करण्यासाठी पद्माने अर्ज केला होता. तिच्या पासपोर्टसोबतच्या कागदपत्रांची छाननी केल्यानंतर पासपोर्ट अधिकाऱ्यांना संशय आला. त्यांनी तत्काळ मुंबई पोलिसांच्या क्राइम ब्रँचला सावध केलं. क्राइम ब्रँचने चौकशी केल्यानंतर पद्माने मुलांच्या पासपोर्टसाठी जी कागदपत्रं, पुरावे म्हणून सादर केली होती, ती बनावट आहेत, असं उघडकीस आलं. इतकंच नव्हे; तर १९९५मध्ये तिने स्वत:च्या पासपोर्टसाठी दिलेली कागदपत्रंदेखील खोटी आहेत, असंही आढळून आलं.

ह्या बनावट पासपोर्टवर पद्माने आफ्रिका आणि मध्य पूर्वेमधील अनेक देशांमध्ये प्रवास केला होता. त्या वेळी ती आपल्या परागंदा पतीला भेटली असावी, असा पोलिसांना संशय होता. तिचा पासपोर्ट जप्त करण्यात येऊन ४ ऑक्टोबर २००५ रोजी तिलाही अटक करण्यात आली. तब्बल ३० दिवसांनी तिची जामिनावर सुटका झाली. 'पद्मा पतीचे आर्थिक व्यवहार सांभाळत होती' ह्या आरोपाचा तिचे वकील श्याम केसवानी ह्यांनी वारंवार इन्कार केला. 'पोलिसांच्या दाव्यामध्ये सत्याचा अंशही नाही' असं त्यांनी ठामपणे सांगितलं. ती रवीला त्याच्या बेकायदेशीर कृत्यांमध्ये मदत करायची, हे शाबीत करण्यासाठी पोलिसांकडे काहीही पुरावा नव्हता, हे खरं होतं.

अटक आणि त्यानंतर जामिनावर सुटका झाल्यानंतर पोलिसांनी तिच्यावर कडक नजर ठेवायला सुरुवात केली. तिचे फोन टॅप केले होते. तिच्या हालचालींवर बारीक पाळत ठेवली जात होती. अशी चहूबाजूंनी कोंडी झाल्यामुळे, देश सोडून जाणं हाच एक मार्ग तिच्यापुढे होता. पोलिसांच्या माहितीनुसार पद्माने नवीन खोटा पासपोर्ट बनवला आणि नेपाळ सीमा पार करून ती भारताबाहेर पळाली. तिच्या पलायनाची योजना आखणाऱ्याला अटक करण्यापलीकडे पोलिसांना काही करता आलं नाही.

महाराष्ट्र पोलिसांनी पद्माविरुद्ध इंटरपोल रेड कॉर्नर नोटिस जारी केली आहे. 'द इंटरनॅशनल क्रिमिनल पोलीस ऑर्गनायझेशन' अर्थात इंटरपोलचं जाळं जगभर, १८६ देशांमध्ये पसरलं आहे. गुन्हेगार पकडण्यात त्या-त्या देशाच्या पोलिसांना इंटरपोल मदत करते. 'रेड कॉर्नर नोटिस' हा एक सूचनादर्शक असून, पोलिसांना वॉंटेड असलेल्या व्यक्तीने विमानतळावर चेक-इन करायचा प्रयत्न केला, तर अटेंडंटच्या मॉनिटरवर तत्काळ 'रेड फ्लॅग' झळकायला लागेल. ही व्यक्ती 'वॉंटेड'

आहे, असं त्या रेड फ्लॅगचा अर्थ. इंटरपोलची मदत मिळूनही पोलिसांना पद्माचा पत्ता लागलेला नाही. देश सोडून पाच वर्षं होऊन गेली, तरी तिचा ठावठिकाणा अजूनही एक रहस्यच आहे. ती आपल्या पतीबरोबर दक्षिण आफ्रिकेत राहत असावी, असा पोलिसांचा अंदाज आहे.

छोटा राजनची पत्नी सुजाता निकाळजे हिच्याशी तुलना करता, पद्माची गुन्हेगारी कारकिर्द फारशी मोठी नाही. असं असूनही तिच्या जीवनावर आधारित एक हिंदी चित्रपट निघाला आहे. हिंदू गँगस्टरच्या पत्नीवर बेतलेला हा एकमेव चित्रपट आहे. 'वर्ल्ड कप २०११' ह्या नावाचा हा चित्रपट २०१०मध्ये प्रदर्शित झाला. निकृष्ट दर्जाच्या चित्रपटामध्ये पद्मा पुजारीचं विकृत चित्रण करण्यात आलं असून, ती अट्टल दारू पिणारी, क्रिकेटचं बेटिंग करणारी, पोलीस आणि सहकारी अधिकाऱ्यांना सर्रास लाच देणारी अशी दाखवली आहे. आपल्या पत्नीचं असं नकारात्मक चित्र दाखवलं, ह्या कारणावरून रवीने चित्रपटाच्या दिग्दर्शकाला धमकी दिली होती.

पद्माची कहाणी अजूनही संपली नाही. रवीच्या गँगच्या अवैध कारवायांची योजनाबद्ध आखणी करणाऱ्या मुख्य रचनाकार पद्माने भविष्यात कोणत्या योजना आखल्या आहेत, हे वर्तवणं केवळ अशक्य आहे.

प्रश्न : एका सुशिक्षित, धूर्त, महत्त्वाकांक्षी आणि करोडो रुपयांची स्वप्नं पाहणाऱ्या स्त्रीचं लग्न एका नगण्य, भुरट्या ठगाबरोबर झालं, तर तिने कुठे जावं?

उत्तर : तिला हवं तिथे, कुठेही...

पोलिसांनी अजूनही तिचा पाठलाग करणं थांबवलेलं नाही. शोध चालूच आहे.

■

७

गँगस्टर्सची प्रेमपात्रं

प्रस्तावना

'मोल' म्हणजेच गँगस्टरची मैत्रीण, हे विशेषण काहीसं अपुरं आहे. बॉलिवुडच्या मसाला चित्रपटांचं बाळकडू पिऊन मोठ्या झालेल्या सर्वसामान्य भारतीयांच्या मनात 'मोल'ची एक प्रतिमा तयार झाली आहे – गोरी-गोरी पान, अत्यंत कमी कपडे घालणारी, मादक बांधा असलेली सुंदर तरुणी. परदेशी दारू आणि सिगारेटची आवड असलेली मोल नाइटक्लबमध्ये दिलखेचक नृत्यही करते. हजारो पुरुषांची धडकन आहे ती. भपकेबाज कॅसिनोमध्ये जुगार खेळण्याची तिची आवड जगप्रसिद्ध आहे... गँगस्टर असलेल्या बॉसच्या सांगण्यावरून इतरांमध्ये बखेडा उत्पन्न करण्यातही ती माहीर असते.

अर्थात चित्रपटातील हे चित्रण फारच अतिशयोक्त आणि अवास्तव असतं. मुंबईच्या अंडरवर्ल्डच्या गँगस्टरची मैत्रीण त्यापेक्षा फारच वेगळी असते. एकवेळ सौंदर्य नसलं, तरी तिच्याकडे बुद्धिमत्ता निश्चितपणे असते. क्लबमध्ये नृत्य किंवा दिवसभर सिगारेट, दारू पिणं हे असले प्रकार तर ती नक्कीच करत नाही. मोलची मुंबईच्या अंडरवर्ल्डमधील सर्वांत लक्षवेधी उदाहरणं म्हणजे, मिसेस पॉल आणि रूबिना सिराज सय्यद. मिसेस पॉल तंत्रकुशल होती. काहीशी जाड असलेली रूबिना ब्यूटिशियन होती. दाऊद इब्राहिमचा उजवा हात असलेला छोटा शकील ह्या दोघींवर फिदा होता. दाऊदला बॉलिवुड सुंदरींमध्ये रस होता. शकीलची आवड काहीशी वेगळी होती – स्त्रिया सर्वसामान्य, दिसायला अनाकर्षक असल्या तरी त्याला चालत असे; पण त्यामागे एक महत्त्वाचं कारण होतं. कराचीमध्ये राहणाऱ्या शकीलचे बहुतेक सारेच साथीदार गजाआड गेले. मुंबईतील त्याच्या गँगवर नजर ठेवू शकेल, अशा स्त्रियांची त्याला गरज होती. नजरेत भरणाऱ्या नसाव्यात ही अट होती. विश्वासू सहकाऱ्यांच्या महत्त्वाकांक्षी पत्नी किंवा अन्य नातलग स्त्रियांना त्याने ह्या कामाला लावलं. तो त्यांना फोनवरून, इंटरनेटवरून सूचना देई आणि मुंबईत त्यांची अंमलबजावणी होई.

एरवी कडक शिस्तीचा असणारा शकील बायकांशी फारच मधाळ बोलायचा. त्यामुळे त्या अधिक चांगलं काम करतात असा त्याचा विश्वास होता. बऱ्याच वेळा संभाषण अंमळ जास्तच प्रेमळ व्हायचं. गोड-गोड बोलून स्त्रियांना कसं कब्जात आणायचं, हे तंत्र शकीलला चांगलं अवगत होतं. त्या स्त्रियाही खूश होऊन त्याची कामं अधिक उत्साहाने पार पाडत. त्याच्या मोहजालात फसलेल्या स्त्रियांमध्ये मिसेस पॉल आणि रूबिनाचा समावेश होता.

◆

मिसेस पॉल

ठोकळेबाज कल्पना केली, तर 'मिसेस पॉल' हे नाव उच्चारताच आपल्या डोळ्यांसमोर वयवर्षं साठीची, कॅथलिक, गरीब स्वभावाची स्त्री उभी राहते. फुलाफुलांच्या डिझाइनचे, हलक्या रंगाचे फ्रॉक घालणारी, गोव्यातील आपल्या छोट्याशा गावाच्या आठवणींमध्ये रंगून जाणारी गोयकरीण. एरवी मवाळ स्वभाव असला, तरी कोळिणीने तिच्या आवडीच्या टायगर प्रॉन्सचा भाव अव्वाच्या सव्वा लावला, तर मात्र राग आवरता न येणारी.

प्रत्यक्षात मिसेस पॉल बरोबर या उलट होती. २८ वर्षांची, बुटकी, गोरी मुस्लीम तरुणी. खरं नाव शमीम मिर्झा बेग. शकीलच्या अत्यंत विश्वासू सहकाऱ्याची – अरिफ बेगची पत्नी. छोटा शकीलच्या अवैध धंद्यामधील साथीदार आणि त्याचं प्रेमपात्र होती ती. गुप्तता बाळगण्यासाठी पोलीस इंटेलिजन्स एजन्सी आणि पोलीस खबरे सांकेतिक नावांचा उपयोग करतात, त्याचप्रमाणे माफियादेखील दिशाभूल करणारी नावं वापरून पोलिसांच्या डोळ्यांत धूळ टाकायचा प्रयत्न करायचे. छोटा शकीलनेही नेमकी हीच युक्ती वापरून शमीमला 'मिसेस पॉल' बनवलं.

अरिफ कोल्हापूरच्या तुरुंगात शिक्षा भोगत होता. त्याच्यावर बरेच आरोप होते – पाच-सहा खून, १९९८ साली भाडोत्री मारेकरी फिरोज कोंकणी ह्याला पळून जायला मदत करणं, मुंबईत १९९२-९३ साली पुन्हा एकदा जातीय दंगली उसळल्या होत्या, त्यामागे अरिफचाच हात होता. त्यानेच आपल्या पत्नीची शकीलशी ओळख करून दिली होती. 'माझ्या गैरहजेरीमध्ये ती सर्व प्रकारची मदत करील' असं आश्वासनदेखील डॉनला दिलं होतं. अरिफला अटक झाल्यानंतर शमीम शकीलसाठी काम करायला लागली. 'मिसेस पॉल' हे टोपणनाव धारण करायचं कारण पोलिसांच्या डोळ्यांत धूळ फेकणं, हे होतं. ख्रिश्चन नावामुळे पोलिसांचं लक्ष शमीमकडे जाणार नाही आणि ती सुरक्षित राहील, असा विचार करूनच शकीलने

हे नाव निवडलं होतं.

लवकरच नेट-सॅव्ही, कॉलेज शिक्षण घेतलेली शमीम आणि शकील फोन आणि इंटरनेट चॅटवर बराच वेळ एकत्र राहायला लागले.

२००१मध्ये क्राइम ब्रँचला 'मिसेस पॉल'विषयी खबर करण्यात आली. त्यानंतर तत्काळ त्या दोघांचे फोन टॅप करण्यात आले. दोघांची ई-मेल आयडीसुद्धा हॅक झाली. 'मिसेस पॉल'चं रहस्य उकलायला थोडा वेळ लागला, पण डॉन आणि मिसेस पॉल ह्या दोघांमध्ये फोन आणि ई-मेलद्वारे जे प्रेमप्रकरण चालू होतं, ते मात्र पोलिसांना लगेचच समजलं. वर्षभर त्यांच्या संभाषणाकडे पोलिसांनी बारीक लक्ष ठेवलं होतं. कराचीहून शकील दूर मुंबईत असलेल्या मिसेस पॉलचं इंटरनेटवरून प्रणयाराधन करायचा. दोघं एकमेकांना प्रेमळ चिठ्ठ्या आणि फोटो पाठवायचे. शकीलची आय.डी. होती – 'handsomelovely@ hotmail.com'. शमीम 'shams143@ yahoo.com'वरून ई-मेल पाठवायची.

११ ऑक्टोबर २००१ रोजी त्यांचं नेटवरून संभाषण झालं, त्याचा काही भाग पुढीलप्रमाणे –

शकील : जानेमन, वो नाशिक में कपडे और सामान की लिस्ट ई-मेल कर दी है।

शमीम : सायबर कॅफे में जाकर देख लूंगी।

(नंतर थोडा वेळ धंद्याविषयी बोलणं झालं आणि मग त्यांचा प्रेमळ संवाद सुरू झाला.)

शकील : जानेमन, मुझे तुम्हारी बहुत याद आ रही है, तुम्हारे आने का इंतजार है।

शमीम : जान, मैं भी आपको बहुत याद करती हूँ।

शकील : आय लव्ह यू

शमीम : आय लव्ह यू टू

मिसेस पॉल तीन वेगवेगळ्या मोबइल नंबरवरून शकीलशी संपर्क साधते, हे पोलिसांना समजलं होतं. शकीलच्या अवैध धंद्यांमध्ये तिची नेमकी काय भूमिका आहे, हेदेखील संभाषणावरून दिसून येत होतं. ती त्याला हवालाचे पैसे पाठवायची. त्याच्या वकिलांबरोबर सल्लामसलत करणं आणि देशात ठिकठिकाणी शकीलची माणसं तुरुंगाची हवा खात होती, त्यांच्या गरजांकडे लक्ष पुरवणं, ही कामंही ती करीत असे. छोटा शकीलच्या मुंबईमधील सर्व कामांवर नजर ठेवणं, देखरेख करणं ही मिसेस पॉलची जबाबदारी होती.

अखेर मिसेस पॉलला २००२च्या मार्च महिन्यात मोकाखाली अटक करण्यात

आली. त्यानंतर तीन महिन्यांनी तिच्यावर आरोपपत्र ठेवण्यात आलं. आरोपपत्रामध्ये ह्या जोडीच्या फोन-संभाषणाचे भागही उद्धृत केले होते. आधुनिक काळातील रोमियो-ज्युलिएट किंवा लैला-मजनूप्रमाणे त्यांचे प्रेमालाप होते.

नुकतीच प्रेमात पडलेली तरुण-तरुणी कोणाला कळू नये म्हणून कुजबुजत्या, हळुवार आवाजात बोलतात, तसंच दोघंही बोलायचे. पोलिसांनी दिलेल्या माहितीनुसार ती आपल्या घरातल्या बाथरूममध्ये जाऊन शकीलशी बोलायची. आपल्या सासू-सासऱ्यांबरोबर राहत असल्याने, तिला ही खबरदारी घ्यावी लागायची.

त्यांची प्रेमकहाणी जगावेगळी होती – ह्या सर्व अवधीमध्ये ते एकदाही भेटले नव्हते. असं असलं तरी इतरांप्रमाणे त्यांच्यातही रुसवे-फुगवे, मत्सर आणि भांडणं होत असायची. उदाहरणार्थ, ८ जानेवारी २००२ ह्या दिवशीच्या त्यांच्यामधील संभाषणातून शकीलच्या पत्नीला मुलगा झाला असल्याची बातमी क्राइम ब्रँचला समजली. ह्या बातमीमुळे मिसेस पॉल अत्यंत अस्वस्थ आणि नाराज झाली, हेही समजलं.

त्या संभाषणातील अंश –

शकील : जानेमन, तबीयत कैसी है?

शमीम : मेरी छोडिये, आपका बच्चा कैसा है?

शकील : बहुत मन्नतों के बाद पैदा हुआ है, उसकी फिक्र तो करनी पडेगी।

शमीम : उसकी फिक्र में आप मेरी फिक्र छोड देंगे?

शकील : नहीं जानेमन, उसकी जगह और है और तुम्हारी और।

सायबर-सॅव्ही पोलिसांनी दोघांचे ई-मेल अकाउंटसुद्धा हॅक केले होते. त्यामध्येही दोघांचे प्रेमालाप आढळले. १२ मार्च २००२च्या ई-मेलमध्ये शकीलने एका हिंदी सिनेगीताच्या पंक्ती लिहून पाठवल्या होत्या. शमीमच्या अटकेपूर्वीची ही गोष्ट.

ई-मेलमधील अंश –

तुझको सुनने को दिल चाहता है
तुझको मिलने को दिल चाहता है
तेरी जो एक झलक आ जाये नजर
तुझ पर मर जाऊँ ये दिल चाहता है
याद बहुत आती हो
तकलीफ का लम्हा है
तुम्हारी आवाज सुनने को दिल चाहता है

दीर्घ काळ शमीमने संपर्क न साधल्याने शकीलने हे पत्र लिहिलं असावं, असा पोलिसांनी निष्कर्ष काढला.

गंमत म्हणजे, शमीमच्या ई-मेल अकाउंटवरून ही सामान्य रूपाची स्त्री कमालीची चंचल आहे, हे स्पष्ट झालं. गँगस्टरची पत्नी, डॉन प्रियसखीवर प्रेमाचा वर्षाव करत असूनही शमीमचं समाधान होत नव्हतं. तिचे अन्य प्रेमसंबंधही चालू होते. तिचे अनेक आशिक होते. त्यापैकी एकाचं नाव होतं परवेझ बटकी. तो तिला pbatki@hotmail.com वरून ई-मेल पाठवायचा. पत्राच्या अखेरीस तो 'तुम्हारा पागल प्रेमी' असं लिहायचा. त्यामुळे शकीलच दुसऱ्या आय.डी.वरून ह्या मेल पाठवतोय, असा पोलिसांचा संशय होता; पण शमीमने 'तो शकील नसून, माझ्या अनेक चाहत्यांपैकी एक आहे' असं स्पष्ट केलं.

कोणाही व्यक्तीची ओळख पटवणं, हे मोठं वेळखाऊ आणि किचकट काम असतं; पण मिसेस पॉलच्या बाबतीत मात्र पोलिसांना उलटाच अनुभव आला. शकीलबरोबरच्या तिच्या प्रेमवार्ता वाचून त्यांची बरीच करमणूक व्हायची.

•

रूबिना सिराज सय्यद

पठाणाने समोर उभ्या असलेल्या बाईच्या तोंडावरच जेवणाची थाळी भिरकावली, आणि मोठ्याने डरकाळी फोडली, "मी हा खड्यांनी भरलेला भात खाणार नाही. ही रोटी कसली बनवली आहे? डाळीमध्ये किडे आहेत..."

समोरच्या बाईचा चेहरा, हात भात आणि डाळीने बरबटले होते. प्रचंड संतापाने ती ओरडली, "पठाण, तू काही राजवाड्यात राहत नाहीस. तुरुंग आहे हा. इथे असंच जेवण मिळेल. हवं तर खा, नाहीतर उपाशी झोप."

ह्या बाचाबाचीनंतर चोहीकडे शांतता पसरली. दोन्ही पक्ष एकमेकांकडे खुनशी नजरेने पाहत होते. कोणीही माघार घ्यायला तयार नव्हतं. शेवटी अशा तमाशांची सवय झालेल्या जेलरनेच स्वतःला सावरलं आणि ती तोंड धुवायला गेली. आपल्या तक्रारीला जेलरने वाटाण्याच्या अक्षता लावल्या, हे पाहून संतापलेल्या पठाणाने जेवणघरातून जाता-जाता भरपूर शिवीगाळ केली. जेलरला कोर्टाची नोटीस पाठवायची धमकीही दिली.

ह्या भांडणामधील पठाणाची 'उंच, धिप्पाड पुरुष' अशी प्रतिमा नजरेसमोर आली असेल, पण प्रत्यक्षात 'पठाण ही एक स्त्री आहे –' साधारण पस्तीशीची, बेडौल, जाडगेली आणि बोलण्यात काहीही भीडभाड न ठेवणारी. तिच्या ह्या

रूपामुळेच तिला 'पठाण' हे नाव पडलं होतं. त्याहूनही चक्रावणारी गोष्ट म्हणजे, ती दिसायला अशी असूनही तुरुंगातील अन्य कैदी तिला 'हिरॉइन' ह्या नावानेही हाक मारत.

सर्वप्रथम एका सनसनीखेज मासिकामध्ये 'छोटा शकील की मोटी गर्लफ्रेंड' असं तिच्याविषयी छापून आलं होतं. अंडरवर्ल्डच्या डॉनशी संबंध असल्यामुळेच दक्षिण मुंबईमधील व्यवस्थित चाललेल्या ब्यूटी पार्लरमधून ती भायखळा महिला कारागृहात येऊन पडली होती. ही रूबिना सिराज सय्यदची कहाणी आहे – एक सुप्रसिद्ध ब्यूटिशियन प्रसिद्ध अंडरवर्ल्ड डॉनची सखी होईपर्यंतच्या प्रवासाचं वर्णन.

२००४ साली मुंबई पोलिसांनी रूबिनाला अटक केली. नंतर दोन वर्षांनी कटकारस्थान केल्याच्या आरोपावरून तिला मोका लागला आणि आरोप शाबीत होऊन तिला शिक्षा ठोठावण्यात आली. अंडरवर्ल्डचा आधार घेऊन राजकारणात प्रवेश करायचा इरादा बाळगलेल्या एका महत्त्वाकांक्षी स्त्रीची ही कहाणी आहे.

अटक होण्यापूर्वी रूबिना मुंबईमधील डोंगरी भागात ब्यूटिशियनचा व्यवसाय करत होती. तिचा व्यवसाय फारच जोरात चालायचा. अनेक विवाह समारंभ, अन्य समारंभांमध्ये तिच्या महागड्या सौंदर्यप्रसाधनांसाठी तिला आमंत्रणं यायची. तिच्या सिव्हिल कॉंट्रॅक्टर नवऱ्यापेक्षा तिची कमाई कितीतरी जास्त होती. असं असूनही, ती असमाधानी असायची. तिची फार मोठी स्वप्नं होती. दोन मुलांच्या ह्या आईला राजकारणात यायचं होतं. पुढे नगरसेविका बनायचीही महत्त्वाकांक्षा होती. तिच्या ह्याच जबर इच्छेमुळे ती अंडरवर्ल्डकडे आकर्षित झाली.

सारं प्रकरण सुरू झालं, त्याला एका अर्थी कारणीभूत होता तिचाच दीर ओबेद सय्यद. २००२मध्ये ह्याला खुनाच्या आरोपावरून अटक झाली होती. शकीलचा माणूस होता तो. ओबेद आर्थर रोड जेलमध्ये होता. रूबिना कधीतरी त्याला भेटायला तिथे जात असे. तेव्हाच तो शकीलला रूबिनामार्फत निरोप पाठवायला लागला. रूबिना बोलण्यात फार हुशार होती. तिच्या आवाजात एक प्रकारची मोहिनी होती. गँगस्टर शकील तिच्याकडे आकर्षित झाला, यात नवल नाही.

तिच्या हुशारीमुळे प्रभावित झालेल्या शकीलने तिच्यापुढे आपल्या गँगमध्ये सामील होण्याचा प्रस्ताव ठेवला. त्यामध्ये खूप पैसे मिळण्याचं आमिष असल्याने, तिने नकार द्यायचा प्रश्नच नव्हता. अंडरवर्ल्डमध्ये काम केल्याने नगरपालिका निवडणूक लढवण्याची संधी नक्कीच मिळेल आणि पुढे नगरसेविकाही होणं सुलभ जाईल, असा तिचा अंदाज होता. गँगसाठी काम करणं तिने ताबडतोब सुरू केलं, ते ह्याच कारणामुळे. सोपवलेली सर्व कामं ती अतिशय व्यवस्थितपणे पार पाडायची. ती शकीलचा सहकारी फाहिम मचमच ह्याच्याकडून कामाच्या सूचना घ्यायची. वकिलांबरोबर कोर्टाच्या कामकाजाची नीट जुळवाजुळव करणं, दक्षिण मुंबई ते

गोरेगावमध्ये राहणाऱ्या गँगच्या सर्व माणसांच्या आर्थिक बाबींकडे, तसंच शकीलच्या गँगमधील तुरुंगाची हवा खाणाऱ्यांच्या सर्व गरजांकडे लक्ष पुरवणं, ही कामं ती व्यवस्थित निभावून न्यायची. थोड्याच महिन्यात रूबिनाचं संपूर्ण आयुष्य बदललं. हातात भरपूर पैसा आल्याने स्कूटर जाऊन, ती गाडीमध्ये हिंडायला लागली. ब्यूटिशियनच्या जागी कुख्यात 'हिरॉइन'चा उदय झाला. अंडरवर्ल्ड गँगची जबरदस्त शक्तिशाली हिरॉइन.

रूबिना टेक-सॅव्ही होती. अस्खलित इंग्लिश बोलायची. ह्याच कारणामुळे पोलिसांच्या नजरेतून बऱ्याच काळपर्यंत बचावली होती. साधारण एक वर्षानंतर शकीलचा साथीदार उदय पवार उर्फ पंकज ह्याने तिच्याशी संपर्क साधला असताना, क्राइम ब्रँचला तिच्या उद्योगांची माहिती झाली.

त्याची पार्श्वभूमी अशी होती. पंकज साधारण दोन वर्षांतून एक चित्रपट वितरकाला धमकीचे फोन करून ५० लाख रुपयांची मागणी करत होता. अखेर त्या वितरकाने १० लाख द्यायचं मान्य केलं. हे कळवण्यासाठी पंकजने रूबिनाला फोन केला. कर्मधर्म संयोगाने पोलिसांनी हे संभाषण ऐकलं. त्यानंतर त्यांनी रूबिनाचे फोन आणि हालचालींवर नजर ठेवायला सुरुवात केली. फाहिम मचमच आणि शकीलबरोबरची तिची २६ वेळा केलेली संभाषणं त्यांनी टेप केली. चार महिने तिच्यावर अतिशय बारीक नजर ठेवून सारे पुरावे गोळा केल्यानंतर, क्राइम ब्रँचने तिला २००४मध्ये अटक केली.

पोलिसांनी दिलेल्या माहितीनुसार शकील गँगमधील २५ जणांच्या कौटुंबिक गरजा रूबिना भागवत असे. त्यासाठी ती दर महिन्याला दीड लाख रुपये वाटायची. कोर्ट-कचेऱ्या, वकिलांचा खर्च वेगळा. विशेष मोका न्यायालयाने तिला मोका आणि १२० (बी) (कटकारस्थान करणे) ह्या इंडियन पीनल कोडच्या कलमाखाली आरोप सिद्ध झाल्यामुळे पाच वर्षं सक्तमजुरीची शिक्षा ठोठावली. ही घटना २३ मार्च २००६ची. तिची केस लढवणारे ॲडव्होकेट शाहिद आझमी ह्यांची २०१०च्या फेब्रुवारीमध्ये छोटा राजन गँगच्या एका भूतपूर्व मारेकऱ्याने गोळ्या झाडून हत्या केली.

तुरुंगातील मुक्कामात रूबिनाचा अहंकार आणि तोरा अधिकच वाढला. अन्य कैदी तुरुंगाधिकाऱ्यांकडे तिच्याविरुद्ध वारंवार तक्रार करायचे. फट म्हणता रूबिना सहकैद्यांवर हल्लाबोल करीत असे. तिच्या आक्रमकतेचं ठळक उदाहरण म्हणजे, तिने झाहिरा शेखवर केलेला हल्ला. गेटवेला झालेल्या स्फोटातील आरोपी फाहमिदा सय्यद ही तिच्याच कोठडीत होती. गुजरात बेस्ट बेकरी खटल्यात खोटी साक्ष दिल्याच्या आरोपावरून शिक्षा भोगत असलेली झाहिरा शेखही त्याच तुरुंगात होती. रूबिनाने फाहमिदाच्या साथीने बारकुड्या झाहिराला मारहाण केली. ह्या घटनेनंतर

तुरुंगाधिकाऱ्यांनी शिक्षा म्हणून तिला जेल कँटिनची कुपनं घेण्यास मनाई केली. ह्या कुपनांवर साबण, बिस्किटं, टूथपेस्ट, सुकामेवा अशा 'चैनीच्या वस्तू' विकत घेता येत. रूबिनाला ही मोठीच शिक्षा होती.

पाच वर्षं शिक्षा भोगून रूबिना बाहेर पडली आहे. तुरुंगवासानंतर आज तिची परिस्थिती 'जैसे थे' झालेली दिसतेय... पूर्वीचं सारं वैभव धुळीला मिळालंय – गाडी जाऊन पुन्हा स्कूटरवर फिरायची वेळ आली आहे. उपजीविकेचं काहीही साधन नाही. ब्यूटी पार्लर कधीच बंद पडलंय. राजकारणात चमकायचं स्वप्नही स्वप्नच राहिलंय. पती सिराजचंही अलीकडेच निधन झालं. एके काळची प्रख्यात ब्यूटिशियन आणि शकीलची खास सहकारी म्हणवणारी रूबिना कुठल्या कुठे फेकली गेली आहे. अंडरवर्ल्डच्या पठाणी हिरॉइनला आज साध्या एक्स्ट्राची भूमिका मिळणंही अतिशय मुश्कील झालं आहे.

◼

८

मोहक मदनिकांचं मायाजाल

प्रस्तावना

अप्रतिम सौंदर्याच्या जोरावर फक्त सिनेतारका आणि सुपरमॉडेल करोडो रुपये कमावतात असं नव्हे. रामलीलामधील कलावंत आणि बारबालादेखील रूप आणि हुशारी वापरून करोडपती झाल्याची उदाहरणं आहेत. डॉनची पत्नी किंवा अंडरवर्ल्डच्या बॉसची खास मैत्रीण अशा कुबड्यांचा आधार न घेताही त्या मालामाल होतात, हे विशेष. केवळ मादक सौंदर्याचा योग्य वापर करून ह्या सुंदरींनी असंख्य पुरुषांना घायाळ केलं, आपल्या मोहजालात अडकवलं. बेमालूम खोटं बोलणं, फसवाफसवी, हेराफेरी अत्यंत सफाईने करणाऱ्या अशा मदनिकांची अनेक उदाहरणं देता येतील; पण गुन्हे करण्यासाठी आपलं मोहक रूपसौंदर्य शस्त्रासारखं वापरणाऱ्या दोन अत्यंत खतरनाक स्त्रियांची कहाणी आम्ही तुमच्यापुढे सादर करणार आहोत.

करोडपती बारबाला तरन्नुम खान – मुंबईच्या रात्री रंगीन करणाऱ्या बारबालांपैकी एक अतिशय श्रीमंत आणि तितकीच वादग्रस्त सुंदरी. एका आंतरराष्ट्रीय क्रिकेट बेटिंग रॅकेटसंबंधीच्या बातम्यांमध्ये बरेच आठवडे तिचंही नाव झळकत होतं. अत्यंत देखण्या तरन्नुमने बेटिंगमध्ये करोडो रुपये कमावले. एका आंतरराष्ट्रीय क्रिकेटरने वाममार्गाने मिळवलेले पैसे तिच्याच घरामध्ये लपवले होते, असं म्हणतात. ह्या प्रकरणामुळे तरन्नुमच्या निरागस चेहऱ्यामागे किती तल्लख बुद्धिमत्ता लपलेली आहे, हे दिसून आलं. तरन्नुम माफियांमध्ये सहभागी नव्हती हे खरं असलं, तरी जागतिक बेटिंग सिंडिकेटमधील तिच्या महत्त्वपूर्ण भूमिकेमुळे तिची कहाणी अतिशय उत्कंठावर्धक झाली आहे.

दुसरी मदनिका अर्चना शर्मा – पैशांसाठी काय वाट्टेल ते करायला तयार. एका अत्यंत लोकप्रिय नियतकालिकामध्ये तिचं वर्णन 'लेडी डॉन विथ किलर लुक्स' असं केलं होतं. अर्चनाने मादक सौंदर्याचा उपयोग करून मोठमोठे व्यावसायिक, राजकारणी, हॉटेल मालक अशा भल्याभल्यांना फशी पाडलं होतं. आपली कामं

करवून घेण्यासाठी बडे राजकीय नेते आणि गँगस्टर, कोणाबरोबरही शारीरिक जवळीक साधण्यात तिला काहीही गैर वाटत नसे.

खून, धमकी देणं, खंडणी, अपहरण असे अनेक आरोप असलेली, उज्जैनसारख्या छोट्या शहरातून आलेली ही सुंदरी, निडरपणा आणि बिनधास्तपणाचं मूर्तिमंत उदाहरण आहे.

◆

तरन्नुम खान

रात्रीच्या वेळी अख्खी मुंबई निद्रादेवीच्या कुशीत असताना, डान्स बारमध्ये चहल-पहल सुरू होते. मुंबईच्या एका उपनगरामधील बारमध्येही चैतन्य, उत्साहाचं वातावरण दिसून येतंय. कानठळ्या बसवणारं संगीत, रंगेल, विषयासक्त पुरुष, सळसळत्या तरुणी आणि अखंड दारूपान... पैशाचा पाऊस पडतोय, वासनेचा नंगा नाच चालू आहे. बार खचाखच भरला आहे. आरसे लावलेल्या भिंतींमुळे बार खूप प्रशस्त असल्याचा आभास होतोय.

रटाळ, कंटाळवाण्या आयुष्यामध्ये थोडासा विरंगुळा, मोहमयी दुनिया शोधणारे अनेक महाभाग ह्या बारकडे खेचले जातात. ताणतणावांपासून मुक्ती मिळवण्यासाठी दारूचे प्याले रिचवले जातात. मात्र दारूच्या धुंदीत असले, तरी बारच्या मध्यभागी असलेल्या डान्स फ्लोअरवर झुलणाऱ्या मुलींना पाहून उत्तेजित होण्याइतपत शुद्ध त्यांना असते. चकाकणाऱ्या लेहंगा-चोळीमधून भरपूर अंगप्रदर्शन करणाऱ्या तरुणी बॉलिवुडच्या गाण्यांवर नृत्य करताहेत. चेहऱ्यावर भरपूर रंगरंगोटी केलेल्या, मोठमोठ्या सिनेतारकांशी थोडंफार साधर्म्य असलेल्या ह्या नृत्यांगना आपल्या अन्नदात्यांना रिझवण्यासाठी लचकत आहेत.

हे अन्नदाते साधे-सुधे नाहीत – प्रचंड श्रीमंत व्यापारी, हिऱ्यांचे व्यापारी, गँगस्टर, व्यावसायिक, उद्योजक अशी जानीमानी हस्तियाँ दोन घटकांच्या करमणुकीसाठी पैशांचा अक्षरशः पाऊस पाडत आहेत.

काही नर्तकींनी ह्या अतिश्रीमंत आशिकांमधून आपली शिकार निवडली आहे. नागमोडी नाचत असताना आपल्या चाहत्याकडे नजरेचे तीर फेकणं, हातांनी इशारे करणं व्यवस्थित सुरू झालंय. दर गाण्यागणिक त्यांचे हावभाव, हालचाली अधिकाधिक निर्लज्जपणाकडे झुकायला लागल्या आहेत. त्याचा मोबदलाही त्यांना लगेचच मिळतोय. १०० रुपयांच्या नोटांच्या माळा त्यांच्या गळ्यात पडताहेत. पुढे झुकून ह्या मदनिका माळांचा स्वीकार करतात, तेव्हा त्यांच्या रेशमी केसांचा मुलायम स्पर्श

अन्नदात्यांच्या चेहऱ्याला होतो. त्यामुळे अधिकच चेकाळलेले पुरुष नोटांचा वर्षाव सुरू करतात. काही जणांनी आपल्या स्वप्नसुंदरींची निवड केली असली, तरी इतरांची प्रतीक्षा संपलेली नाही. मुंबईच्या भाषेत 'बडा माल' येण्याची ते वाट पाहताहेत.

अर्ध्या तासानंतर त्यांचा इंतजार संपतो. 'कजरा रे' हे लोकप्रिय गाणं वाजायला लागतं. प्रकाश मंदावतो आणि अचानक चकाकती, पारदर्शक गुलाबी रंगाची साडी, अत्यंत खोल गळ्याचा ब्लाउज घातलेली तरुणी डान्सफ्लोअरवर अवतरते. साऱ्यांच्या नजरा तिच्यावर खिळतात. आतापर्यंत चमकणाऱ्या अन्य नर्तकी तिच्यापुढे फिक्या दिसायला लागतात.

हात उंचावून तिने नितंब एकदा उजवीकडे, मग डावीकडे हलवले आणि एकच जल्लोष झाला. कजरा रे गाण्यावर तिचं नृत्य सुरू झालं. गाण्याच्या गतीबरोबर तिचे हेलकावेही वाढले. तिचे चाहते मंत्रमुग्ध होऊन पाहत होते. खांदे गोल-गोल फिरवून, हातांची लयबद्ध हालचाल करून आणि वक्षभाग पुढे ताणून ती प्रेक्षकवर्गाला घायाळ करत होती. सूचक हावभाव, डोळा मारणं हेही चालू होतं. तसं पाहता तिच्याकडे असामान्य किंवा वेगळं असं काही आढळत नव्हतं – लांब, काळेभोर केस, गोरी-गव्हाळ कांती, अन्य मुलींसारखीच आकर्षक. पण असामान्य सौंदर्याची देणगी नसूनही, सगळ्यांचं लक्ष आकर्षून ते आपल्यावर खिळवून ठेवण्याचं सामर्थ्य तिच्यात आहे. क्षणार्धात तिच्यावर ५०० आणि १०००च्या नोटांचा वर्षाव सुरू होतो. बाकीच्या मुली तिच्या मागे नाचताहेत. तिच्याविषयी असूया त्यांच्या चेहऱ्यावर स्पष्ट दिसून येते. तरन्नुम ह्या आपल्या नादमधुर नावाप्रमाणे तिने सर्वांना गुंतवून टाकलंय.

तरन्नुम खान – दीपा बार अँड रेस्टॉरंटची प्रमुख आकर्षण होती. २४ वर्षीय तरन्नुमची लोकप्रियता कोणाही बॉलिवुड तारकेपेक्षा तसूभरही कमी नव्हती. अतिशय ख्यातनाम आणि लोकप्रिय तरन्नुमची दिवसाची कमाई दीड ते दोन लाखांपर्यंत होती असं म्हणतात. धनिक बाळं आणि सुप्रसिद्ध व्यक्ती – सारेच तिचे दिवाने होते. साऱ्या मुंबईभर हुकूमत गाजवणारी रातराणी होती ती. आंतरराष्ट्रीय क्रिकेट बेटिंग रॅकेटशी संबंध असल्याच्या आरोपावरून अटक होईपर्यंत, तिचं साम्राज्य अबाधित राहिलं होतं.

मुंबईच्या वर्सोवा ह्या उपनगरामध्ये तिचा बंगला होता – 'तनिष्क'. २००५मध्ये आयकर विभागाने तिच्या बंगल्यावर धाड टाकली. त्यामध्ये मिळालेल्या काही सुरागांमुळे ती तर गोत्यात आलीच, पण जागतिक कीर्तीच्या काही खेळाडूंची कारकिर्दही धोक्यात सापडली. त्या घटनेनंतर तरन्नुमच्या नशिबाचे उलटे फेरे सुरू झाले. रोजच तिच्याविषयी काही ना काही छापून येत होतं.

तरन्नुम मुंबईच्या अप्रतिम, वादग्रस्त बारबालांपैकी एक. तिचं पूर्वीचं आयुष्य खडतर गेलं होतं. सामान्य परिस्थितीमुळे तिला बरंच झगडावं लागलं. कॉम्प्युटर डिप्लोमा केला असला, तरी तिची मनीषा हवाई सुंदरी व्हायची होती.

तथापि, तिच्या कुटुंबीयांवर संकटांचे पहाड कोसळायला लागले. १९९२-९३च्या हिंदू-मुस्लीम दंगलींमध्ये त्यांचं सायन येथील घर आगीत बेचिराख झालं. फार मोठी आर्थिक हानी झाली. तिच्या आईला मधुमेह आणि हृदयविकार होता. तिला वैद्यकीय उपचारांची तातडीची गरज होती. अखेर हवाई सुंदरी व्हायच्या स्वप्नाला तिलांजली देऊन १७ वर्षांची तरन्नुम, मिळतील ती कामं करू लागली; पण त्यातून फारच तुटपुंजे पैसे मिळत असल्याने, तरन्नुमने अखेर डान्सबारमध्ये कामाला सुरुवात केली.

वर्षभरातच तरन्नुमची लोकप्रियता गगनाला भिडली. नृत्य करण्यासाठी तिला दुबईमधूनही निमंत्रणं येऊ लागली. पैसे, महागड्या भेटवस्तूंचा पाऊस पडायला लागला. लवकरच म्हाडाचा प्लॉट घेण्याइतपत पैसे तिच्याकडे जमले. हा जमिनीचा तुकडा वर्सोवाच्या श्रीमंत वस्तीमध्ये होता. तिथेच पुढे तिने बंगला बांधला.

बारबाला तरन्नुमची फारच भरभराट होत चालली. श्रीमंत व्यापारी, सिनेनट, सगळ्यांवरच तिने गारूड केलं होतं. तरन्नुमचं फारच व्यवस्थित चाललं असल्याने पैशांसाठी अन्य मार्ग शोधायची गरज नव्हती; पण २००५ साली सारंच बदललं. त्याच वर्षी मुंबईतील डान्स बार एका फटक्यात बंद पडले. त्यावेळचे महाराष्ट्राचे गृहमंत्री आर.आर. पाटील ह्यांनी संपूर्ण महाराष्ट्रातील डान्स बारवर बंदी आणली. 'डान्सबार समाजाला अपायकारक आहेत' अशा शब्दात त्यांनी बंदीचं समर्थन केलं. बार मालकांना १५ ऑगस्टपर्यंतची मुदत देण्यात आली. १५ ऑगस्टची वाट न पाहता अनेक बारबालांनी दुसरे पर्याय शोधायला सुरुवात केलीदेखील. काहींनी गोवा, आंध्रप्रदेश आणि कर्नाटक अशा शेजारच्या राज्यातील बारमध्ये काम पत्करलं. अनेक जणी शरीरविक्रय करायला लागल्या.

परंतु सात वर्षांपेक्षाही जास्त काळपर्यंत रसिकांचं मनोरंजन करून अफाट पैसे मिळवणाऱ्या तरन्नुमला अर्थातच ह्या मार्गाने जायचं नव्हतं. क्रिकेटच्या सट्ट्यामध्ये भरपूर पैसा मिळवण्याची संधी आहे, हे तिच्या लक्षात आलं. काही अट्टल सट्टेबाज बुकी तिचे ग्राहक होते. त्यांच्या साहाय्याने तिने क्रिकेटवर सट्टा लावायला सुरुवात केली. लवकरच तिची कमाई तिपटीने वाढली.

चार वर्षांपासून रिटर्न भरलेले नाहीत, अशी माहिती मिळाल्याने आयकर अधिकाऱ्यांनी तिच्या बंगल्यावर छापा टाकला. प्रॉपर्टी कराच्या नियमांचं पालन केलं नाही, ह्या कारणावरून म्हाडासुद्धा तिला नोटीस पाठवायच्या विचारात होती. छाप्यामध्ये २२ लाख रुपये रोकड, ८ लाख रुपयांचे दागदागिने मिळाले. त्या

बंगल्याची किंमतही सव्वा करोड होती. 'आपल्या चार्टर्ड अकाउंटंटने योग्य मार्गदर्शन केलं नाही, त्यामुळेच रिटर्न भरायचे राहिले' असा पवित्रा तरन्नुमने घेतला.

तिच्यामागे लागलेला ससेमिरा एवढ्यावरच संपला नाही. अधिक तपासाअंती आयकर अधिकाऱ्यांना धक्कादायक माहिती मिळाली. तिच्या मोबाइल फोनवर काही कुख्यात बुकी, तसंच आंतरराष्ट्रीय श्रीलंकन क्रिकेटपटूचे फोननंबर सापडले. तरन्नुमचा बेटिंग रॅकेटशी काय संबंध आहे, ह्याचा तपास करण्यासाठी तिची केस तत्काळ मुंबई पोलिसांकडे सोपवण्यात आली.

चौकशीमध्ये अनेक नावं बाहेर आली. त्यामध्ये पूर्वाश्रमीचा बुकी चित्रपट निर्माता जगदीश सोढा, तसंच शोभन मेहता, प्रदीपकुमार आणि मिलिंद धीरज उर्फ डीजे हे होते. २० ऑगस्ट २००५ रोजी ऑस्ट्रेलिया-इंग्लंड सामना खेळला गेला होता. त्या वेळी तिने बेटिंग केलं होतं आणि त्यासाठी तिला २० ते ३० लाख रुपये मिळणार आहेत, हे सिद्ध करण्याइतपत पुरावा पोलिसांना मिळाला.

उलटतपासात बॉलिवुड नट आदित्य पांचोली आणि श्रीलंकेचा स्पीनर मुथय्या मुरलीधरन ह्यांची नावं पुढे आल्यावर केसला सनसनाटी वळण मिळालं. सामना खेळण्यासाठी मुंबईत आला असताना पांचोलीने मुथय्याला दीपा बारमध्ये नेलं होतं. त्यानेच त्याची तरन्नुमशी ओळख करून दिली, अशी माहिती उघडकीस आली. त्याने अवैध मार्गाने बेटिंगमध्ये मिळवलेले पैसे तरन्नुमच्या घरात लपवले, अशी अफवा होती. बारमध्ये गेल्याचं त्या दोघांनी मान्य केलं, परंतु तरन्नुमशी संबंध असल्याचा आणि मॅच फिक्सिंगमध्ये हात असल्याचा जोरदार इन्कार केला. पुढे पोलिसांनी त्यांच्यावरचे आरोप मागे घेतले. त्याच दरम्यान तरन्नुमच्या पूर्वायुष्याविषयी उलटसुलट चर्चा होऊ लागली – अंडरवर्ल्डशी तिचे संबंध आहेत, वेश्याव्यवसाय करायची वगैरे.

आतापर्यंत प्रसिद्धी माध्यमांपासून दूर राहिलेल्या तरन्नुमने 'मुंबई मिरर'ला मुलाखत दिली. 'कोणाही क्रिकेटरशी माझा संबंध नाही' असं स्पष्ट केलं. ही मुलाखत १५ सप्टेंबर २००५ला प्रसिद्ध झाली होती.

क्रिकेट बेटिंगमध्ये गुंतलेली असल्याबद्दल तरन्नुमने जराही खेद व्यक्त केला नव्हता. मात्र 'कोणाही क्रिकेटरशी माझा परिचय नाही' हे तिने ठामपणे सांगितलं. "मी सट्टा खेळते, पण कोणाही क्रिकेटरशी माझे कोणत्याही प्रकारचे संबंध नाहीत." चेहऱ्यावरची रेषाही न हलवता ती पुढे म्हणाली, "बेटिंग मी फक्त सहा महिन्यांपासून करायला लागले आहे. माझ्या बंगल्यामधून आयकर अधिकाऱ्यांनी २२ लाख रुपये जप्त केलेत, ते कोणाही क्रिकेटरचे नसून माझे स्वत:चे आहेत." जगदीश सोढा आणि शोभन मेहता या बुकींशी परिचय असल्याचं तिने मान्य केलं. त्या दोघांनी एका क्रिकेटरचे पैसे तिच्याकडे दिले. सप्टेंबर २००४मध्ये आयसीसी

नॉक-आउट टुर्नामेंट झाली. हे सामने इंग्लंडमध्ये खेळले गेले. ते फिक्स करण्यासाठी त्या क्रिकेटरला आठ लाख रुपये दिल्याचा आरोप सोढावर होता.

''मी सोढाला फार चांगली ओळखते, पण शोभन मेहताशी माझा परिचय नाही. सहा महिन्यांपूर्वी मी क्रिकेटवर बेटिंग करायला लागले. मी बेटिंग फक्त डीजे नावाच्या बुकीकडेच करायचे. १५ ते २५ हजार रुपये लावायचे.'' तरन्नुमने अस्खलित इंग्रजीत हे निवेदन केलं.

''बेटिंग करणं हा गुन्हा आहे, हेच मला माहीत नव्हतं; पण बुकी कायद्याचं उल्लंघन करतात, अशी माझी कल्पना होती,'' असंही ती म्हणाली.

''वार्सोव्याच्या रोडवरचा बंगला मी माझ्या कष्टाच्या पैशातून विकत घेतलाय. पाच वर्षांपूर्वी म्हाडाकडून ही जमीन मी विकत घेतली, तेव्हा तिथे अतिशय विरळ वस्ती होती. चोहीकडे दलदल असायची. तुम्ही म्हाडाचे रेकॉर्ड पाहून खात्री करून घेऊ शकता. २७ लाखाला हा बंगला घेतलाय. बुकी किंवा क्रिकेटर मला बंगला का म्हणून बक्षीस देतील? सापडलेली रोकडसुद्धा गेल्या सात-आठ वर्षांपासून मी पै-पै करून जमवली आहे. केवळ माझी एकटीची कमाई आहे ही सगळी. कोणा बुकी वा भयंकर दिसणाऱ्या क्रिकेटरची नाही.'' ती अतिशय उद्धटपणे बोलत होती.

''केवळ बार गर्लचं काम करून एवढा सारा पैसा जमा करणं कसं शक्य आहे?'' हा प्रश्न विचारता ती म्हणाली, ''माझे सारे आश्रयदाते अतिशय धनवान होते. बहुराष्ट्रीय कंपन्यांमध्ये काम करणारे. नुसते ठुमके काय कोणीही मारेल, पण नेहमीच्या ग्राहकांना माझं अतिशय वेगळ्या प्रकारचं नृत्य आवडायचं. माझ्या रूपामुळे नव्हे, तर माझ्या नृत्यकौशल्यावर फिदा होऊन ते मला बक्षीस देत.''

अंडरवर्ल्डशी संबंध असल्याचाही तिने साफ इन्कार केला. ''अंडरवर्ल्डमधल्या कोणालाही मी ओळखत नाही आणि हे क्राइम ब्रँचलाही माहीत आहे.''

''मी कधीही वेश्याव्यवसाय केलेला नाही,'' असंही तिने निश्चयपूर्वक सांगितले. ''वेश्याव्यवसाय करायचा की नाही, हा प्रत्येकीचा प्रश्न आहे. नकार देता येतोच की. अतिसामान्य दर्जाच्या बारमध्ये, जिथे ट्रक ड्रायव्हरच्या पातळीचे लोक येतात, तिथल्या बारबाला कदाचित देहविक्रय करीत असतीलही; पण उच्च दर्जाच्या बारमध्ये असले प्रकार होत नाहीत.'' ती म्हणाली. 'बंदी उठून बार पुन्हा सुरू होतील' अशी आशा व्यक्त करून ती उत्तरली, ''मी पुन्हा तिथे काम करीन.'' 'पण तसं घडलं नाही तर?' ह्या प्रश्नावर ती म्हणाली. ''माझे पैसे आयकर अधिकाऱ्यांनी जप्त केले, नाही तर मी स्वत: काही व्यवसाय सुरू केला असता.''

तरन्नुमने पुढे टीव्हीवरसुद्धा मुलाखती दिल्या; पण तेव्हा ती बुरख्यामध्ये

असायची. तरन्नुम 'दिसते कशी' ह्या विषयावर अफवांचं पीक आलं. काही स्थानिक वृत्तपत्रांत 'हीच खरी बारबाला' अशा मथळ्याखाली एका स्त्रीचा फोटो छापून आला. तो फोटो तेलुगु चित्रपटात लहानमोठ्या भूमिका करणाऱ्या तमन्ना भाटिया ह्या नटीचा होता. तिने त्या वृत्तपत्राविरुद्ध तक्रार नोंदवून, त्याच्यावर कारवाई करण्याची मागणी केली.

अखेर राज्य सरकार आणि प्रसारमाध्यमांकडून फारच दबाव टाकण्यात आल्याने पोलिसांनी १५ सप्टेंबर २००५ रोजी दोन बुकींसह तरन्नुमला अटक केली. सट्टा खेळणं आणि गुन्हेगारी स्वरूपाचं कटकारस्थान करणं, हे आरोप त्यांच्यावर ठेवण्यात आले होते. पुढील दोन महिने तरन्नुम भायखळा विमेन्स जेलमध्ये होती. २००५ साली नोव्हेंबर महिन्यामध्ये तिची जामिनावर सुटका झाली.

एकूण अनुभवामुळे तरन्नुम फारच अस्वस्थ झाली होती. 'लोक माझ्या घराकडे बोट दाखवून, ती बारबाला इथेच राहते असं बोलायला लागलेत.' अशी तक्रार तिने केली. 'पूर्ण देशात माझी बदनामी झाली. माझ्यावरील सर्व आरोप खोटे आहेत, असं सिद्ध झाल्यानंतर सरकार काय करणार आहे? माझ्या चारित्र्यावर शिंतोडे उडाले ते पुसले जाणार का? ह्याला जबाबदार कोण?' असं एका मुलाखतीमध्ये तिने विचारलं होतं.

तुरुंगात असताना तिच्याच कोठडीमध्ये प्रीती जैन ही नटीही होती. तरन्नुमची तिच्याशी चांगली मैत्री जमली. दिग्दर्शक मधुर भांडारकरवर बलात्काराचा आरोप करून प्रीतीने चांगलीच खळबळ माजवली होती. मधुरला मारण्यासाठी गँगस्टर अरुण गवळीच्या माणसाला सुपारी दिल्याच्या आरोपामुळे प्रीतीला शिक्षा झाली होती. दोघीही १३ दिवस एकाच कोठडीत होत्या. त्यानंतर जामीन मिळून प्रीती सुटली. काही महिन्यांनी प्रीतीने 'दीपा की तरन्नुम' नावाच्या लो बजेट सिनेमात नायिकेची भूमिका स्वीकारली. एका बारबालेच्या जीवनावर आधारित हा चित्रपट 'माझ्या तुरुंगातील मैत्रिणी'चीच कहाणी आहे, असं प्रीती म्हणाली होती.

तुरुंगातील आठवणींविषयी बोलताना प्रीतीने आम्हाला सांगितलं की, तरन्नुम सारखी रडत असायची. तिच्या म्हणण्यानुसार, गजाआड राहण्याच्या कल्पनेने तरन्नुम अतिशय अस्वस्थ झाली होती. खूप घाबरलीही होती. त्यामुळे तिला वारंवार रडू कोसळायचं. ''मला तिचं दुःख समजायचं, जाणवायचं. माझ्यामुळे तिला मानसिक आधार मिळाला,'' प्रीती म्हणाली.

तुरुंगात काही दिवस एकत्र काढल्यानंतर दोघींमध्ये मैत्रीचं घट्ट नातं निर्माण झालं. ''आम्ही दोघी एकत्र बोर्डगेम खेळायचो. जेवताना, टीव्ही पाहतानाही एकत्र असायचो. तरन्नुम सर्वसामान्य बार डान्सरसारखी नव्हतीच. अतिशय सुंदर, नीटनेटकी आणि संभाषणचतुर होती ती. बारबाला मूर्ख, 'अनपढ गवार' असतात, असं

समजलं जातं. तरन्नुम तशी अजिबात नव्हती. सर्वांत महत्त्वाची गोष्ट म्हणजे, बारबाला असल्याची तिला जराही खंत नव्हती. लोकापवादाला ती घाबरायची नाही. आपल्या व्यवसायाची तिला लाज वाटत नसे.''

मार्च २००८मध्ये तरन्नुम पुन्हा एकदा बातम्यांमध्ये झळकली. आयकर विभागाने जप्त केलेले सर्व पैसे परत मिळावेत, अशी मागणी तिने केली होती. प्रसिद्धी माध्यमांनी आपल्यावर कायम नजर रोखलेली असते, ह्या गोष्टीचा तिला फारच त्रास व्हायला लागला. सारंच असह्य होऊन तिने अखेर मुंबई कायमची सोडली. हळूहळू तरन्नुम विस्मृतीत गेली. ती सध्या कुठे आहे, हे नक्की माहीत नसलं, तरी ती दुबईत असून तिथल्या उच्चभ्रू, धनिक लोकांचं मनोरंजन करते, अशी खबर आहे.

दीपा बार अँड रेस्टॉरंटची शान असलेली तरन्नुम निघून गेल्याने, तसंच डान्स बारवर बंदी लागू झाल्याने दीपा बारची सारी शानच नाहीशी झाली. एके काळी अत्यंत लोकप्रिय असलेल्या ह्या बारच्या प्रशस्त जागेमध्ये – साधारण ४५०० चौरस फूटमध्ये आध्यात्मिक केंद्र सुरू करण्याचा प्रस्ताव आहे. बारच्या जागी योग आणि वैद्यकीय उपचार केंद्र होणार आहे.

◆

अर्चना शर्मा उर्फ मनीषा

तिच्या चेहऱ्यावर निष्पाप, सात्त्विक भाव दाटून आलेले असायचे. ती अश्रू ढाळायला लागली की, असंख्य हृदयं पिळवटून येत. तिच्या भावपूर्ण अभिनयामुळे लाखो लोकांच्या भावना हेलावून जात. उज्जैन नगरीमध्ये दरवर्षी रामलीला होत असे, तेव्हा सीतादेवीची भूमिका तीच करायची; पण पवित्र सीतेची भूमिका इतक्या जिवंतपणे करणाऱ्या तिने, वास्तव जीवनामध्ये रामायणातील भयंकर राक्षस रावणासारखं वागायचं का आणि कधी सुरू केलं, हे कोणाला समजलंदेखील नाही.

अर्चना बालमुकुंद शर्माने आपल्या कारवायांनी अंडरवर्ल्डमध्ये मोठं वादळ निर्माण केलं होतं. अनेक सनसनाटी खून, अपहरण आणि खंडणी प्रकरणं यशस्वीपणे पार पाडून, ती भारतामधील 'मोस्ट वाँटेड' महिला गँगस्टरच्या पंक्तीमध्ये जाऊन बसली.

गँगस्टर बबलू श्रीवास्तवची विश्वासू मैत्रीण असलेल्या अर्चनाला 'पुणे मिरर'ने 'लेडी डॉन विथ किलर लुक्स' असा किताब बहाल केला होता. मादक, जीवघेणं सौंदर्य आणि बॉलिवुड तारका मनीषा कोईरालाशी असलेलं साधर्म्य, ह्या शस्त्रांचा अचूक वापर करून, अर्चनाने बडे-बडे व्यापारी, व्यावसायिक, हॉटेल मालक

अशांना आपल्या जाळ्यात ओढलं होतं.

झटपट श्रीमंत होऊन, ऐशारामाने जगण्याच्या इर्षेने कोणत्याही थराला जायला तयार असणाऱ्या सुंदरीचं, मध्यप्रदेशातील एका शिकल्या-सवरलेल्या साध्या मुलीचं; खतरनाक डॉनमध्ये रूपांतर कसं झालं, त्याची ही कहाणी.

मध्यप्रदेशातील उज्जैनमध्ये १७ नोव्हेंबर १९७५ रोजी अर्चनाचा जन्म झाला. चार भावंडांमधली ती सर्वांत थोरली. तिचे पिता बालमुकुंद शर्मा, होमगार्ड प्लॅटून कमांडर म्हणून निवृत्त झाले होते. घरची परिस्थिती चांगली नसली, तरी त्यांनी अर्चनाला चांगलं शिक्षण देण्यात कसूर केली नाही. अर्चना खूप हुशार, प्रतिभावान मुलगी होती. तिचा खूप सारा वेळ चित्रं काढण्यात आणि सांस्कृतिक कार्यक्रमांमध्ये भाग घेण्यात व्यतीत होत असे. माळव्याचे प्रख्यात संत मौनीबाबा दरवर्षी रामलीला सादर करीत. अर्चनाचा त्यामध्ये सहभाग असायचाच.

सेंट्रल स्कूलमधून उच्च माध्यमिक शिक्षण झाल्यानंतर, अर्चनाने उज्जैनमधील विक्रम युनिव्हर्सिटीमध्ये पदवी अभ्यासक्रमासाठी प्रवेश घेतला; पण एकाच वर्षानंतर तिने कॉलेज सोडलं आणि राज्य पोलीस दलामध्ये नोकरी करायला लागली. तिच्या कुटुंबीयांना पोलीस दलाच्या नोकरीचा अभिमान वाटत होता; पण त्यांचा आनंद फार काळ टिकला नाही. खूप काम असतं ह्या कारणावरून सहा महिन्यांतच तिने नोकरी सोडली. नोकरी सोडल्यानंतर तिने घर आणि उज्जैनही सोडलं. वेगळं, थरारक आयुष्य शोधण्यासाठी ती भोपाळला गेली.

भोपाळमधील सोम डिस्टिलरीज प्रायव्हेट लिमिटेडमध्ये ती स्वागतिका म्हणून कामाला लागली. तिथेच तिची अनेक काँग्रेस आणि भारतीय जनता पक्षाच्या सदस्यांशी मैत्री झाली. भाजपच्या सदस्यांबरोबर तिचे प्रेमसंबंधही होते, असं म्हटलं जातं. मोठमोठ्या लोकांशी संपर्क आल्याने अर्चनाला स्वतःचं व्यक्तिमत्त्व सुधारण्याची चांगली संधी मिळाली. संभाषण कला, शिष्टाचार ह्यांमध्ये ती पारंगत झाली.

रामलीलेमध्ये कामं करायची तेव्हापासूनच अर्चना बॉलिवुड तारका व्हायची स्वप्नं पाहत असे. ती स्वप्नं खरी करण्यासाठी ती अखेर मुंबईत – बॉलिवुडच्या झगमगत्या दुनियेत – पोहोचली. १९९०च्या सुरुवातीला तिचं मुंबईत आगमन झालं. मनिषा कोईराला ह्या नटीशी साम्य आहे ह्या गोष्टीचं भांडवल करून ती बॉलिवुडमध्ये मनीषा अगरवाल ह्या नावाने चमकायला पाहत होती; पण बॉलिवुडमध्ये नकली मालाची चलती नसल्याने, अर्चनाची डाळ शिजली नाही. यश मिळवण्यासाठी तिलाही अन्य मुलींसारखी खूप धडपड करावी लागत होती.

अर्चनाने नट, दिग्दर्शकांशी संधान जोडलं; पण त्यामुळे तिला चित्रपटात कामं मिळाली नाहीतच. भ्रमनिरास झालेल्या अर्चनाने शेवटी चित्रपटसृष्टीत आणि टीव्हीमध्ये मिळतील ती कामं करायला सुरुवात केली. गल्फमध्ये कार्यक्रम करणाऱ्या एका

वाद्यवृंदामध्येही ती काम करायची. तिथे चांगले पैसे मिळत असले, तरी तिला हवी असलेली भपकेबाज जीवनशैली अजूनही दूर होती.

१९९४मध्ये तिला हवी तशी संधी मिळाली. पॉप गायक बाबा सेहगलच्या संचाबरोबर दुबईला गेली असताना, अर्चनाची अहमदाबादचा बडा व्यापारी प्रीतम मिगलानी ह्याच्याशी ओळख झाली. श्रीमंत मासा बघून अर्चनाने त्याला बरोबर जाळ्यात पकडलं. तिच्या प्रेमाने पागल झालेल्या प्रीतमने तिला दुबईचा रेसिडेंट व्हिसा मिळवून देण्यात मदत केली. शारजामध्ये कपड्यांचं दुकान उघडून दिलं. उज्जैनला जाऊन दोघांनी चक्क वाङ्निश्चय केला. विवाहसमारंभ दुबईला करायचं निश्चित झालं.

पुढे दोघांचं चांगलंच बिनसल्यामुळे लग्नाआधीच काडीमोड झाला. अर्चना पुन्हा एकदा मुंबईत परतली. आपल्या कुटुंबीयांबरोबर ताणलेले संबंधही तिने प्रयत्नपूर्वक सुधारले. तथापि, वारंवार प्रयत्न करूनही मुंबईमध्ये तिचा जम बसेना. निराश होऊन तिने दुबईला मुक्काम हलवला. त्या एका निर्णयामुळे तिचं संपूर्ण आयुष्य बदलून गेलं.

दुबईत इरफान गोगा ह्या गँगस्टरशी तिची गाठ पडली. हा पूर्वी अनीस इब्राहिमचा सहकारी होता. त्याच्या अत्यंत श्रीमंती, भपकेबाज राहणीमुळे अर्चना दिपून गेली. त्याचं प्रेमपात्र होण्यामध्ये तिला काहीही गैर वाटलं नाही. त्या बदल्यात गोगाने तिला प्रशस्त फ्लॅटमध्ये राहायला जागा दिली. अनेक गँगस्टर दोस्तांशी तिची ओळख करून दिली. छोटा राजनचा उजवा हात ओम प्रकाश उर्फ बबलू श्रीवास्तव ह्याचाही परिचय तेव्हाच झाला.

अर्चनाने बबलूवरही जादू केली. त्याने तिला 'उत्तम क्रिमिनल कसं बनावं' ह्याचं प्रशिक्षण द्यायचं ठरवलं! तिनेही त्याची निराशा केली नाही. सारे बारकावे तिने लवकरच आत्मसात केले. बबलू तिच्यासाठी वेडा झाला होता. अर्चनालाही आयुष्यात पुढे जाण्यासाठी त्याच्या आधाराची गरज होती. अशा तऱ्हेने दोघांची अत्यंत खतरनाक जोडी जमली. गुन्हेगारी जगतामधील दोघांचा कमालीचा स्फोटक प्रवास तेव्हापासून सुरू झाला.

दुबईमध्ये काही महिने राहिल्यानंतर दोघं नेपाळला पळाले. तिथेच बबलूला अटक होऊन त्याची भारतात रवानगी करण्यात आली. अर्चनाही आपल्या गुरूच्या पाठोपाठ भारतात आली. बबलूने नवी दिल्लीच्या सनलाइट कॉलनीमध्ये तिच्या राहण्याची व्यवस्था केली होती. लवकरच बबलूच्या कारवायांमध्ये ती अत्यंत महत्त्वाची भूमिका बजावायला लागली. कमालीच्या निष्ठुरतेने ती त्याची अवैध कामं पार पाडायची. सिनेतारका होण्यासाठी तिचं सौंदर्य कामी आलं नसलं, तरी अपहरण करण्यासाठी सावजांना आकर्षित करण्यासाठी मात्र ती

नेहमीच यशस्वी ठरायची.

१९९८मध्ये अर्चनाने प्रथमच स्वतंत्रपणे एक योजना आखली. त्यासाठी तिने 'सलमा' हे नाव धारण केलं होतं. बबलूच्या गँगच्या मदतीने हॉटेल मालक लाला व्यासच्या अपहरणाचा कट रचला. त्या कामाची तिला खूप मोठी रक्कम खंडणीच्या रूपात मिळाली. दिल्ली पोलिसांना खबर मिळाल्याने त्यांनी तिच्या फ्लॅटवर धाड टाकली. तिथे मिळालेल्या अनेक ऑटोमॅटिक रायफली त्यांनी जप्त केल्या. गँगच्या त्यापूर्वीच्या कारनाम्यांचीही माहिती त्यांना मिळाली. अन्य एका धनिक हॉटेल मालकाचंही त्यांनी अपहरण केलं होतं, हे तेव्हाच समजलं. दिल्लीमधील बऱ्याच व्यापाऱ्यांचं अपहरण करण्याचा अर्चनाने कट केला आहे, ही माहिती लाला व्यासनेच पोलिसांना दिली.

बिल्डर आर.डी. व्यासच्या थरारक अपहरणासाठी मुंबई पोलिसांच्या 'वाँटेड' यादीमध्ये अर्चनाचं नाव होतं. ह्या एकाच प्रसंगी स्वत: अर्चनाने अपहरणनाट्यामध्ये भाग घेतला होता. बबलू गँगमधले अन्य दोघं तिच्या मदतीला होते; पण खुद्द अर्चनानेच व्यासशी संपर्क साधून 'दुबईच्या मित्राने तुमच्यासाठी काही वस्तू पाठवल्या आहेत, त्या घेण्यासाठी हॉटेलमध्ये भेटता येईल का?' अशी विचारणा केली होती. हॉटेलमध्ये भेट झाली; पण 'वस्तू आपल्या घरी असून माझ्याबरोबर घरी चला' अशी विनंती तिने केली. अर्चनाने आपलं सौंदर्य आणि अभिनयकला पणाला लावून व्यासला राजी केलं. व्यास अलगद जाळ्यात अडकला आणि आपल्या मर्जीने तिच्याबरोबर तिच्या घरी गेला! त्याच्या कुटुंबीयांनी चार करोड रुपये दिल्यानंतरच त्याची सुटका झाली.

अखेर अर्चनाला अटक करण्यात आली. पुढे जामिनावर सुटका झाल्यावर ती ताबडतोब निसटली. पोलिसांनी गँगच्या काही सहकाऱ्यांना पकडलं; पण 'मॅडम एक्स' – हे तिला पोलिसांनी दिलेलं नाव – त्यांच्या हाती लागली नाहीच.

एप्रिल १९९८मध्ये तिचे चार सहकारी मारले गेले. इंदूरमधील एक ट्रेडर, जगदीश मोदी रामानी ह्याच्याकडून ३० लाख रुपयांची खंडणी उकळल्यानंतर पोलिसांनी त्यांना एन्काउंटरमध्ये ठार केलं. अर्चनानेच हा कट रचला होता आणि तीही तेव्हा इंदूरमध्येच होती, पण ती निसटण्यात यशस्वी झाली.

वारंवार पोलिसांशी सामना करावा लागत असूनही अर्चना डगमगली नाही. पोलिसांनी तिच्या कुटुंबीयांवर नजर ठेवल्याने, तिने त्यांना भेटायला जाणं बंद केलं. आणि व्यास प्रकरणी अपहरणावेळी स्वत: हजर राहण्याची चूक, तिने पुन्हा कधीही केली नाही. गुरू बबलूप्रमाणे ती अपहरणाची सर्व आखणी तपशीलवार करायची, पण स्वत: पडद्यामागे राहूनच सर्व सूत्रं हलवत असे. ह्या डावपेचांमुळे तिच्यावर कधी तोहमत येत नसे. १९९८च्या डिसेंबरमध्ये अर्चना आणि गँगने कलकत्त्याच्या

एका उद्योजकाचं अपहरण करायचा कट रचला; पण त्यांच्या दुर्दैवाने उत्तर प्रदेश पोलिसांना त्याची कुणकुण लागली. त्यांनी ह्या मंडळींना कलकत्त्याच्या पार्क स्ट्रीटवर शोधून काढलं. एन्काउंटरमध्ये चार गँगस्टर मारले गेले. अर्चना तिथेच जवळ एका हॉटेलात होती, ती पुन्हा एकदा निसटली. गोळीबार झाल्यानंतर काही मिनिटांच्या अवधीतच ती नेपाळला जाणाऱ्या विमानात बसलीसुद्धा. प्रकरण थंड होईपर्यंत ती नेपाळमध्येच लपून बसली होती. पोलिसांना पुन्हा एकदा हुलकावणी देण्यात अर्चना यशस्वी झाली होती.

श्रीमंत व्यापारी, उद्योजकांचं अपहरण करण्याची कटकारस्थानं करण्याचा अर्चनाचा उद्योग चालूच होता. कच्छचे बडे व्यापारी बाबूभाई सिंघवी ह्यांच्या असफल अपहरणामागे, तसंच अहमदाबादचे निर्यातदार गौतम अडानी ह्यांच्या अपहरणामागे तिचाच हात असल्याचा संशय आहे.

पुरुषांना आपल्या इशाऱ्यांवर नाचवण्यात अर्चना अतिशय माहीर होती. बबलूशी संबंध असतानाच अपहरणकर्ता फझल-उर-रेहमान उर्फ फझलू ह्याच्याशी तिने लफडं केलं होतं. पुण्याचे व्यापारी आणि पेट्रोल पंपाचे मालक सागर लडकत ह्यांच्या हत्येचं कारस्थान तिने फझलच्या मदतीनेच रचलं होतं, असं म्हणतात.

२२ मे १९९८च्या रात्री सोमवार पेठेतील आपल्या पेट्रोल पंपावरून लडकत कोरेगाव पार्कमधील घरी परतत होते. वाटेत फझलच्या गँगने अपहरण करून त्यांना कोंढवा येथे नेलं. तिथे वारंवार वार करून त्यांना ठार करण्यात आलं. त्यांचं छिन्नविच्छिन्न शरीर त्यांच्याच गाडीत टाकून देण्यात आलं होतं. ह्या भयंकर प्रकाराची आखणी अर्चनानेच केली होती, असं तपासाअंती समजलं. त्यांना जिवे मारण्याचं कारण मात्र अजूनही गुलदस्त्यात आहे.

अर्चना छोटी-मोठी प्रेमप्रकरणं करीत असली, तरी बबलूच्या हृदयातील तिचं स्थान अढळ होतं. कोणीही तिच्याजवळ आलेलं त्याला खपत नसे. नेपाळचे भूतपूर्व मंत्री, राष्ट्रीय प्रजातंत्र पक्षाचे मिर्झा दिलशाद बेग यांना अर्चनाशी जवळीक साधल्याची फार मोठी किंमत चुकवावी लागली. बबलूला नेपाळमधून हद्दपार केल्यानंतर बेग अर्चनाच्या फारच जवळ आला, असं म्हणतात. ही गोष्ट समजल्यानंतर गँगस्टर बबलू अतिशय क्रोधित झाला. अर्चना आपल्याला मिळावी, ह्या हेतूने मंत्री महोदयांनी आपली हद्दपारी रोखण्याची खटपटही केली नाही, असाही त्याला संशय होता. अर्थात त्याची शिक्षा बेगला मिळालीच. जून १९९८मध्ये काठमांडूमधील आपल्या पत्नीला भेटून घरी परतत असलेल्या बेगला छोटा राजनच्या गँगने ठार केलं.

मे २०१०मध्ये नेपाळमध्ये अर्चनाला गोळ्या झाडून मारण्यात आलं, अशी अफवा आहे. ड्रगचा चोरटा धंदा करणाऱ्या काही जणांना तिने फसवलं. त्याचं तिला

शासन करण्यात आलं. 'पुणे मिरर'ने मात्र वेगळीच बातमी दिली – 'तिच्या प्रतिस्पर्ध्यांनी तिला मारलं. नेपाळमध्ये दोन वर्षांपासून लपून बसलेल्या अर्चनाच्या ते कधीपासून पाळतीवरच होते.' अन्य काही लोकांच्या मते, 'ती जिवंत असून योग्य वेळेची वाट पाहते आहे. बहुधा आता कोणाचं अपहरण करावं, ह्याची चक्रं तिच्या मनात फिरत असावीत...'

∎